நெல்சன் மண்டேலா

இரா. செங்கல்வராயன்

நியூ செஞ்சுரி புக் ஹவுஸ் (பி) லிட்.,
41-பி, சிட்கோ இண்டஸ்டிரியல் எஸ்டேட்,
அம்பத்தூர், சென்னை - 600 050.
☎ : 044 - 26251968, 26258410, 48601884

Language : Tamil

Nelson Mandela

Author : **R.Chengalvarayan**

First Edition : July, 2005

Fifth Edition: October, 2016

Copyright : Publisher

No. of pages : xvi + 180 = 196

Publisher :

New Century Book House Pvt. Ltd.,

41-B, SIDCO Industrial Estate,

Ambattur, Chennai - 600 050.

Tamilnadu State, India.

Email: info@ncbh.in

Online: www.ncbhpublisher.in

ISBN: 978 - 81 - 2340 - 935 - 1

Code No. A 1358

₹ 240/-

Branches

Ambattur 044 - 26359906 **Spenzer Plaza (Chennai)** 044-28490027 **Trichy** 0431-2700885 **Pudukkottai** 04322- 227773 **Thanjavur** 04362-231371 **Tirunelveli** 0462-4210990, 2323990 **Madurai** 0452 2344106, 4374106 **Dindigul** 0451-2432172 **Coimbatore** 0422-2380554 **Erode** 0424-2256667 **Salem** 0427-2450817 **Hosur** 04344-245726 **Krishnagiri** 04343-234387 **Ooty** 0423 2441743 **Vellore** 0416-2234495 **Villupuram** 04146-227800 **Pondicherry** 0413-2280101 **Nagercoil** 04652-234990

நெல்சன் மண்டேலா

ஆசிரியர்: இர.செங்கல்வராயன்

முதல் பதிப்பு: ஜுலை, 2005

ஐந்தாம் பதிப்பு: அக்டோபர், 2016

அச்சிட்டோர்: **பாவை பிரிண்டர்ஸ் (பி) லிட்.,**

16 (142), ஜானி ஜான் கான் சாலை, இராயப்பேட்டை, சென்னை - 14

☎: 044-28482441

All rights reserved. No part of this book may be reprinted or reproduced or utilised in any form or by any electronic, mechanical, or other means, now known or hereafter invented, including photocopying and recording, or in any information storage or retrieval system, without permission in writing from the publishers.

பதிப்புரை

தென் ஆப்பிரிக்காவில் ஆங்கிலேயரின் அநியாய ஆட்சிக்கு எதிராக ஆப்பிரிக்க தேசிய காங்கிரஸ் தோன்றிய ஆறு ஆண்டுகளுக்குப் பிறகு பிறந்த நெல்சன் மண்டேலா அரசியலில் ஈடுபட்டு ஆப்பிரிக்க தேசிய காங்கிரசின் பொதுச் செயலாளர் ஆனார். புரட்சிகரமான போராட்டங்களில் ஈடுபட்டார். அவருக்கு நீதிமன்றம் ஆயுள் தண்டனை விதித்தது. 46வது வயதில் சிறை சென்ற அவர் 27 ஆண்டுகள் சிறைக் கொடுமைகளை அனுபவித்தார். ஆப்பிரிக்க கறுப்பு இன மக்களின் விடுதலைக்காக அவர் கடுமையான சிறைவாசம் அனுபவித்தார்.

வன்முறைப் போராட்டத்தில் நம்பிக்கைகொண்ட மண்டேலா மனம் மாறி காந்தியடிகளின் அகிம்சைப் போராட்டத்தில் நம்பிக்கைகொண்டார். 1994 ஏப்ரலில் நடந்த பொதுத்தேர்தலில் வெற்றிபெற்று மண்டேலா குடியரசுத் தலைவராகப் பதவி ஏற்றார். கறுப்பர் இனம் விடுதலைபெற்றது.

நெல்சன் மண்டேலாவின் சிறை வாழ்வு, பொதுவாழ்வு, தியாக வாழ்வு அனைத்தும் இந்நூலில் தெளிவாக இடம் பெற்றுள்ளது. பல நூல்கள் எழுதி எழுத்துலகத்தால் பாராட்டப்பெற்ற திரு. **இர. செங்கல்வராயன்** அவர்கள் இந்நூலை எல்லோரும் விரும்பிப் படிக்கும் வண்ணம் ஆக்கித் தந்துள்ளார்.

நூலுக்கு நல்லதொரு மதிப்புரை எழுதி அறிமுகம் செய்திருக்கும் திராவிடர் கழகத் தலைவர், அறிவு மேதை **கி. வீரமணி** அவர்களையும் சிறப்புமிகு அணிந்துரை வரைந்துள்ள செய்யாறு அறிஞர் அண்ணா அரசுக் கலைக்கல்லூரி வரலாற்றுப் பேராசிரியர் **T.G. நாகராஜன்** அவர்களையும் வாசகர் உலகம் போற்றும். அவர்கள் இருவருக்கும் எமது நியூ செஞ்சுரி புத்தக நிறுவனம் நன்றி பாராட்டுகிறது.

27 நாட்கள் அல்ல, 27 மாதங்கள் அல்ல, 27 வருடங்கள் சிறைவாசம் அனுபவித்த நெல்சன் மண்டேலாவின் வாழ்க்கை வரலாற்றை ஒவ்வொருவரும் படித்தறிந்துகொள்வது உன்னத லட்சியத்திற்கும் உயர்வான வாழ்வுக்கும் வழிவகுக்கும் என்பதை உணர்ந்து எமது நியூ செஞ்சுரி புத்தக நிறுவனம் இந்நூலை வெளியிட்டு வாசகர்களின் ஆதரவை வேண்டுகிறது.

-பதிப்பகத்தார்

திராவிடர் கழகம்

தலைமை நிலையம்:
பெரியார் திடல், 50 ஈ.வெ.கி. சம்பத் சாலை,
வேப்பேரி, சென்னை- 600 007. தமிழ்நாடு, இந்தியா.
தொலைபேசி: 91-44-25386555
தொலைப்பதிவி: 91-44-25363666
மின் அஞ்சல்: periyar@vsnl.com இணையதளம்:
www.dravidarkazhagam.com

நிறுவனத் தலைவர்
தந்தை பெரியார்

தலைவர்
கி. வீரமணி, எம்.ஏ., பி.எல்.,

தேதி : 6 - 5 - 2005

மதிப்புரை

ஒடுக்கப்பட்டோர்களான கறுப்பினத்தின் மீட்சி நாயகரான தென்னாப்பிரிக்க விடுதலை வேங்கை நெல்சன் மண்டேலாவின் வரலாறு ஒரு வீர காவியம்; அவர் நீந்தியது நெருப்பாறு! அவரது வாழ்க்கை வரலாறு மயிர்க்கூச்செறியச் செய்யும் மகத்தான இலக்கிய ஓவியம் ஆகும்!

நெல்சன் மண்டேலா பற்றிய பல்வேறு ஆங்கில வாழ்க்கை வரலாறுகளையும் அவரே எழுதிய 'Long March to Freedom' என்ற தன் வரலாற்று நூல் உட்பட பலவற்றையும் படித்துள்ளேன்!

அவர் பற்றிய ஓரிரு நூல்கள் தமிழிலும் வந்துள்ளன.

முன்னாள் அரசு ஊழியரான **செய்யாறு இர. செங்கல்வராயன்** அவர்கள் எழுதியுள்ள இந்நூல் மிகவும் சிறப்பான ஒன்றாகும்!

நெல்சன் மண்டேலாவின் வாழ்க்கை வரலாற்றை 32 பகுதிகளாகப் பிரித்து மிகவும் சுவையான அரிய தகவல்களைத் தரும் களஞ்சியமாக இது திகழ்கிறது!

ஒரு விறுவிறுப்பு நிறைந்த பகுதி, ஓர் ஆண்டல்ல; இரு ஆண்டல்ல; 27 ஆண்டுகள் சிறைக் கொடுமையை அதுவும் ஒரு தன் திட்டுத் தீவில் (ரோபன் தீவில்) அந்த சிறைவாசத்தை அனுபவித்த கொடுமை பற்றி விளக்கி இருக்கிறார்.

"ரோபன் தீவுக்குக் கொண்டு சென்றதும் மண்டேலாவையும் மற்ற தோழர்களையும் ஆடைகளை அவிழ்க்கச் சொல்கிறார்கள். ஒரு சிறையிலிருந்து வேறொரு சிறைக்கு மாற்றும்பொழுது பழைய சீருடையை மாற்றி, புதிய சீருடையை அணிந்து கொள்ளவேண்டும்.

ரோபன் சிறையில் காக்கிச் சீருடை வழங்கப்பட்டது. சிறையில் கூட இன ஒதுக்கல் விதி விட்டபாடில்லை. கறுப்பர்களுக்கு அரைக்கால் சட்டை, கேன்வாஸ் சட்டையும் கொடுக்கிறார்கள். அகமத் காத்ரடா என்ற

இந்திய வம்சாவளியினருக்கு முழுக்கால் சட்டை கொடுக்கப்பட்டது. உணவில்கூட ஆப்பிரிக்கர்களுக்குக் கூழும், இந்தியக் கைதிகளுக்கு ஓரளவு நல்ல உணவும் வழங்கப்பட்டது. எவ்வகையான பெரிய குற்றம் செய்திருந்தாலும் வெள்ளையர்கள் ரோபன் தீவில் அடைக்கப்படுவதில்லை.

அரசியல் கைதிகளுக்குக் கொடுக்கப்பட்ட அறைகளின் நீளம் 6 அடிதான். அறையின் ஒரு பக்கம் தலை வைத்து மறுபக்கம் காலை நீட்டினால் எதிர்ப் பக்கச் சுவரைத் தொட முடியும். ஒவ்வோர் அறையின் வெளிப்புறத்தில் ஓர் அஞ்சல் அட்டை செருகப்பட்டு அதில் கைதியின் பெயர், எண் எழுதப்பட்டிருக்கும். மண்டேலாவின் அறைக்கு வெளியே இருந்த அட்டையில், "என். மண்டேலா, 466/64" என்று எழுதப்பட்டிருந்தது. 1964 ஆம் ஆண்டு இந்தத் தீவுச் சிறையில் அடைக்கப்பட்ட கைதிகளில் மண்டேலா 466வது ஆள் என்பதாகும். சிறையின் சிறிய அறையில் நுழையும்போது மண்டேலாவின் வயது 46.

சிறைக்கொட்டடிக்குள் ஒரு தகரப் பாத்திரம் இருக்கும். அதில்தான் சிறுநீர், கழிவு அனைத்தும் முடிக்க வேண்டும். காலையில் எழுந்தவுடன் கைதிகள் அவற்றை எடுத்துச் சென்று கழுவிவிடவேண்டும். சிறைக்குள் அவர்களின் வாழ்க்கை ஒரு குறிப்பிட்ட வட்டத்திற்குள் அடங்கிவிட்டது. சிறைக்குள் மாதம், வாரம், கிழமை, மணி ஆகியவற்றைத் தெரிந்து கொள்ளமுடியாத ஒரு மன உளைச்சலை உண்டாக்கும் சூழ்நிலை நிலவியது. கடிகாரம் சிறைக்குள் வைக்கப்படவில்லை. மண்டேலா செய்த முதல் வேலைகளில் ஒன்று, அவர் அறையின் சுவற்றில் ஒரு நாள்காட்டியைத் தயார் செய்து கொண்டதுதான். மாதத்தையும், தேதியையும் அறிய முடியாமல் இருப்பது ஒருவருக்கு வாழ்க்கையின் மீதுள்ள பிடிப்பை மட்டுமின்றி, மனநலத்தையும் பாதிக்கும்."

நூலின் இறுதியில் தென்னாப்பிரிக்காவின் வரலாற்றில் முக்கிய நிகழ்வுகளையும் பட்டியலிட்டு எழுதியுள்ளது மிகவும் அருமையானது!

இந்நூலை இளைய தலைமுறையினர் படித்து இன்புறுவதோடு, இலக்கு நோக்கிய வாழ்வும் முக்கியம் என்ற புரிந்துணர்வைப் பெறுதல் நல்லது.

நூலாசிரியர் திரு. செங்கல்வராயனுக்கு நமது பாராட்டுகள். மேலும் இதுபோன்ற நல்ல நூல்களை எழுதி பயனுறு வாழ்க்கையாக வாழ்தல் அவசியம்!

சென்னை - 7
06.05.2005

(கி. வீரமணி)
தலைவர், திராவிடர் கழகம்

அணிந்துரை

20 ஆம் நூற்றாண்டு வரலாறு கண்ட மகத்தான தலைவர்களில் ஆசிய ஆப்பிரிக்க நாடுகளின் தலைவர்களுக்குச் சிறப்பிடம் உண்டு. ஐரோப்பிய கண்டமும் அமெரிக்காவும் உருவாக்கிய தலைவர்கள் ஆதிக்க அரசுகளின் அடையாளமாக விளங்கினர். இங்கிலாந்தின் சர்வின்ஸ்டன் சர்ச்சில், அமெரிக்காவின் F.D. ரூஸ்வெல்ட் போன்றோர் இவ்வரிசையில் இடம் பெறுகின்றனர். சோவியத் நாடு கண்ட தலைவர்களில் மாவீரன் லெனின் பொதுவுடைமைக் கோட்பாட்டின் காவலனாகத் தோன்றி புதிய வரலாறு படைத்தார். சீனாவின் Dr.சன்-போட்-சென் சீன தேசியத்தின் மாபெரும் தலைவர்; மா.சே.துங் சீனாவில் பொதுவுடைமைப் பெயரில் புதிய வரலாறு படைத்த மாபெரும் தலைவர். இந்த வரிசையில் இந்தியாவின் மகாத்மா காந்தி உலக நாடுகளுக்கு அகிம்சை நெறியின் சிறப்பை உணர்த்தி விடுதலைக்கு வழிவகுத்த மகத்தான தலைவர் ஆவார்.

ஆப்பிரிக்காவின் நெல்சன் மண்டேலா 20 ஆம் நூற்றாண்டின் கடைசி கட்டத்தில் தோன்றிய மக்கள் தலைவராக விளங்குகிறார். தேசிய சேவையில் ஈடுபடுவது தொல்லைகளை, தனி நபர் இழப்புகளைத் தேடித்தரும். எனினும், தியாக உணர்வுடையவர்கள் மட்டுமே இவற்றை பொருட்படுத்தாது கொண்ட லட்சியத்திற்காக கடைசிவரையில் போராடுவார்கள்; இறுதியில் வெற்றியும் பெறுவார்கள். நெல்சன் மண்டேலாவின் வாழ்க்கை வரலாறு தியாகத்துடன் கூடிய தேச சேவை; அதனினும் ஆப்பிரிக்க கறுப்பு இன மக்களின் விடுதலை என்பதை மையமாகக் கொண்டு எழுதப்பட்டுள்ள மகத்தான வரலாறு.

நெல்சன் மண்டேலாவின் வாழ்க்கை வரலாற்றை படைக்கும் ஆசிரியரின் இம்முயற்சி பாராட்டத்தக்கது, வரவேற்கத்தக்கது, அனைவரும் படித்து பயன்பெறத்தக்க நல்ல சேவை ஆகும். நெல்சன் மண்டேலாவின் வாழ்க்கையைச் சித்திரிக்கும் நூலை ஆதாரமாகக் கொண்டு ஆசிரியர் திரு. **இர. செங்கல்வராயன்** படைத்துள்ள இந்நூல் எளிய, விறுவிறுப்பான நடையில் அமைந்துள்ளது பாராட்டத்தக்கது.

20 ஆம் நூற்றாண்டின் இடைப்பகுதியில் இரண்டாம் உலகப் போர் முடிவுற்ற பிறகு ஆசிய ஆப்பிரிக்க நாடுகள் விடுதலை வேட்கையை விரைவுபடுத்தி அந்நிய ஆதிக்கத்திலிருந்து விடுதலை

பெறத்துவங்கிய நேரத்திலும் தென் ஆப்பிரிக்கா வெள்ளையர் ஆட்சியில் இனவெறிக்கு உள்ளாகி காலனி ஆதிக்கத்தின் கீழ் உழன்றுகொண்டிருந்தது. கறுப்பு இன மக்களின் உரிமைகளை, உணர்வுகளை ஒன்றுபடுத்தி இனவெறியிலிருந்து விடுதலை பெற்றுத்தந்த மாவீரரின் வாழ்க்கை வரலாறே இந்நூல் என்பது இதன் சிறப்பு.

ஆப்பிரிக்கா குடியேற்றம் ஆன வரலாறு, மண்டேலாவின் இளமைப் பருவம், கல்வி மற்றும் வறுமையுடன் அவர் மேற்கொண்ட இளமைப் பருவப் போராட்டமும் நன்கு சித்திரிக்கப்பட்டுள்ளது. நெல்சன் மண்டேலா அரசியலில் ஈடுபடத் தொடங்கியதும் அதற்கு மறைமுக காரணமாக அமைந்த மலானின் இனவெறி கட்சியும் அதன் தாக்கமும் நன்கு எடுத்துரைக்கப் பட்டுள்ளது. மண்டேலா முன்மொழியும் விடுதலை சாசனம் அவரது உள்ளக்கிடக்கையை நன்கு வெளிப்படுத்துவதாக உள்ளது.

தலைவர்களின் வாழ்க்கை வரலாறு அவர்களின் தனிப்பட்ட வாழ்வின் முக்கிய நிகழ்வுகளைப் பதிவு செய்வது மட்டுமல்ல; அவர்களது வாழ்க்கை அனுபவத்தில் மக்களின், சமுதாய பிரச்சினைகளை எதிர்கொண்ட வீர வரலாறாக அமைவது குறிப்பிடத்தக்கதாகும். அவ்வகையில் ஆசிரியர் எழுதியுள்ள நெல்சன் மண்டேலாவின் வாழ்க்கை வரலாறு ஆப்பிரிக்க கறுப்பு இன மக்களின் பிரச்சினைகளைப் பதிவு செய்துள்ளது பாராட்டத்தக்கது.

எந்த ஒரு விடுதலைப் போராட்ட வரலாறும் தன்னக சக்திகளைக் கொண்டு மட்டும் வெற்றி பெறுவது கடினமாகும். அந்நிய தேசிய சக்திகளின் ஆதரவும் பக்க பலமாக இருக்கும்; அரசுகளின் ஆதரவைவிட மக்களின் ஆதரவு அதிக வலிமை உடையதாய் விளங்கும். ஆப்பிரிக்க இனமக்களின் நிறவெறி எதிரான போராட்டத்திலும் நெல்சன் மண்டேலாவிற்கு ஆதரவாக ஆசிய இன மக்கள் குறிப்பாக இந்தியர்களின் ஆதரவு அவரது வெற்றிக்கு உதவியாய் அமைந்ததை ஆசிரியர் நல்ல உதாரணங்களுடன் விளக்கியுள்ளார்.

மண்டேலாவின் வாழ்க்கையில் இடம்பெறும் பல்வேறு பரிமாணங்கள் - அவரது போக்கில் காணப்படும் மாற்றங்கள், படிப்படியாக அவர் அறநெறி கோட்பாடுகளில் பிடிப்பு உடையவராக

மாறுவது போன்றவை நன்கு சித்திரிக்கப்பட்டுள்ளன. உதாரணமாக தொடக்கத்தில் ஆயுதம் ஏந்திப் போராடும் வன்முறை போராட்டத்தில் நம்பிக்கை உடையவராய் இருந்த மண்டேலா, காலப்போக்கில் காந்தி அடிகளின் அகிம்சை வழிக்கு மாறியதும் அதனால் அவருக்கு கிடைத்த பரவலான ஆதரவும் நன்கு விவரிக்கப்பட்டுள்ளது. இன உணர்வும் மிகுந்து காணப்பட்ட மண்டேலா வெள்ளையரும் இந்தியரும் தென் ஆப்பிரிக்க மண்ணில் பிறந்து வளர்ந்து ஆப்பிரிக்க இன மக்களின் போராட்டத்திற்கு ஆதரவு காட்டியிருந்தாலும் அவர்களை மண்டேலா அன்னியர்களாக கருதுகின்றார்; காலப்போக்கில் பரந்தமனம் படைத்த தேசியத் தலைவராக மாறுவதும், காந்திய அகிம்சை நெறிகளில் நம்பிக்கை கொண்ட பிறகு அனைவரையும் அரவணைத்துப் போராடி வெற்றி பெற்றது அவருள் ஏற்பட்ட பரிணாம வளர்ச்சியும் நன்கு வெளிப்படுத்தியுள்ளார்.

ஆசிரியரின் நடைமொழி வளம், சொற்களின் பயன்பாடு ஆகியவை பாராட்டத்தக்க வகையில் உள்ளன. குறிப்பாக ஆப்பிரிக்க இனமக்களின் விடுதலைப் போராட்ட வீரரின் வாழ்க்கை அனுபவங்களைப் படைத்துள்ள ஆசிரியர் பொருத்தமாக ஆங்காங்கே உலகப் பொதுமறையாம் திருக்குறளைப் பயன்படுத்தியுள்ளது பெருமிதம் அடைய வைக்கிறது. பொருளாதாரம் படித்து முதுகலைப் பட்டம் பெற்ற நூலாசிரியர் தமிழிலும் வரலாற்றுப் பதிவுகளிலும் தெளிவுடையவர் என்பதற்கு அவர் படைத்துள்ள நெல்சன் மண்டேலா வாழ்க்கை வரலாறே நல்ல சான்றாகும். இந்நூல் படித்துப் பயன்பெறத்தக்கது; இத்தகைய படைப்புகளுக்கு ஆதரவு தருவது நம் கடமையாகும்.

செய்யாறு
04.05.05

(வரலாற்றுப் பேராசிரியர்)
அறிஞர் அண்ணா அரசு கலைக் கல்லூரி,
செய்யாறு.

முன்னுரை

ஆசியா, ஆப்பிரிக்கா கண்டங்களிலுள்ள பல நாடுகள் ஐரோப்பா கண்டத்திலுள்ள வெள்ளைய நாடுகளின் ஆதிக்கத்தில் அடிமை நாடுகளாக 20-ஆம் நூற்றாண்டின் இறுதிவரை அவதியுற்றன. இந்தியாவை ஆங்கிலேயர்கள் இரு நூறு ஆண்டுகளுக்கு மேல் ஆண்டு வந்தது போல் தென் ஆப்பிரிக்காவையும் அடிமை நாடாக ஆண்டு வந்தார்கள். உலகின் கிழக்கிலும் மேற்கிலும் அவர்களுக்குக் காலனி நாடுகள் இருந்த காரணத்தால் 'சூரியனே எங்கள் பிரிட்டிஷ் பேரரசில் அஸ்தமிக்காது' என்று ஆதிக்கக் குரல் எழுப்பி வந்தார்கள்.

1652-இல் டச்சு கிழக்கிந்தியக் கம்பெனி தென்னாப்பிரிக்காவின் கேப்டவுனில் இறங்கியது. இதைத் தொடர்ந்து சில ஐரோப்பிய நாடுகளைச் சேர்ந்த வெள்ளையர்கள் தென்னாப்பிரிக்காவில் குடியேறினர். இவர்கள் தங்களைப் 'பூவர்கள்' என்று அழைத்துக் கொண்டனர். பூவர்கள் (Boers) என்றால் உழவர்கள் என்று பொருள். இவர்கள் நாளடைவில் தெ.ஆ.வின் உட்புறம் சென்று அங்குப் பல நூற்றாண்டுகளாக வாழ்ந்து வந்த சூலு, கோசா, கோய்-கோய் போன்ற பல்வேறு பழங்குடி மக்களைத் தாக்கிப் போரில் அவர்களை வெற்றி கொண்டனர். கறுப்பர்களை அடிமைகளாக நடத்தினர்.

1817 இல் பாரிஸ் ஒப்பந்தத்தின்படி 'கேப் குடியிருப்பு' இங்கிலாந்துக்குக் கொடுக்கப்பட்டது. தென்னாப்பிரிக்கா ஆங்கிலேயரின் ஆளுகையில் வந்த பின் பல்வேறு இனங்களுக்கிடையே போரை உருவாக்கினார்கள். பூவர்கள் ஆங்கிலேயரிடமிருந்து தப்பி தெ.ஆ.வின் உட்புறம் சென்று குடியேறினார்கள். வரலாற்றில் இதற்குப் 'பூவர் பெரும் பயணம்' என்று பெயர். 1902 இல் இங்கிலாந்து பூவர்களுடன் அமைதி ஒப்பந்தம் செய்துகொண்டது. 1910 ஆம் ஆண்டு இங்கிலாந்து தென்னாப்பிரிக்காவிற்கு டொமினியன் தகுதி அளித்து அரசியல் சுதந்திரம் வழங்கியது. தென் ஆப்பிரிக்க ஒன்றியம் (Union of South Africa) உருவாயிற்று. ஆனால் அரசியல் அதிகாரம் முழுவதும் வெள்ளையர்களிடமே இருந்தது. கறுப்பர்களுக்கும் மற்ற இனத்தவர்களுக்கும் அதில் எவ்வித உரிமையும் இல்லை. 1961 இல் இங்கிலாந்து தெ.ஆ. மீது தனது ஆதிக்கத்தைத் துண்டித்துக்கொண்டு தென் ஆப்பிரிக்காவை ஒரு குடியரசு நாடாக அறிவித்தது. ஆனால் மண்ணின் மைந்தர்களான கறுப்பர்களுக்கு வாக்களிக்கும் உரிமை, ஆட்சி அதிகாரம் எதுவுமே இல்லை.

"ஆப்பிரிக்காவில் கறுப்பினக் குழந்தை கறுப்பர்களுக்கு மட்டும் ஒதுக்கப்பட்ட மருத்துவ மனையில் பிறக்கிறது. கறுப்பர்கள் மட்டும் வசிக்க அனுமதிக்கப்பட்ட இடத்தில் வாழ்கிறது. கறுப்பர்களுக்கு மட்டும் ஒதுக்கப்பட்ட பள்ளியில் படிக்கிறது. குழந்தை வளர்ந்து பெரியவன் ஆனவுடன் கறுப்பர்களுக்கு மட்டுமே என்று ஒதுக்கப்பட்ட வேலைகளில் ஈடுபடுகிறான். கறுப்பர்கள் மட்டுமே வாழ ஒதுக்கப்பட்ட நகரியத்தில் வாழ்கிறான். கறுப்பர்கள் மட்டுமே பயணம் செய்ய அனுமதிக்கப்பட்ட பேருந்திலோ அல்லது ரயிலிலோ வேலைக்குச் செல்கிறான். பகல், இரவு எந்த வேளையிலும் அவனது கடவுச் சீட்டை சோதனை செய்யும் காவலரிடம் காட்ட வேண்டும். இல்லையென்றால் கைது செய்யப்பட்டு சிறையில் அடைக்கப்படுகிறான். இனவெறிச் சட்டங்களால் கறுப்பரின் வாழ்வு பாலைவனமாக்கப்பட்டு அவனது வளர்ச்சி முடக்கப்பட்டு வாழ்வே அடங்கிப் போகிறது".

இந்திய மக்கள் தொகையில் நான்கில் ஒரு பங்காக உள்ள தலித் மக்கள் 20-ஆம் நூற்றாண்டின் முற்பகுதி வரை உயர்சாதிக்காரர்களால் எவ்வளவு கொடுமைக்கு உள்ளானார்களோ அதே கொடுமையை தெ.ஆ.வில் கறுப்பின மக்கள் சிறுபான்மை வெள்ளையரிடம் அனுபவித்தனர்.

அல்லற்பட்டு ஆற்றாது அழுத கண்ணீர்அன்றே

செல்வத்தைத் தேய்க்கும் படை

என்பது உலகப் பொதுமறை அன்றோ?

இந்திய மண்ணிலிருந்து ஆங்கிலேயரின் கொடுங்கோல் ஆட்சியை அகற்ற 1885-இல் இந்திய தேசிய காங்கிரஸ் தோன்றியதைப் போல் தென் ஆப்பிரிக்காவில் ஆங்கிலேயரின் கொடுங்கோல் ஆட்சியை அகற்ற ஆப்பிரிக்க தேசிய காங்கிரஸ் 1912 ஆம் ஆண்டு தோன்றியது. ஆறு ஆண்டுகள் கழித்து 1918 சூலை 18 ஆம் நாள் கறுப்பர் இன விடுதலை வீரர் நெல்சன் மண்டேலா பிறந்தார்.

மண்டேலா 1941 இல் கல்லூரியில் படிக்கும்போது வால்டர் சிசுலுவைச் சந்தித்து, ஆ.தே.கா.வின் அறிமுகத்தைப் பெறுகிறார். 1944 இல் ஆ.தே.கா.வின் 'இளைஞர் அணி' அமைக்கப்பட்டது. மண்டேலா அதன் நிருவாகக் குழு உறுப்பினர் ஆகிறார். இதிலிருந்து அவர் அரசியல் வாழ்க்கை மிக்க வேகம் பெறுகிறது. 1948 இல் ஆ.தே.கா.வின் பொதுச் செயலாளர் ஆகிறார். 1955 சூன் 25, 26 தேதிகளில் ஜோகன்னஸ்பர்க் நகரில் மண்டேலாவின் ஆலோசனையின் பேரில் தொடங்கப்பட்ட மக்கள் காங்கிரஸ் கவுன்சிலின் (Council of the Congress of people) மாநாடு நடைபெறுகிறது.

இம்மாநாட்டில் பல்வேறு இயக்கப் போராளிகள் 3000க்கு மேல் கலந்துகொண்டு வரலாற்று முக்கியத்துவம் வாய்ந்த தெ.ஆ. "விடுதலை சாசனத்தை" வெளியிடுகிறார்கள். அமெரிக்க ஐக்கிய நாடுகள் விடுதலை பெற்றவுடன் வெளியிடப்பட்ட 'விடுதலைப் பிரகடனம்' போன்ற வரலாற்றுச் சிறப்பையும் புகழையும் தெ.ஆ. விடுதலை சாசனம் பெற்றது.

1961 இல் மண்டேலா ஆட்சியை எதிர்த்து வன்முறைப் போராட்டம் நடத்த தேசத்தின் ஈட்டி (Spear of the Nation) என்ற அமைப்பை உருவாக்கி அந்த புரட்சிகர அமைப்புக்கு அவரே தலைவரானார்.

1964 சூன் 12 ஆம் நாள் மண்டேலா நாசவேலையில் ஈடுபட்டதாகக் குற்றம் சாட்டப்பட்டு அவருக்கு நீதிமன்றத்தால் ஆயுள் தண்டனை விதிக்கப்படுகிறது. தனது 46வது வயதில் ஆயுள் தண்டனைக் கைதியாக ரோபென் தீவிற்கு அனுப்பப்படுகிறார். 27 ஆண்டுகள் சிறைவாசம் அனுபவித்தார். சிறைவாசத்தில் மண்டேலா உடல் ரீதியாகவும், மன ரீதியாகவும் சொல்லொணாத கொடுமைகளுக்கு ஆளாக்கப்பட்டார். 1968 இல் அவரை ஈன்றெடுத்த தாயார் நோஸ்கெனி இயற்கை எய்தினார். 1969 இல் மண்டேலாவின் முதல் மகன் தெம்பி சாலை விபத்தில் மரணம் அடைந்தார். தாய்க்கும், தலைமகனுக்கும் நடைபெற்ற இறுதிச் சடங்குகளில் கலந்துகொள்ள அவருக்கு அனுமதி வழங்கப்படவில்லை. பிரிட்டோரியாவில் இருந்த மண்டேலாவின் துணைவியார் வின்னியின் வீட்டை எதிரிகள் குண்டு வைத்து தகர்த்தார்கள்.

சிறையில் மண்டேலாவுக்கும் மற்ற தோழர்களுக்கும் கடப்பாரையும் மண்வெட்டியும் கொடுத்து சுண்ணாம்புப் பாறைகளிலிருந்து சுண்ணாம்புக்கல் வெட்டி எடுக்கும் வேலை கொடுக்கப்பட்டது. அப்படிச் செய்யும்போது அவர்கள் கைகளில் கொப்புளம் ஏற்பட்டு இரத்தம் பொங்கி வரும். இந்தக் கொடுமையான வேலையைச் செய்து 13 ஆண்டுகளைக் கழித்தார்கள்!

1990 பிப்ரவரி 11 ஆம் நாள் தனது 72-வது வயதில் மண்டேலா சிறையிலிருந்து விடுதலை செய்யப்பட்டார்.

1994 ஏப்ரல் 27 ஆம் நாள் தென் ஆப்பிரிக்க வரலாற்றில் முதல் முறையாக இன, நிற வேற்றுமையற்று வயது வந்த அனைவரும் பொதுத் தேர்தலில் வாக்களித்தனர். மண்டேலாவின் தெ.ஆ. தேசிய காங்கிரசுக்கு 62.6 விழுக்காடு வாக்குகள் கிடைத்தது.

நாடாளுமன்றத்தில் 400-க்கு 252 இடங்கள் மண்டேலாவின் கட்சிக்கு கிடைத்தன.

1994 மே 10 ஆம் நாள் தெ.ஆ. வரலாற்றில் ஒரு பொன்னாள். முந்நூறு ஆண்டுகளாக பிறந்த சொந்த நாட்டில் அடிமைப்பட்டுக் கிடந்த கறுப்பின மக்களின் பிரதிநிதியாக மண்டேலா தெ.ஆ. குடியரசின் தலைவராகப் பதவி ஏற்ற நாள். உலகின் பல்வேறு நாடுகளின் தலைவர்கள் பதவி ஏற்பு விழாவில் கலந்துகொண்டு தங்கள் வாழ்த்துக்களைத் தெரிவிக்க பிரிட்டோரியாவின் யூனியன் கட்டிடத்தின் நடுவரங்கில் கூடினார்கள். மண்டேலா தன் பதவி ஏற்பு விழாவில் ஆற்றிய பேருரையின் இறுதி சொற்கள் வருமாறு:

“எங்களது இந்திய, வெள்ளைச் சகோதரர்கள் எவ்வகை ஐயப்பாடுமின்றி நம் தாய்நாட்டைப் புதுப்பிக்க உறுதி ஏற்க வேண்டும். நாம் வறுமையற்ற, வளமான அனைவரும் சமத்துவமாக வாழும் ஆப்பிரிக்காவை உருவாக்குவோம். வாருங்கள்”.

மண்டேலாவின் பேருரை உலகெங்குமுள்ள நாட்டுப்பற்று மிக்க குடிமக்கள் தங்கள் தாய்நாட்டை வளமிக்க நாடாக ஆக்க வழங்கப்பட்ட அறிவுரை ஆகும்.

இந்த நூலுக்குத் தமது பல்வேறு பணிகளுக்கிடையே சிறந்த மதிப்புரை வழங்கிய திராவிடர் கழகத்தின் தனிப் பெரும் தலைவரும், தந்தை பெரியாரின் ஒப்பற்ற தளபதியுமான **மானமிகு. கி. வீரமணி,** M.A., B.L. அவர்களுக்கு எனது ஆழ்ந்த நன்றியைத் தெரிவித்துக் கொள்கிறேன். செய்யாறு அறிஞர் அண்ணா அரசினர் கலைக் கல்லூரியின் வரலாற்றுத் துறைப் பேராசிரியர் திரு. T.G. **நாகராஜன்,** M.A., M.Phil., அவர்களுக்கு இந்நூலுக்கு அணிந்துரை வழங்கியதற்கு என் நன்றியைத் தெரிவித்துக்கொள்கிறேன்.

தமது பெயருக்கு ஏற்ப முற்போக்கு இலக்கியங்களை வெளியிட்டு தமிழ் மொழிக்குப் புகழ் மிக்க தொண்டு புரிந்துவரும் நியூ செஞ்சுரி புக் ஹவுஸ் நிறுவனத்தார் நெல்சன் **மண்டேலாவின் வாழ்க்கை வரலாற்று நூலை** வெளியிட முன்வந்தமைக்கு என் மனமார்ந்த நன்றியைத் தெரிவித்துக் கொள்கிறேன்.

செய்யாறு,
9.5.2005

அன்புடன்,
இர. செங்கல்வராயன்.

அருமை உடைத்து என்று அசாவாமை வேண்டும்
பெருமை முயற்சி தரும்.

– குறள் 611

இது செய்வதற்கு அருமையானது என்று சோர்வுறாமல் இருக்கவேண்டும்; அதைச் செய்வதற்குத் தக்க பெருமையை முயற்சி உண்டாக்கும்.

துன்பம் உறவரினும் செய்க துணிவு ஆற்றி
இன்பம் பயக்கும் வினை

– குறள் 669

முடிவில் இன்பம் கொடுக்கும் தொழிலைச் செய்யும்போது துன்பம் மிக வந்த போதிலும் துணிவு மேற்கொண்டு செய்து முடிக்க வேண்டும்.

எண்ணிய முடிதல் வேண்டும்
நல்லவே எண்ணல் வேண்டும்
திண்ணிய நெஞ்சம் வேண்டும்
தெளிந்த நல்லறிவு வேண்டும்.
எழுமின்! விழிமின்!
குறி சாரும் வரை
நில்லாது செல்மின்!

– சுவாமி விவேகானந்தர்

பொருளடக்கம்

	பக்கம்
1. மண்டேலா பிறப்பதற்கு முன் தென் ஆப்பிரிக்கா ***	1
2. மண்டேலாவின் பிறப்பும் தொடக்கக் கல்வியும் ***	5
3. கல்லூரிப் படிப்பு ***	11
4. மண்டேலா ஜோகன்னஸ்பர்க் நகரையடைதல் ***	15
5. வறுமையுடன் போராட்டம் ***	21
6. மண்டேலாவின் முதல் திருமணமும் அரசியலில் தீவிர பங்கும் ***	26
7. இனவெறிச் சட்டங்களை எதிர்த்துப் போராட்டம் ***	30
8. மலானின் இனவெறி ஆட்சி ***	36
9. கொடுங்கோலை எதிர்த்து சட்ட மறுப்புப் போர் ***	40
10. வழக்கறிஞராக மண்டேலா ***	43
11. மண்டேலா திட்டம் ***	46
12. விடுதலை சாசனம் ***	50
13. பிறந்த ஊரை நோக்கிப் பயணம் ***	57
14. தேசத்துரோக வழக்கு ***	60
15. ஏவலின் மணவிலக்கும் வின்னியுடன் 2-வது திருமணமும் ***	63
16. பெண்கள் போராட்டம் ***	67
17. தேசத் துரோக வழக்கு ***	70
18. கடவுச் சீட்டு எரிப்பு ***	73
19. அவசர நிலைப் பிரகடனம் ***	76
20. விடுதலைக்குப்பின் தலைமறைவு ***	80
21. தேசத்தின் ஈட்டி ***	84
22. மண்டேலாவின் ஆப்பிரிக்கப் பயணம் ***	90
23. தாயகத்தில் கைதும் நீதி விசாரணையும் ***	98

24. ரோபென் தீவுச் சிறை	***	108
25. ரிவோனியா வழக்கு விசாரணை	***	114
26. ரோபன் தீவுச் சிறைவாசம்	***	120
27. போல்ஸ்மூர் சிறை	***	130
28. மண்டேலா விடுதலை	***	144
29. வெளிநாட்டுப் பயணம்	***	150
30. அமைதிப் பேச்சுவார்த்தைகள்	***	155
31. வின்னியை மணமுறிவு செய்தல்	***	161
32. முதல் பொதுத் தேர்தல்	***	164
33. குடியரசுத் தலைவராகப் பதவி ஏற்பு	***	171

மண்டேலா பிறப்பதற்கு முன் தென் ஆப்பிரிக்கா

ஐரோப்பா கண்டத்தில் உள்ள சில வெள்ளையர் நாடுகள் தங்கள் அறிவியல் வளர்ச்சி, படைபலம், பொருளாதார வலிமையால் பதினெட்டு, பத்தொன்பதாம் நூற்றாண்டுகளில் ஆசிய, ஆப்பிரிக்க கண்டத்திலுள்ள பல நாடுகளை அடக்கி ஆண்டுவந்தனர் என்பது உலக வரலாற்றில் கறை படிந்த அத்தியாயம்.

டச்சு கிழக்கிந்திய நிறுவனம் 1652-ல் ஜான்வேன் ரைபெக் தலைமையில் தென் ஆப்பிரிக்காவின் கேப் டவுனில் வந்து இறங்கியது. ஆசியாவுக்குக் கடற்பயணம் செய்ய வேண்டி இருந்த டச்சு வணிகர்களின் வசதிக்காகவே 'நன்னம்பிக்கை முனை' எனப் பெயர் பெற்ற கேப் பகுதியில் வணிகக் கிடங்குகளும் அவற்றையொட்டி குடியேற்றங்களும் அமைத்தனர். கேப் டவுனை ஒரு தற்காலிகத் தங்குமிடமாக ஆக்கிக்கொண்டனர். நாளடைவில் சில பிரஞ்சுக்காரர்களும், ஜெர்மனியர்களும் கேப் பகுதிக்கு வந்து குடியேறினார்கள். தென் ஆப்பிரிக்காவில் குடியேறிய இந்த வெள்ளையர்கள் தங்களைப் 'பூவர்கள்' (Boers) என்று அழைத்துக்கொண்டனர்.

பூவர்கள் என்றால் நிலத்தில் உழுது பயிர் செய்யும் 'உழவர்கள்' என்று பொருள்.

பிறநாடுகளில் வணிகச்சந்தை பிடிப்பதில் பிரெஞ்சுக்காரர்களோடு கடும் போட்டியில் ஈடுபட்டிருந்த ஆங்கிலேயர்கள் ஆசியாவில் தங்கள் வணிக நலனைக் காத்துக்கொள்ளும் பொருட்டு 1795-ல் கேப்பில் அடி எடுத்து வைத்தார்கள். 1817-ல் பாரீஸ் ஒப்பந்தத்தின்படி நன்னம்பிக்கை முனை ஆங்கிலேயருக்குக் கொடுக்கப்பட்டது. பிரித்தாளும் சூழ்ச்சியில் வல்லவர்களான ஆங்கிலேயர்கள் தென் ஆப்பிரிக்காவின் பல்வேறு இன மக்களுக்கிடையே மோதல்களை உருவாக்கினார்கள். பொருளாதார வசதி படைத்த பூவர்கள் ஆங்கிலேயர்களிடமிருந்து தப்பிப் பல்வேறு குழுக்களாக மாட்டு வண்டிகளில் பயணம்செய்து நாட்டின் உட்புறம் சென்று குடியேறினார்கள். பூவர்களின் வரலாற்றில் இப்பயணம் 'பூவர் நெடும் பயணம்' என்று குறிப்பிடப்படுகிறது. இந்த நிகழ்ச்சியால் ஆப்பிரிக்கப் பழங்குடி மக்கள் தங்களைக் காத்துக்கொள்ள ஒரு புறம் பூவர்களை எதிர்த்தும், மறு புறம் வலிமை மிக்க ஆங்கிலேயரை எதிர்த்துப் போரிட வேண்டி இருந்தது.

நன்னம்பிக்கை முனையில் குடியேறிய டச்சுக்காரர்களால் புதிதாக ஒரு கலப்பினம் உருவானது. ஏற்கனவே அங்கு வாழ்ந்து வந்த "கோய்கோய்" போன்ற பழங்குடி மக்களுக்கும் டச்சுக்காரர்களுக்கும் இடையே ஏற்பட்ட பாலியல் உறவால் இனக்கலப்பு ஏற்பட்டது. அதே டச்சுக்காரர்களின் ஆதிக்கத்திலிருந்த இந்தோனேஷியா பிற நாடுகளிலிருந்தும் கொண்டுவரப்பட்ட இந்தோனேசியர், மலாயர் போன்ற இனத்தவர்களுடன் வெள்ளை இனத்தவர் இனக்கலப்பு ஏற்பட்டது. இவ்வாறு இனக்கலப்பின் மூலம் பிறந்த கலப்பினத்தவர் "நிறத்தவர்" (Coloured) எனப்பட்டனர்.

பத்தொன்பதாம் நூற்றாண்டு முடிவில் ஆங்கிலேயர் பல ஆக்கிரமிப்புப்போர் நடத்திப் புதிய பகுதிகளைத் தம் வசப்படுத்தினர். அந்நூற்றாண்டின் மத்தியில் தென் ஆப்பிரிக்காவின் நான்கு மாநிலங்களில் கேப், நேட்டால் ஆகிய இரண்டும் ஆங்கிலேயர் ஆதிக்கத்தில் இருந்தன. டிரான்ஸ்வால்,

ஆரஞ்சு பிரீஸ்டேட் இரண்டும் பூவர் குடியரசுகளாக இருந்தன. பத்தொன்பதாம் நூற்றாண்டு இறுதியில் 1899-ல் இவற்றைக் கைப்பற்ற ஆங்கிலேயர் தொடுத்த போர் "பூவர் போர்" என்று அழைக்கப்படுகிறது. மூன்றாண்டு காலக் கடும்போருக்குப் பின் 1902 மே 31-ல் அமைதி ஒப்பந்தம் ஏற்பட்டது. ஆப்பிரிக்க மக்களின் மண்ணையும் சுதந்திரத்தையும் விலையாகக்கொடுத்து ஆங்கில ஏகாதிபத்தியம் பூவர்களோடு உடன்பாடு கண்டது.

இரு இனத்தாருக்கும் இடையே ஏற்பட்ட ஒப்பந்தம் வலுப்பெறும் வகையில் 1910-ல் தென் ஆப்பிரிக்க ஒன்றியம் (Union of South Africa) உருவாயிற்று. இங்கிலாந்து பாராளுமன்றம் தென் ஆப்பிரிக்க ஒன்றியச் சட்டத்தை நிறைவேற்றியது. இதன்மூலம் தென் ஆப்பிரிக்கா "குடியேற்ற நாட்டு அந்தஸ்து" (Dominion Status) பெற்றது. பாராளுமன்ற ஆட்சி முறை ஏற்பட்டாலும் வெள்ளையர் மட்டுமே நாடாளுமன்ற உறுப்பினர் ஆக முடியும். கேப் மாநிலம் தவிர மற்ற மூன்று மாநிலங்களில் வெள்ளையருக்கு மட்டுமே வாக்குரிமை உண்டு. கேப் மாநிலத்திலும் வெள்ளையர் அல்லாதாரில் 'தகுதி பெற்ற' மிகச் சிலருக்கே வாக்குரிமை உண்டு. ஆனால் நான்கு மாநிலங்களிலும் வெள்ளையர் மட்டுமே தேர்தலில் போட்டியிட்டு நாடாளுமன்ற உறுப்பினர் ஆக முடியும். கறுப்பர், ஆசியர், பூவர்கள் ஆகியோருக்கு ஆட்சி அதிகாரத்தில் எவ்வகை உரிமையும் இல்லை.

வந்தேறிய வெள்ளையர் ஆள்பவராகவும் சொந்த நாட்டுக் கறுப்பர் அடிமைகளாகவும் ஆக்கப்பட்டனர். இந்த அநீதியைப் போக்கவும், கறுப்பின மக்கள் விடுதலை பெறவும் வரலாற்றின் கட்டாயமாக 1912 ஜனவரி 8ஆம் நாள் ஆப்பிரிக்க தேசிய காங்கிரஸ் (African National Congress) தோன்றியது.

நேட்டாலில் குடியேறிய வெள்ளையர்கள் அங்குக் கரும்பு, தேயிலை போன்ற பணப்பயிர் செய்ய முடியும் எனக் கண்டார்கள். இதற்கு 1860-ல் தங்களின் காலனி நாடான இந்தியாவிலிருந்து விவசாயத் தொழிலாளர்களை இறக்குமதி செய்தார்கள். இவர்களைப் பின்தொடர்ந்து இந்திய

வணிகர்களும் நேட்டால் வந்தார்கள். கறுப்பர்களைப்போல் இந்தியர்களும் நிறவேற்றுமைக் கொடுமைக்கு ஆளானார்கள்.

1893-ல் மோகன்தாஸ் கரம்சந்த் காந்தி தன் 24-வது வயதில் ஓர் இந்திய வணிகரின் வழக்கை முன்னிட்டு வழக்குரைஞர் என்ற முறையில் தென் ஆப்பிரிக்கா வந்து சேர்ந்தார். இந்தியர்கள் வெள்ளையர்களிடம் அனுபவித்து வந்த கொடுமைகளை அவரும் சேர்ந்து அனுபவித்தார். ஒரு முறை பிரிட்டோரியாவில் பிரசிடெண்டு தெருவழியாக காந்தி நடந்து செல்லும்போது குடியரசுத் தலைவரின் இல்லத்தில் காவலுக்கு நின்றிருந்த காவலர் முன் எச்சரிக்கை எதுவும் செய்யாமல் காந்தியை நடைபாதையில் இருந்து உதைத்து தெருவில் தள்ளிவிட்டார். 1894 மே மாதத்தில் காந்தியின் முயற்சியால் "நேட்டால் இந்தியக் காங்கிரஸ்" அமைக்கப்பட்டது. இந்தியர்களுக்கு எதிரான சட்டங்களை எதிர்த்து காந்தியின் தலைமையில் அறப்போர் நடத்தினார்கள். அரசின் தடையை மீறி நேட்டாலிலிருந்து டிரான்வாலுக்குள் நீண்ட பயணம் மேற்கொண்டார்கள். 1914 சூலை 18ஆம் நாள் காந்தி தென் ஆப்பிரிக்காவை விட்டு இந்தியா திரும்பினார்.

1914-ல் ஜெர்மனியின் பேரரசர் கெய்சர் நாடு பிடிக்கும் பேராசையால் முதல் உலகப் போரைத் தொடங்கினான். போரின் இறுதி கட்டத்தில் 1917 நவம்பரில் ரஷியாவில் லெனின் தலைமையில் தொழிலாளி வர்க்கப்புரட்சி ஏற்பட்டது. ரஷியாவில் தனிவுடைமை அழிக்கப்பட்டுப் பொதுவுடைமைச் சமுதாயம் மலர்ந்தது. ரஷியப் பொதுவுடைமைப் புரட்சி உலகம் முழுதும் உள்ள விடுதலை இயக்கங்களுக்கு ஊக்கமும் ஆக்கமும் கொடுத்தது.

1918-ல் கெய்சரின் ஜெர்மனி நேச நாடுகளிடம் சரணடைந்தது. உலகப் போர் முடிவுக்கு வந்தது. எதிர்காலத்தில் போர்களைத் தடுக்கும் உயரிய இலட்சியத்துடன் சர்வதேசச் சங்கம் அமைக்கப்பட்டது.

மண்டேலாவின் பிறப்பும் தொடக்கக் கல்வியும்

பதினெட்டாம் நூற்றாண்டில் தென் ஆப்பிரிக்காவின் ஒரு பகுதியான டிரான்ஸ்கெய் மாநிலத்தை 'மடிபா' என்ற பெயருடைய தெம்பு இன அரசர் ஆண்டு வந்தார். மண்டேலாவின் மூதாதையர் மடிபாவின் வம்சாவளியினர். டிரான்ஸ்கெய் நிலவளம், நீர்வளம், வனவளம் மிக்க செழிப்பான பூமியாகும். டிரான்ஸ்கெய் மாநிலத்தில் உம்டாட்டா மாவட்டத்தில் இம்வேசா எனும் சிற்றூரில் கோசா எனும் பழங்குடி இனத்தை சார்ந்த நெல்சன் மண்டேலா 1918ஆம் ஆண்டு சூலை 18ஆம் நாள் பிறந்தார். மண்டேலாவின் தந்தை பெயர் காட்லா ஹென்றி இம்பாக்கனிய்வா. தாயார் பெயர் ரோஸ்கெனி.ஃபென்னி.

காட்லா ஹென்றிக்கு தெம்பு அரச குடும்ப வழக்கப்படி நான்கு மனைவியர் இருந்தனர். அந்த நான்கு மனைவிகளும் மேன்மைமிகு மனைவி, வலக்கை மனைவி, இடக்கை மனைவி, பணி செய் மனைவி என்று அழைக்கப்பட்டனர். மண்டேலா இடது கை மனைவிக்கு முதல் மகனாகப் பிறந்தவர். காட்லாவிற்கு மொத்தம் பதின்மூன்று குழந்தைகள். இவர்களில் நால்வர் ஆண்கள்; ஒன்பதின்மர் பெண்கள்.

காட்லா ஒவ்வொரு மனைவிக்கும் ஒரு சிற்றூர் அளித்து வெவ்வேறு இடங்களில் பல கிலோ மீட்டர் இடைவெளியில் குடியமர்த்தியிருந்தார். வாரத்திற்கு ஒரு மனைவியின் வீட்டுக்கு என காட்லா சுழற்சி முறையில் வந்து தங்குவார். மனைவிதான் குடும்பத் தலைவி. ஒவ்வொரு மனைவிக்கும் சில குடிசைகள், கால் நடைகள், சிறிது நிலம் இருந்தன. நிலத்தில் பயிர் செய்வது, குழந்தைகளை வளர்ப்பது ஆகிய கடமைகளைப் பெண்களே செய்துவந்தனர். ஒரு ஆடவர் மூன்று நான்கு மனைவிகளை மணந்துகொள்வது தற்போது மறைந்து வருகிறது.

டிரான்ஸ்கெய் ஒரு மாநிலம் என்று அழைக்கப்பட்டாலும் அதன் நிலப்பரப்பு தமிழகத்தின் ஒன்று அல்லது இரண்டு மாவட்டங்களின் அளவுதான் இருக்கும். இதைப் பல நூறு ஆண்டுகளாகத் தெம்பு அரச பரம்பரையினர் ஆண்டு வந்தனர். காட்லா தெம்பு மன்னரின் உறவினர். தெம்பு மன்னர் காட்லாவை இம்வேசா கிராமத்தின் தலைவராக நியமித்திருந்தார். இந்த நியமனத்தை வெள்ளை ஆட்சியரும் அங்கீகரிக்க வேண்டும். ஆட்சியரும் இந்த நியமனத்தை அங்கீகரித்தார். இந்தப் பதவியால் காட்லாவுக்கு கொஞ்சம் நிலமும், உள்ளூர் மக்கள் செலுத்தும் வரியில் ஒரு சிறு பகுதியும் கிடைத்தது.

மண்டேலாவுக்கு அவர் தந்தை வைத்த பெயர் 'ரோலிலாலா' என்பதாகும். 'தொல்லை தருபவர்' என்று பொருள். நன்கு சிந்தித்துதான் என் தந்தையார் இப்பெயரை எனக்குச் சூட்டியிருக்கிறார் என்று மண்டேலா நகைச்சுவையோடு கூறுவார். எதிர் காலத்தில் வெள்ளைய அரசுக்கு அவர் தொல்லை தருபவராகவே விளங்கினார். மண்டேலா என்பது அவர் பாட்டனார் பெயர். உலகின் பல நாடுகளில் தமிழகம் உட்பட பாட்டனார் பெயரைப் பேரனுக்குச் சூட்டுவது மரபு. இதன்படி ரோலிலாலா மண்டேலா என்று அழைக்கப்பட்டார். மண்டேலாவை தொடக்கப் பள்ளியில் சேர்த்த போது, பள்ளியின் ஆங்கிலேய ஆசிரியை அப்பள்ளியில் படிக்க வரும் ஆப்பிரிக்கக் குழந்தைகளுக்கு ஆங்கிலப் பெயர் வைப்பது போல் நெல்சன் என்று அவருக்குப் பெயர் சூட்டினார். நெல்சன் என்பது இங்கிலாந்தின் புகழ் மிக்க கடற்படைத் தளபதியின் பெயர்.

பிற்காலத்தில் நெல்சன் மண்டேலா என்ற பெயரே அவருக்கு நிலைத்துவிட்டது.

காட்லா ஹென்றி கட்டுறுதியான உடலும், உள்ள வலிமையும் படைத்தவர். எழுதப் படிக்கத் தெரியாவிட்டாலும் பேச்சாற்றல் மிக்கவர். சோசா இன வரலாற்றை நன்கறிந்தவர். தெம்பு அரச குடும்பத்தின் பிரதம ஆலோசகராகப் பணியாற்றினார். 1920 - ல் தெம்பு மன்னர் ஜோங்கிலிஸ்வி இயற்கை எய்திய போது அவரின் நேரடி வாரிசான மகன் சபாட்டா சிறுவனாக இருந்தான். அதனால் சிறுவன் அரச பதவியை ஏற்க முடியாத நிலை ஏற்பட்டது. இந்தச் சூழ்நிலையில் அரச குடும்பத்தைச் சேர்ந்தவரும், கல்வி அறிவு பெற்றவருமான ஜோங்கிந்தர்பாவை மன்னராக்கலாம் என்று காட்லா அறிவுரை வழங்கினார். அவருக்கே இன மக்களின் ஒப்புதலுடன் மணி முடியும் சூட்டினார் காட்லா. இதற்கு ஆங்கில அரசும் அங்கீகாரம் தந்தது. பிற்காலத்தில் காட்லா இறந்த பின் மண்டேலாவை மன்னர் தன் வளர்ப்பு மகனாக ஏற்றுத் தன் நன்றியைத் திருப்பிச் செலுத்தினார்.

கிராமத் தலைவர் என்ற பதவியில் தெம்பு மன்னருக்கும், ஆங்கில நீதிபதிக்கும் கட்டுப்பட்டவர் மண்டேலாவின் தந்தை. ஒரு நாள் ஒரு விவசாயி தன் காளைமாடு காணாமல் போனதாக நீதிபதியிடம் புகார் கொடுத்தார். நீதிபதி வழக்கை விசாரிக்க காட்லாவை தன் முன் ஆஜராகும்படி ஆணையிட்டார். காட்லா "இந்த வழக்கை நானே விசாரிக்க வேண்டியவன். நான் நீதிபதி முன் ஆஜராகமாட்டேன்" என்று பதில் அனுப்பினார். நீதிபதி காட்லாவை கிராமத் தலைவர் பதவியிலிருந்து நீக்கிவிட்டார். இதனால் பட்டம், பதவி மட்டுமின்றி நிலம், கால்நடைகள், வரி வருமானம் ஆகிய அனைத்தும் காட்லா இழந்துவிட்டார். தன்மானமே பெரிதென எண்ணிய காட்லா இதனால் உறுதி குலையவில்லை. பதவி பறிக்கப்பட்ட பின் இம்வேசா கிராமத்தை விட்டு அங்கிருந்து சில கிலோ மீட்டர் தொலைவில் உள்ள 'குனு' என்று அழைக்கப்படும் சிற்றூருக்கு காட்லா குடி பெயர்ந்தார். மண்டேலாவுக்கு ஒன்பது வயது ஆனபோது மண்டேலாவின் தந்தை காச நோயால் பாதிக்கப்பட்டு இயற்கை எய்தினார்.

தந்தையின் மரணம் சிறுவன் மண்டேலாவின் வாழ்க்கைப் பாதையில் ஒரு திருப்பு முனையை ஏற்படுத்தியது. ஒரு நாள் மண்டேலாவின் தாயார் 'நாம் குனு கிராமத்திலிருந்து வேறொரு ஊருக்குப் போகிறோம். நீ தயாராய் இரு' என்று சொன்னார். தன் தாயின் கரத்தைப் பற்றிக் கொண்டு, தந்தையை இழந்த துயர நினைவுகளுடன் கொளுத்தும் வெயிலில் கல்லும் முள்ளும் நிறைந்த பாதையில் சிறுவன் மண்டேலா நடந்தான். கையில் கொண்டு வந்திருந்த உணவை இருவரும் ஒரு மரத்தடியில் அமர்ந்து உண்டனர். மீண்டும் பயணம். ஒரு நாள் முழுவதும் நடந்து பல சிற்றூர்களைக் கடந்து மண்டேலா களைத்துப் போன சமயம் மாலை நேரத்தில் தெம்பு நாட்டின் தலைநகரான மெக்கெஸ்வெனி வந்துசேர்ந்தனர்.

தெம்புவின் அரசப் பிரதிநிதியாக ஆண்டு வந்த ஜோங்கிந்தர்பாவின் அரண்மனைக்குள் நுழைந்தார்கள். தன் கணவர் இறந்து போன துயரச் செய்தியை மண்டேலாவின் தாயார் ஜோங்கிந்தர்பாவிடம் தெரிவித்தார். இதைக் கேட்டு அரசப் பிரதிநிதி துயரத்தில் ஆழ்ந்தார். தன்னை அரசப் பிரதிநிதியாக்கிய காட்லாவுக்கு தான் மிக்க நன்றிக்கடன் பட்டிருப்பதாகத் தெரிவித்தார்.

தந்தையை இழந்த சிறுவனுக்குத் தானே வளர்ப்புத் தந்தையாக இருந்து பராமரிப்பேன் என்று நெஞ்சு நெகிழ உறுதி கூறினார். தன் ஒரே மகனை அரண்மனையில் விட்டுப்பிரிகின்ற நேரத்தில் தாய்க்கு ஆழ்ந்த துயரம் இருந்தபோதும் அதை வெளிப்படுத்தாமல் சிறுவனைக் கட்டிப்பிடித்துக் கண்ணீர் விடவில்லை. 'போய் வருகிறேன்' என்று மட்டும் மகனிடம் கூறிவிட்டு பிரியா விடை பெற்று 'குனு'வுக்கே மீண்டும் தனியே திரும்பி விட்டார். குடிசையிலிருந்து அரண்மனைக்கு வந்த மண்டேலா விரைவில் தன்னைப் புதிய சூழ்நிலைக்குத் தயார்ப்படுத்திக்கொண்டார்.

அரண்மனைக்கு அடுத்த கட்டடத்திலேயே பாடசாலை இருந்தது. இப்பள்ளியில்தான் மன்னரின் மகன் ஜஸ்டிஸ், மகள் ரொமாஃபு ஆகிய இருவருடன் இணைந்து மண்டேலா

படிக்கத் தொடங்கினார். மண்டேலா கல்வியில் ஆழ்ந்த அக்கறை காட்டினார். ஆங்கிலம், கோசா மொழி, வரலாறு, புவியியல் ஆகியவை கற்பிக்கப்பட்டன.

மண்டேலாவுக்கு ஏட்டுக் கல்வியுடன் இன்னொரு பயிற்சியும் கிட்டியது. தெம்பு அரண்மனையில் பழங்குடி இனப் பெரியவர்கள் அவ்வப்போது கூடி பொதுப் பிரச்சினைகளைப் பற்றி விவாதிப்பது மரபு. விவாதங்கள் ஒரு சிறிய சட்ட மன்ற விவாதங்கள் போலவே நடைபெறும்.

மன்னர் ஜோங்கிந்தர்பா முதல் மனிதராக இருந்தாலும் அவரையும் விமர்சித்துப் பேசுவார்கள். மன்னர் குற்றச்சாட்டுகளைப் பொறுமையுடன் கேட்பார். அனைவரும் பேசி முடித்த பின் மன்னர் பதில் உரைப்பார். பெரும்பாலும் ஒருமித்த கருத்தை உருவாக்க முயல்வார். சிறுபான்மையினரின் எண்ணங்களையும் உணர்வுகளையும் பெரும்பான்மையோர் மதித்து நடக்க வேண்டும் என்பார். இந்தக் கூட்ட நடவடிக்கைகளைக் கவனித்ததன் மூலம் மண்டேலா சில உயரிய ஜனநாயகக் கோட்பாடுகளை அறிந்துகொண்டார். மாற்றாரின் கருத்துக்கு மதிப்பளித்தல், சிறுபான்மையோரையும் அரவணைத்துச் செல்லல் ஆகிய பண்புகள் பிற்காலத்தில் அரசியல் கட்சியைத் தலைமை தாங்கி வழி நடத்திச்செல்லத் தனக்குப் பேருதவியாக இருந்ததாக மண்டேலா குறிப்பிடுகிறார்.

நுகுபெங்குகா எனும் புகழ் மிக்க மன்னரின் பரம்பரையில் வந்த சுவேலிபாங்கிலே ஜோயி என்பவர் தெம்பு மன்னரிடம் வந்து அவ்வப்போது உரையாடுவார். ஜோயி சோசா இன வரலாற்றை மட்டுமின்றிப் பல்வேறு பழங்குடி மக்களின் வீர வரலாற்றையும் மன்னரிடம் உணர்ச்சி ததும்பப் பேசுவார். 1662-ல் வெள்ளையர்கள் கேப் முனையில் வந்து இறங்கிய பின்னர்தான் நமக்கு இழிவும் அழிவும் வந்தன என்று கேட்போருக்கு உணர்ச்சி பொங்க விவரிப்பார். ஆப்பிரிக்காவில் வாழ்ந்த பல்வேறு இன மக்களும் ஒரே தாய்நாட்டின் மக்களைப் போலவே ஒற்றுமையாக வாழ்ந்தனர். பிரித்தாளும் சூழ்ச்சியில் வல்லவரான வெள்ளையர்கள்தான்

நம்மைப் பிளவுபடுத்தி மோதவிட்டார்கள் என்று கூறி நாட்டுப்பற்றைத் தூண்டினார். பெரியவர் ஜோயியின் இதைப் போன்ற போராட்டக் கதைகள் மண்டேலாவின் பார்வையைச் சோசா இனம் என்ற குறுகிய வட்டத்திலிருந்து விடுவித்து ஆப்பிரிக்கா என்ற பரந்த தேசப்பற்றை ஊட்டியது.

சோசா இன மக்களிடம் நெடுங்காலமாக ஒரு வழக்கம் இருந்து வருகிறது. ஆண் பிள்ளைகள் ஒரு குறிப்பிட்ட வயது வந்தவுடன் அவர்களின் ஆண் குறிக்கு முன்னால் உள்ள மெல்லிய தோலை வெட்டி விடுகிற சடங்கு நடைபெறும். இதைப் போன்ற சடங்கு மண்டேலாவிற்கும் நடந்தேறியது.

கல்லூரிப் படிப்பு

முகேஸ்வேனியில் இருந்த தொடக்கப்பள்ளியில் மூன்றாண்டுகளில் கற்க வேண்டிய பாடங்களை இரண்டே ஆண்டுகளில் மண்டேலா முடித்துவிட்டார். ஐந்தாம் வகுப்பில் தேர்ச்சி பெற்ற பிறகு கிளார்க் பெரி பள்ளியில் மண்டேலா சேர்க்கப்பட்டார். 1825-ல் இப்பள்ளியைக் கட்ட தெம்பு மன்னர் நுகுபெங்குகா நிலத்தை நன்கொடையாக வழங்கினார். பள்ளியின் முதல்வராக பாதிரியார் ஹாரிஸ் இருந்தார். பாதிரியார் வெள்ளையராக இருந்தாலும் தெம்பு இன மக்களின் முன்னேற்றத்திற்காகப் பாடுபட்டதால் அவர் 'தெம்பு வெள்ளையர்' என்றுபாராட்டப்பட்டார். மன்னர் ஜோங்கிந்தாபா மண்டேலாவை பாதிரியாருக்கு அறிமுகம் செய்துவைத்தார். பாதிரியார் கைகுலுக்கினார். ஒரு வெள்ளையர் என் கையைப் பிடித்துக் குலுக்கியது இதுதான் முதல் தடவை என்று பெருமைப்பட்டார் மண்டேலா.

கிளார்க் பெரி பள்ளி பெரிய மாடிக் கட்டடம்; ஆய்வுக் கூடம், நூலகம், தோட்டம் சிறப்பாக அமைந்து இருந்தன. பள்ளிக்குச் சென்ற முதல் நாளன்று மண்டேலா முதன் முதலாகக் காலுக்கு ஷூ அணிந்து சென்றார். மாடிப்படி ஏறுவதற்குள் பலமுறை தடுமாறி

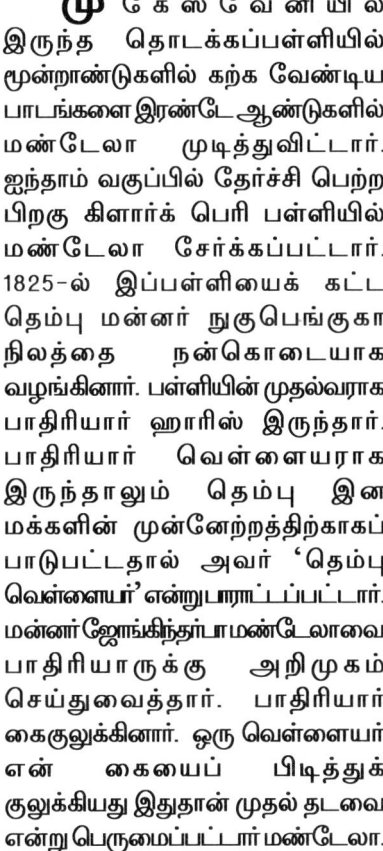

வழுக்கி விழுந்தார். இந்தப் பள்ளியில் ஜெர்ட்ரூட் நித்லாபதி என்ற ஆசிரியை இருந்தார். இவர்தான் பி.ஏ. பட்டம் பெற்ற முதல் ஆப்பிரிக்கக் கறுப்பினப் பெண்மணி. பாதிரியார் ஹாரிஸ் பாடசாலையை மிக்க கட்டுப்பாட்டுடன் நிர்வகித்து வந்தார். ஏட்டுக் கல்வியைப் போல் மாணவர்களின் உடலுழைப்புக்கும் பள்ளி அக்கறை செலுத்தியது. மாலையில் மாணவர்கள் ஏதாவது உடலுழைப்பில் ஈடுபட வேண்டும். மண்டேலா மாலை வேளைகளில் பாதிரியாரின் தோட்டத்தில் வேலை செய்துவந்தார். இந்த உடலுழைப்பு வாழ்நாளில் தோட்டம் அமைத்தல், காய்கறி பயிரிடுதல் ஆகியவற்றில் அவரைத் தீவிர ஈடுபாடு கொள்ளச் செய்தது. இப்பள்ளியில் தெம்பு நாட்டுக்கும் தொலை தூரத்திற்கு அப்பாலும் இருந்து கல்வி பயில வந்த மாணவர்களைச் சந்தித்தது மண்டேலாவுக்கும் பரந்த தேசப்பற்றை ஏற்படுத்தியது. அவருடைய தொடக்கக் கல்வி கிளார்க்பெரி பள்ளியில் முடிந்தது.

1937-ஆம் ஆண்டு மண்டேலா தனது 19ஆம் வயதில் பியூபோர்ட் கோட்டை என்ற ஊரில் உள்ள புகழ் மிக்க ஹீல்டு டவுன் பள்ளியில் சேர்ந்தார். இந்த ஊர் உம்டாட்டாவிலிருந்து 280 கி.மீட்டர் தொலைவில் உள்ளது. இப்பள்ளி மெத்தாடிஸ்ட் கிறிஸ்தவ நிர்வாகத்தால் நடத்தப்பட்டது. இங்கு ஆங்கிலக் கல்வி முறை அடிப்படையில் கல்வி கற்பிக்கப்பட்டது.

ஹீல்டு டவுன் பள்ளியின் முதல்வர் மற்றும் மேலாளராக இருந்தவர் டாக்டர் ஆர்தர் வெல்லிங்டன். வாட்டர்லூ போர்க்களத்தில் சர்வாதிகாரி நெப்போலியனைத் தோற்கடித்து இங்கிலாந்திற்குப் புகழ் சேர்த்த வெல்லிங்டன் பிரபுவின் பரம்பரையில் வந்தவன் என்று தன்னைப் பற்றிப் பெருமையாகப் பேசிக்கொள்வார் முதல்வர். ஹீல்டு டவுன் போன்ற பள்ளிகளில் மேற்படிப்பு படித்த ஆப்பிரிக்க இனத்தவர் "கறுப்பு ஆங்கிலேயர்" என்று பெருமையாக அழைக்கப்பட்டனர். "சிறந்த மனிதர்கள் எல்லாம் ஆங்கில மனிதர்கள் என்று எங்களுக்குச் சொல்லித் தரப்பட்டது" என்று மண்டேலா குறிப்பிடுகிறார்.

இதே பள்ளியில் சோதோ இனப் பிரிவைச் சேர்ந்த மோகிடிமி என்பவர் விடுதிக் காப்பாளராக இருந்தார். இவர் முதல்வருக்குச் சமமாகத் தன்மானத்தோடு நடந்துகொள்வார். விடுதி

மாணவர்களுக்குப் பல்வேறு பொறுப்புகள் தரப்பட்டன. இரவில் விடுதி மாணவர்களின் ஒழுக்கத்தைக் கண்காணிக்கிற பொறுப்பு மண்டேலாவுக்குத் தரப்பட்டது.

பள்ளியின் ஆண்டு இறுதியில் சிறப்பான கூட்டம் நடை பெற்றது. புகழ் மிக்க ஆப்பிரிக்கக் கவிஞர் முக்கோயி என்பவர் மாணவர்களிடையே நாட்டுப்பற்றைத் தூண்டிவிடும் உணர்ச்சி மிக்க சொற்பொழிவு ஆற்றினார். வெள்ளையரிடம் கறுப்பர் அடிமையாக இருக்கும் அவலத்தைப் பற்றித் துணிச்சலுடன் பேசினார். ஆப்பிரிக்கர்கள் அடிமை விலங்கொடித்து விடுதலை பெற வேண்டும் என்ற உரிமை வேட்கை மண்டேலாவின் உள்ளத்தில் ஆழப்பதிந்தது. ஹீல்டு டவுனில் மூன்று ஆண்டுகள் மண்டேலா சிறப்பாகப் படித்துத் தேறினார். மேற்படிப்புக்கு ஹரே கோட்டைக்குச் சென்றார். ஆனால் அவர் நண்பர் ஜஸ்டிஸ் கல்வியில் போதிய கவனம் செலுத்தாததால் ஹீல்டு டவுனில் தங்கிவிட்டார்.

ஹரே கோட்டை சோசா இன மன்னர்கள் ஆண்டு வந்த கோட்டை. வெள்ளையர்களுடன் 1600 முதல் சுதேசி மன்னர்கள் பல போர் புரிந்துள்ளனர். 1800-ல் நடந்த இறுதிப் போரில் சோசா மன்னர்களை வென்று வெள்ளையர் கோட்டையைக் கைப்பற்றினர். ஹரே கல்லூரி ஸ்காட்லாந்துப் பாதிரியார்களால் நடத்தப்பட்டு வந்த புகழ் மிக்க கல்லூரி. 1960 வரை கறுப்பர்கள் உயர்கல்வி பயிலக்கூடிய ஒரே நிறுவனம் ஹரே கோட்டைப் பல்கலைக் கழகக் கல்லூரி மட்டும் தான். இதில் 150 மாணவர்கள் மட்டும் கல்வி பயின்று வந்தனர். இத்தகு பெருமை பெற்ற கல்லூரியில் மன்னர், மண்டேலாவைச் சேர்த்து உயர்கல்வி கற்க வைத்தார். கல்லூரியின் நிறுவனராகவும் முதல்வராகவும் இருந்தவர் டாக்டர் கெர் என்பவர். கல்லூரியில் பேராசிரியராக இருந்த ஜபாவு என்பவர் ஆப்பிரிக்கர். லண்டன் ஆக்ஸ்போர்டு பல்கலைக்கழகத்தில் முனைவர் பட்டம் பெற்ற முதல் ஆப்பிரிக்கர்.

ஹரே கல்லூரியில் சேர்ந்தபோது மண்டேலாவுக்கு வயது 21. இக்கல்லூரியில் முதன் முதலாக மண்டேலா கோட்டு அணிந்துகொண்டார். முதலாண்டு பட்டப் படிப்பில் ஆங்கில இலக்கியம், அரசியல், உள்ளாட்சி நிர்வாகம், மனிதவியல் முதலிய பாடங்களைப் படித்தார். உள்ளாட்சி நிர்வாகத்தில்

ஆப்பிரிக்கர்கள் பற்றிய சட்டங்களை ஆழ்ந்து படித்தார். ஏட்டுக் கல்வியுடன் விளையாட்டுத் துறையிலும் ஈடுபட்டார். கால்பந்து, நீண்ட தூர ஓட்டம், குத்துச்சண்டை ஆகியவற்றில் தன் திறமையை வெளிப்படுத்தினார். இக்கல்லூரியில் படிக்கும் போதுதான் பல் தேய்க்க பல் பசையையும், குளிப்பதற்குச் சோப்பையும் மண்டேலா முதன் முதலில் பயன்படுத்தினார். இங்குப் பயிலும்போது தன் உறவுக்கார மாணவர் மிக்கன் டிக்கானே என்பவருடன் பழகும் வாய்ப்பு ஏற்பட்டது. கல்லூரி நாடகக் குழுவில் அவருடன் இணைந்து உலகப் புகழ் பெற்ற அமெரிக்கக் குடியரசுத் தலைவர் அடிமைத்தனத்தை ஒழித்தவர் ‘ஆப்ரகாம் லிங்கன்’ பற்றிய நாடகத்தில் நடித்தார். டிக்கானே லிங்கனாகவும் லிங்கனைச் சுட்டுக் கொன்ற வில்கிஸ் பூத்தாக மண்டேலாவும் நடித்தனர். மனித இனத்திற்கு நன்மை செய்யும் நல்லோர் தங்கள் இன்னுயிரையும் தியாகம் செய்ய நேரிடும் என்ற உன்னத பாடத்தை மண்டேலா அறிந்து கொண்டார். மாணவர் கிறிஸ்தவ சங்கத்தில் சேர்ந்து ஞாயிறு மாலை வேளைகளில் கிராமங்களுக்குச் சென்று கிறிஸ்தவர்களின் புனித நூலான பைபிளில் வகுப்புகள் நடத்தினார். இத்தருணத்தில் எதிர்காலத்தில் அவருக்குச் சிறந்த நண்பராக விளங்கிய ஆலிவர் டாம்போவைச் சந்தித்தார்.

மாணவர் விடுதியைக் கவனித்துக்கொள்ளும் பிரதிநிதிகள் சபைக்கு ஆறு உறுப்பினர்களில் மண்டேலா ஒருவராகத் தேர்ந்தெடுக்கப்பட்டார். மாணவர்களுக்கு அளிக்கப்படும் உணவின் தரம் சரி இல்லை என்று கூறி மாணவப் பிரதிநிதிகள் அனைவரும் பதவி விலகினர். பதவி விலகலைத் திரும்பப் பெறுமாறு முதல்வர் கெர் அறிவுரை கூறினார். மண்டேலா பதவி விலகலில் உறுதியாக நின்றார். அடுத்த ஆண்டு நீ கல்லூரிக்கு வர வேண்டாம் என்று கூறி முதல்வர் மண்டேலாவை அனுப்பிவிட்டார். பட்டப்படிப்பை முடிக்காமல் வீடு திரும்பிய மண்டேலா மீது மன்னர் மிக்க ஆத்திரப்பட்டார். முதல்வரிடம் மன்னிப்பு கேட்டு படிப்பைத் தொடரச் சொன்னார். ஆனால் மண்டேலா தன் நிலையில் உறுதியாக இருந்தார். பட்டப்படிப்பு நிறைவு பெறாமல் வீடு திரும்பிவிட்டார்.

மண்டேலா ஜோகன்னஸ்பர்க் நகரையடைதல்

ஹரே கோட்டையிலிருந்து வீடு திரும்பிய மண்டேலா தனக்கு வாழ்வு அளித்த மன்னரை எதிர்த்துப் பேசாமல் அமைதியாக இருந்தார். அரசின் மகன் ஜஸ்டிஸும் விடுமுறையில் வீட்டுக்கு வந்திருந்தார். இருவரும் சகோதர பாசத்துடன் மகிழ்ச்சியாக விடுமுறையைக் கழித்த நேரத்தில் எதிர்பாராத ஓர் அதிர்ச்சி இருவரையும் உலுக்கியது. ஒரு நாள் மன்னர் இருவரையும் அருகில் அழைத்து "நான் உலகில் நீண்ட நாட்கள் வாழப் போவதில்லை. ஆகவே உங்கள் இருவருக்கும் நல்ல இடத்தில் பெண்களைப் பார்த்து இருக்கிறேன். முறையாகத் திருமணம் செய்து விடலாம் என்று எண்ணுகிறேன்" என்று சொன்னார். மன்னரின் இந்த அறிவிப்பு இருவரையும் அதிர்ச்சிக்குள்ளாக்கியது. மன்னருக்குச் சில விவரங்கள் தெரியாது. மண்டேலாவுக்கு மன்னர் உறுதி செய்திருந்த உள்ளூர் பாதிரியாரின் மகள் ஏற்கனவே ஜஸ்டிஸின் காதலியாகப் பழகியவள். தெம்பு இனப் பிரபுக்களில் ஒருவரின் மகளை ஜஸ்டிஸுக்கு முடிவு செய்திருந்தார்; திருமணம் உடனடியாக நடப்பதாக இருந்தது.

கட்டாயத் திருமணத்திலிருந்து தப்பிப்பது எங்ஙனம் என்று இருவரும் கலந்து பேசினர். ஊரை விட்டு வெளியூருக்குச் சென்று விடுவதுதான் ஒரேவழி என்று இருவரும் எண்ணினர். செல்வம் கொழிக்கும் ஜோகன்னஸ்பர்க் நகருக்குச் செல்வது என்று தீர்மானித்தனர். ஜோகன்னஸ்பர்க் செல்ல பணம் வேண்டும் அல்லவா? உள்ளூர் வணிகர் ஒருவரை அணுகி மன்னரின் இரண்டு உயர் இனக் காளைகளை விற்றுப் பணம் சேர்த்துக்கொண்டார்கள். பெரிய இடத்துப் பிள்ளைகள் என்பதால் வணிகர் அவர்கள் பேச்சை நம்பிக் காளைகளை நல்ல விலைக்கு வாங்கிக்கொண்டார். இருவரும் மன்னருக்குத் தெரியாமல் ஜோகன்னஸ்பர்க் பயணப்பட்டனர். பல தடைகளையும் இடையூறுகளையும் கடந்து குவின்ஸ்லாந்து வந்து சேர்ந்தனர். இங்கு ஜஸ்டிஸின் நண்பன் ஒருவன் வழக்கறிஞரிடம் வேலை செய்துவந்தான். இருவரும் அவரிடம் சென்று நிலைமையை விளக்கினர். "வழக்கறிஞரின் மனைவி காரில் ஜோகன்னஸ்பர்க் செல்கிறார். அவரிடம் கொஞ்சம் பணம் கொடுத்து அவருடன் காரில் ஜோகன்னஸ்பர்க் செல்லலாம்" என்று நண்பர் அறிவுரை கூறினார். நண்பரின் அறிவுரைப்படி காரில் ஜோகன்னஸ்பர்க் நகரை நள்ளிரவு வந்து சேர்ந்தனர். வேலைக்காரர்களின் குடியிருப்பில் இருவரும் இரவில் தூங்குவதற்கு வழக்கறிஞரின் மனைவி அனுமதி கொடுத்தாள். தென் ஆப்பிரிக்காவின் மிகப் பெரிய நகரமான ஜோகன்னஸ்பர்க்கில் முதன் முதலாக இருவரும் ஒரு ஒதுக்குப்புற வீட்டில் இரவைக் கழித்தனர்.

1886-ல் ஜோகன்னஸ்பர்க் நகரை ஒட்டி விட்வாட்டர்ஸ்ராண்டில் தங்கச் சுரங்கம் இருப்பது கண்டு பிடிக்கப்பட்டது. இதற்குப் பின் ஜோகன்னஸ்பர்க் நகரமே செல்வம் கொழிக்கும் நகரமாக மாறிவிட்டது. மண்டேலாவும் ஜஸ்டிஸூம் காலை எழுந்தவுடன் 'கிரவுன் மைன்ஸ்' எனப்படும் சுரங்க அலுவலகத்திற்கு வேலை தேடிச் சென்றனர். சில மாதங்களுக்கு முன்பு ஜோங்கிந்தர்பா சுரங்க மேலாளர் பிலிசோவுக்குக் கடிதம் ஒன்று எழுதியிருந்தார். அதில் தன் மகன் ஜஸ்டிஸூக்கு சுரங்கத்தில் ஒரு எழுத்தர் வேலை தரும்படி கேட்டிருந்தார். இப்போது இருவரும் பிலிசோவின் முன் நிற்கவும் மன்னர்

இவர்களை வேலைக்கு அனுப்பி இருக்கிறார் என்று எண்ணினார். ஆனால் மண்டேலாவைப் பற்றிக் கடிதத்தில் எழுதவில்லை. மன்னர் இரண்டாவதாக ஒரு கடிதம் எழுதி இருப்பதாகவும் அதில் மண்டேலாவிற்கும் வேலை தரும்படி எழுதியுள்ளார் என்றும் ஜஸ்டிஸ் ஒரு பொய் கூறினார். குறுநில மன்னர்களின் சொல்லுக்குச் சுரங்கங்களில் மிகுந்த மதிப்பு அளிக்கப்பட்டது. சுரங்கத்தில் ஜஸ்டிஸுக்கு எழுத்தர் வேலையும், மண்டேலாவிற்கு காவலர் வேலையும் தரப்பட்டன. சீருடை அணிந்து பூட்ஸ், ஹெல்மட், கைத்தடியுடன் மண்டேலா இரவுக் காவலராகப் பணியாற்றினார். நுழைவு வாயில் அருகே நின்று சுரங்கத்தின் உள்ளே வருபவரின் அடையாள அட்டைகளைச் சோதித்து உள்ளே அனுப்புவது மண்டேலாவின் பணியாக இருந்தது.

ஆனால் இந்த வேலை இருவருக்கும் நீண்ட நாள் நிலைக்கவில்லை. இருவரும் தாங்கள் மன்னருக்குத் தெரியாமல் ஓடிவந்ததையும், வேலையில் சேர்ந்ததையும் தங்களுக்குப் பழக்கமான தொழிலாளியிடம் தெரிவித்தனர். இதை யாரிடமும் சொல்லக் கூடாது என்று கேட்டுக்கொண்டனர். ஆனால் அந்தத் தொழிலாளி மறுநாளே பிலிசோவிடம் முழு உண்மையையும் தெரிவித்துவிட்டார். இதற்குச் சில நாட்களுக்கு முன்பு இரு சகோதரர்களும் சுரங்கத்தில் வேலையில் வந்து சேர்ந்ததைப் பற்றி பிலிசோ மன்னருக்குக் கடிதம் எழுதியிருந்தார். மன்னரிடமிருந்து பிலிசோவுக்குத் தந்தி வந்தது. “அவர்கள் இருவரையும் உடனே வீட்டிற்கு அனுப்பு” என்று வந்த தந்தியை பிலிசோ இருவரிடமும் காட்டினார். வீட்டிற்குத் தெரியாமல் ஓடி வந்து வேலையில் சேர்ந்ததற்காக இருவரையும் ஆவேசமாக கண்டித்தார். இருவரும் அங்கிருந்து வெளியேறி தப்பித்தோம் பிழைத்தோம் என்று நகரத்திற்கு வந்து சேர்ந்தனர். சுரங்கத்தில் வசதியோடு வாழ்ந்தவர்கள் தற்போது வேலையும் வருமானமும் இன்றித் தங்குவதற்கு இடமுமின்றி நடுத்தெருவில் நிறுத்தப்பட்டனர்.

ஜஸ்டிஸுக்கு நகரில் சில நண்பர்கள் இருந்ததால் அவர்களைத் தேடிச் சென்றுவிட்டார். மண்டேலா தன் உறவினரான

கார்லிக்கைப் புறநகரில் கண்டுபிடித்து அவருடன் தங்கச் சென்றார். இதுநாள் வரை ஒன்றாக இருந்த சகோதரர்களான மண்டேலாவும் ஜஸ்டிஸூம் தனித்தனியாகப் பிரிந்துவிட்டார்கள். மண்டேலா தன் உறவினரிடம் தான் பட்டப்படிப்பை நிறைவு செய்துவிட்டு வழக்குரைஞராக ஆகவேண்டும் என்ற குறிக்கோளை வெளியிட்டார். கார்லிக் மண்டேலாவை ஜோகன்னஸ்பர்க்கில் வாழ்ந்து வந்த வால்டர் சிசுலு என்ற சான்றோரிடம் அழைத்துச் சென்றார். சிசுலுவின் அலுவலகத்தில் சொத்து விற்றல் வாங்கல் விவகாரங்கள் கவனிக்கப்பட்டு வந்தன. மண்டேலா சிசுலுவிடம் தன் கடந்த கால வாழ்க்கையை விளக்கியதுடன் தான் வழக்குரைஞராக விரும்புவதாகக் கூறினார்.

சிசுலு மண்டேலாவை லாசர் சிடில்ஸ்கி என்னும் யூத இன வழக்கறிஞரிடம் உதவியாளராகச் சேர்த்தார். வழக்கறிஞரின் அலுவலகத்திற்கு "விட்கின், சிடில்ஸ்கி மற்றும் எய்டில்மேன் வழக்கறிஞர்கள் நிறுவனம்" என்று பெயர். வெள்ளையர், கறுப்பர் ஆகிய இரு தரத்தாரிடமிருந்தும் வழக்குகளை நடத்தி வந்த மிகப் பெரிய நிறுவனம் அது. தென் ஆப்பிரிக்காவில் வழக்குரைஞராக வேண்டுமென்றால் சட்டப்படிப்பு படித்து ஒரு வழக்கறிஞரின் கீழ் ஆறு ஆண்டுகள் பணி புரிய வேண்டும். சட்ட உதவியாளராகப் பணிபுரிந்துகொண்டு தென் ஆப்பிரிக்கப் பல்கலைக்கழகத்தில் அஞ்சல் வழியில் பி.ஏ. பட்டப் படிப்பைப் படிக்கத் தொடங்கினார் மண்டேலா.

வழக்கறிஞர் சிடில்ஸ்கி தாராள குணம் படைத்தவர். கறுப்பரின் பள்ளிகளுக்குப் பண உதவிகள் வழங்கி அவர்களின் கல்வி வளர்ச்சிக்கு ஊக்கம் கொடுத்தார். ஆப்பிரிக்கர்கள் அரசியல் விடுதலை பெற கல்வி பெறுவது ஒன்றே சிறந்த வழி என்று அவர் வற்புறுத்தி வந்தார்.

நிறுவனத்தை நிர்வகித்து வந்த மூன்று யூத வழக்கறிஞர்களும் நிறவேற்றுமையைப் பாராட்டாதவர்கள். ஆனால் நிறுவனத்தில் பணிபுரிந்து வந்த குமாரி லிபர்மேன் என்ற வெள்ளைக்கார மாது இன வெறியை சில நேரங்களில் வெளிப்படுத்தினாள். ஒரு நாள் மண்டேலா ஒரு வழக்கிற்கான விவரங்களை

லிபர்மேனிடம் தட்டெழுத்தடிக்கச் சொல்லிக்கொண்டிருந்தார். அந்த சமயத்தில் ஒரு வெள்ளையர் அங்கு வந்துவிட்டார். ஒரு ஆப்பிரிக்கருக்கு ஒரு வெள்ளை மாது உதவியாளராக இருப்பதா என்று அங்கு வந்த வெள்ளையர் எண்ணக்கூடும் அல்லவா? இத்தருணத்தில் வெள்ளை மாது மண்டேலாவிடம் காசுகள் கொடுத்து கடைக்குச் சென்று ஷாம்பூ வாங்கி வரப் பணித்தாள். மண்டேலா ஏதும் பேசாமல் இட்ட கட்டளையை செய்துமுடித்தார். வெள்ளையர் வெளியே சென்றதும் வழக்கம் போல் மண்டேலா தன் பணியைத் தொடர்ந்தார்.

மண்டேலா வேலை செய்த அந்த அலுவலகத்தில் ஏற்கனவே கவுர் ராடபே என்ற கறுப்பரும், நாட் பிரக்மேன் என்ற வெள்ளையரும் பணி புரிந்து வந்தனர். கவுர் ராடபே திறமை சான்ற எழுத்தராகவும், மொழி பெயர்ப்பாளராகவும் பணியாற்றி வந்தார். எதையும் துணிச்சலாகப் பேசக் கூடியவர். "வெள்ளையர் எங்கள் நிலங்களைத் திருடிக் கொண்டார்கள். சொந்த நாட்டில் நாங்கள் அடிமைகளாகி விட்டோம்" என்று வழக்கறிஞர்களிடமே அச்சமின்றி கூறுவார். கவுர் ஆப்பிரிக்க தேசிய காங்கிரசிலும், பொதுவுடைமைக் கட்சியிலும் உறுப்பினராக இருந்தார். இக்கட்சிகளின் பல கூட்டங்களுக்கு மண்டேலாவை அழைத்துச் சென்றார். கூட்டங்களில் எம்.ஏ. படித்த மைக்கேல் ஹார்மல் என்ற வெள்ளையரை மண்டேலா சந்தித்தார். நாளடைவில் இருவரும் நெருங்கிய நண்பர்கள் ஆனார்கள். ஹார்மல் சிறந்த பேச்சாளர்; எழுத்தாளர். மிக எளிய வாழ்க்கை வாழ்ந்தவர். அவர் பொதுவுடைமைவாதியைப் போல் வர்க்கப்புரட்சி பற்றியே பேசுவார். தென் ஆப்பிரிக்க இனவெறிக் கொடுமை கூட "வறியோர் - செல்வர்க்கிடையே நடைபெறும் வர்க்கப் போர்தான். இது தீர வர்க்கப்போர்தான் ஒரே வழி" என்று கூறுவார்.

வெள்ளையரான நாட் பிரக்மேன் மண்டேலாவிடம் நிறபேதம் இன்றி நண்பராகப் பழகினார். ஒரு நாள் பிரக்மேன் பலகார ரொட்டியை மண்டேலாவிடம் நீட்டி அதன் ஒரு முனையை இழுக்கச் சொன்னார். ரொட்டியின் ஒரு பாதி துண்டிக்கப்பட்டு மண்டேலாவின் கையில் நின்றது. அதை சாப்பிடச் சொன்னார் பிரக்மேன். "இதுதான் பொதுவுடைமைக் கொள்கையின்

அடிப்படை. நம்மிடம் இருக்கும் எதையும் பங்கு போட்டுக் கொள்வதுதான்" என்று விளக்கினார். பிரக்மேனுடன் சேர்ந்து மண்டேலா பொதுவுடைமைக் கட்சியின் கூட்டங்களுக்குச் சென்றார். ஆனால் ஆப்பிரிக்காவில் ஆதிக்கம் செலுத்தி வந்த இன ஒதுக்கலை "வறியோர் - செல்வந்தர் என்ற வர்க்கப் போராட்டமாக" பொதுவுடைமைக் கட்சி சித்தரிப்பதை மண்டேலா ஏற்கவில்லை. எனினும் பொதுக் கூட்டங்களுக்குச் சென்று சொற்பொழிவுகளைக் கேட்டதன் மூலம் தன் பொதுஅறிவையும், அரசியல் சிந்தனையையும் விரிவுபடுத்திக் கொண்டார்.

எப்பொருள் யார்யார் வாய்க்கேட்பினும் அப்பொருள் மெய்ப்பொருள் காண்பது அறிவு

என்பது உலகப் பொதுமறை அன்றோ?

வறுமையுடன் போராட்டம்

அலெக்ஸாண்ட்ரா நகரில் சொந்தமாக வீடு வைத்துக் கொண்டிருந்த சில ஆப்பிரிக்கர்களில் கோமா என்பவர் ஒருவர். அவர் வீட்டின் தோட்டப்புறம் தகரக் கூரை வேய்ந்த அறைகளைக் கட்டி அவற்றை வாடகைக்கு விட்டிருந்தார். மின்விளக்கு, குடிநீர்க்குழாய் இல்லாத குடிசை வீடு; மண் கூரை. இந்த அறையைத்தான் மண்டேலா வாடகைக்கு எடுத்திருந்தார். சுற்றுப் புறமோ மிகவும் சுகாதாரக் கேடான இடம். வெள்ளையர் ஆட்சியில் நம் நாட்டில் ஆதிதிராவிடர் காலனி எங்ஙனம் இருந்ததோ அதே நிலை. குடி, களவு, கொலை போன்ற சமூக விரோதச் செயல்கள் தாண்டவமாடின. குனு கிராமத்தில் அனுபவித்ததை விடவும் கொடிய வறுமையை இங்கு அனுபவித்தார் மண்டேலா.

நல்குரவு என்னும் இடும்பையுள் பல்குரைத்
துன்பங்கள் சென்று படும்

எனும் வள்ளுவரின் குறளுக்கு ஏற்ப வறுமை எனும் துன்பத்துள் பல்வேறு பட்ட துன்பங்களையும் மண்டேலா அனுபவித்தார்.

வாரம் ஒன்றுக்கு 2 பவுண்டுகள் சம்பளமாகக் கிடைத்தது. தகரக் கொட்டகை வாடகை, அன்றாடம்

வழக்கறிஞர் அலுவலகம் சென்றுவரப் பேருந்துக் கட்டணம் கொடுத்தது போக எஞ்சிய தொகையைக் கொண்டு உணவு, உடை இதர செலவுகளைச் சமாளித்தார். அஞ்சல் மூலம் பி.ஏ. பட்டப்படிப்பு படிக்க கட்டணம் செலுத்தி வந்தார். மின் வசதி இல்லாத 'இருட்டு நகரில்' மெழுகுவர்த்தி வெளிச்சத்திலேயே படித்து வந்தார். சிடில்ஸ்கி தனது பழைய கோட், பேண்ட் ஒன்றை மண்டேலாவுக்குக் கொடுத்தார். அதே பேண்ட் கோட்டை ஐந்து ஆண்டுகள் அணிந்து அலுவலகம் சென்று வந்தார்! ஆடையில் பல ஒட்டுத்துணித்தையல்கள். பேருந்துச் செலவை மிச்சப்படுத்த பல நாட்கள் அலுவலகத்திற்குக் காலையிலும் மாலையிலும் 20 கிலோ மீட்டர் நடந்தே செல்வார்! பல நாட்கள் ஒரு வேளை உணவுடன் காலம் கழித்திருக்கிறார். வறுமைத் துன்பத்திலும் உதவுவதற்கு உலகில் சில உத்தமர்கள் இருக்கிறார்கள். வீட்டு உரிமையாளர் சோமா ஒவ்வொரு ஞாயிறு மதியம் மண்டேலாவிற்கு மாமிச உணவு கொடுப்பார். மற்ற நாட்களில் ரொட்டி உண்டும் அல்லது அலுவலகத்தில் மற்ற ஊழியர்கள் கொண்டு வரும் உணவைப் பங்கு போட்டுக்கொண்டு வாழ்க்கையைக் கடத்தினார். ஒரு நாள் பேருந்தில் பயணம் செய்த போது மிக நாகரிக உடையணிந்த பணக்கார வாலிபன் மண்டேலா அருகில் அமர்ந்தான். மண்டேலாவின் பழைய கந்தலான கோட் தன் உடையின் மீது பட்டுவிடக் கூடாது என்று எண்ணி இளைஞன் தள்ளி உட்கார்ந்தான். "இது எனக்கு மிக்க வேதனையை அளித்தது" என்று மண்டேலா கூறினார்.

வறுமை எவ்வளவுதான் அவரை வாட்டிய போதிலும் தான் வழக்கறிஞர் ஆக வேண்டும் என்ற குறிக்கோளும், தான் பிறந்த கறுப்பர் இன விடுதலைக்குத் தன்னாலான தொண்டு புரிய வேண்டும் என்ற வேட்கையும் மண்டேலாவின் உள் மனத்தில் கொழுந்துவிட்டு எரிந்தன.

1941-ல் மண்டேலாவின் வளர்ப்புத் தந்தை மன்னர் ஜோங்கிந்தர்பா ஜோகன்னஸ்பர்க் வந்து தங்கச் சுரங்கத்தின் விருந்தினர் அறையில் தங்கி இருந்தார். மண்டேலாவைப் பார்க்க விரும்புவதாகச் செய்தி அனுப்பினார். இதைக் கேட்டு மண்டேலா சற்று அதிர்ச்சி அடைந்தாலும் தன்னைக் கல்லூரி வரை

படிக்க வைத்த வளர்ப்புத் தந்தையைச் சந்திப்பது நன்றிக்கடன் அல்லவா? 'நன்றி மறப்பது நன்றன்று' என்பது பொன் மொழி ஆயிற்றே. மண்டேலா மன்னரைப் பார்க்கச் சென்றார். மன்னர் மிகுந்த கண்ணியத்தோடு நடந்துகொண்டார். "அரண்மனையிலிருந்து ஏன் சொல்லாமல் ஓடி வந்தாய்" என்று கேட்கவில்லை. இப்போது என்ன செய்கிறாய் என்றும் எதிர்காலத் திட்டம் என்ன என்றும் கேட்டுத் தெரிந்துகொண்டார். மண்டேலா புதிய பாதையில் பயணம் செய்வதைத் தெரிந்து கொண்டார். மன்னரைச் சந்தித்துப் பேசிய பிறகு மண்டேலாவிற்கு மன அமைதி ஏற்பட்டது.

ஆனால் தன் மகன் ஜஸ்டிஸைப் பற்றி மன்னர் கவலைப்பட்டார். ஜஸ்டிஸ் ஒரு பெண்ணைக் காதலித்து அவளுடன் வாழ்ந்து வந்தார். மன்னர் மண்டேலாவைச் சந்தித்து டிரான்ஸ்கை அரண்மனைக்குத் திரும்பிய ஆறு மாதங்களில் அவர் இயற்கை எய்தினார். ஜஸ்டிஸுக்கு அனுப்பப்பட்ட தந்தி அவருக்குச் சேரவில்லை. செய்தித்தாள்களில் படித்துத் தெரிந்துகொண்டு ஜஸ்டிஸும், மண்டேலாவும் அரண்மனை விரைந்தார்கள். ஆனால் அதற்குள் மன்னரின் இறுதிச் சடங்குகள் முடிந்துவிட்டன. மன்னரின் மறைவுக்கு முன் அவரைச் சந்தித்துப் பேசியது மண்டேலாவிற்கு மனநிறைவை அளித்தது.

மன்னரின் மரணம் ஜஸ்டிஸின் வாழ்க்கையில் பாராட்டத்தக்க மாற்றத்தை ஏற்படுத்தியது. ஜஸ்டிஸ் அரண்மனையிலேயே தங்கித் தந்தையின் குறுநில மன்னர் பதவியை ஏற்றுக்கொண்டார். உடன் பிறவா சகோதரராகப் பழகிய மண்டேலா ஜோகன்னஸ்பர்க் திரும்பினார். தான் தேர்ந்தெடுத்த பாதையில் பயணத்தைத் தொடர்ந்தார்.

1942-இல் பி.ஏ., பட்டத் தேர்வில் மண்டேலா முதலிடத்தில் தேர்ச்சி பெற்றார். கல்வி மட்டுமே வாழ்க்கையில் வெற்றி அடைய ஒரே வழி அல்ல என்பதை கவுர் போன்ற அவர் நண்பர்கள் விளக்கினார்கள். ஆப்பிரிக்கரின் அடிமைத்தனம் அகல வேண்டுமானால் 1912-ல் தொடங்கப்பட்ட ஆப்பிரிக்க தேசிய காங்கிரசில் சேர்ந்து விடுதலைக்குப் பாடுபடுவது ஒன்றே வழி என்று கவுர் வற்புறுத்தி வந்தார். 1942-இல் ஆ.தே.கா.வின் உள்ளூர்

ஆலோசனைக் குழுக் கூட்டத்திற்குக் கவுருடன் மண்டேலா சென்று அதில் கலந்துகொண்டார். இருவரும் அங்கு நடைபெற்ற விவாதங்களில் ஆழ்ந்த கவனம் செலுத்தினர்.

அஞ்சல் மூலம் பி.ஏ., படிப்பு முடித்தாலும் ஹரே கோட்டைப் பல்கலைக் கழகம் சென்றுதான் பட்டம் பெற வேண்டும். ஆ.தே.கா. தலைவர் வால்டர் சிசுலுவிடம் கடனாகப் பணம் பெற்று புதிய உடையைத் தைத்துக்கொண்டார். பட்டமளிப்பு விழாவிற்கு மண்டேலாவின் தாயாரும், மன்னர் ஜோங்கிந்தர்பாவின் விதவையான நோ இங்கிலாந்தும் வந்து சிறப்பித்தனர். இருவரையும் மண்டேலாவின் உறவினர் மத்தானிசிமா தன் காரில் அழைத்து வந்திருந்தார். மன்னரின் விதவை வந்து வாழ்த்தியது மன்னரே தன்னை வாழ்த்தியதாக எண்ணி மண்டேலா பெருமைப்பட்டார். அவர்களுடன் ஒரு வாரம் தங்கி இருந்து விட்டு மண்டேலா ஜோகன்னஸ்பர்க் திரும்பினார்.

1943-இல் தன் குறிக்கோளை அடைய விட் வாட்டர்ஸ்ராண்ட் பல்கலைக் கழகத்தில் பி.எல்.பட்ட வகுப்பில் சேர்ந்தார். சட்டப் படிப்பில் சேர்ந்த ஒரே கறுப்பின மாணவர் மண்டேலாதான். இந்தியாவில் வெள்ளையர் ஆட்சியில் ஆதி திராவிட மக்கள் கல்வியில் எவ்வளவு பின்தங்கி இருந்தார்களோ அதே நிலையில் ஆப்பிரிக்காவில் கறுப்பர் இருந்தனர்.

ஆப்பிரிக்காவில் அலுவலகம், தொழிற்சாலை, பூங்கா, நடைபாதை ஆகிய இடங்களில் நிறவெறி ஆட்சி செலுத்தியது போல் கல்விச் சாலைகளிலும் நிறவெறி தாண்டவம் ஆடியது. வெள்ளை மாணவர்கள் பலர் மண்டேலாவை ஒதுக்கவே செய்தனர். ஒரு முறை மண்டேலா சற்றுத் தாமதமாக வந்ததால் வகுப்பில் ஒரு வெள்ளை மாணவன் அருகில் அமர்ந்தார். உடனே வெள்ளை மாணவன் அவ்விடத்திலிருந்து எழுந்து வேறு இருக்கையில் சென்று அமர்ந்தான். இந்தியாவில் வெள்ளையர் ஆட்சியில் பாடசாலையில் உயர் சாதி மாணவர்கள் பெஞ்சிலும், தீண்டப்படாத இன மாணவர்கள் தரையில் கோணிப்பை போட்டு அமரவேண்டும்! இக்கொடுமையிலிருந்து சட்டமேதை அம்பேத்கர் கூட மாணவப் பருவத்தில் தப்ப முடியவில்லை.

சட்டப் பேராசிரியராக இருந்த ஹாலோ இனவெறி பிடித்தவரே ஆவார். ஆப்பிரிக்கர்களும், பெண்களும் வழக்கறிஞர்களாக ஆவதற்குத் தகுதி அற்றவர்கள் என்று ஆணவத்தோடு கூறுவார். பிராம் பிசர் என்ற வெள்ளைய விரிவுரையாளர் புகழ்மிக்க குடும்பத்திலிருந்து வந்தவர். அவர் நிறவெறியை எதிர்க்கும் விடுதலை இயக்கத்தில் சேர்ந்து இன ஒற்றுமைக்குப் பாடுபட்டார்.

சட்டக் கல்லூரியில் படித்து வந்த இந்திய மாணவர்களான இஸ்மாயில் மீர், அகமது பூலா, ஜே.என். சிங், ராம்லால் பூலியா ஆகியோர் மண்டேலாவுக்கு நண்பர்கள் ஆயினர். ஒரு நாள் ரயிலில் இந்தியர்களுக்கு மட்டும் என்றிருந்த பெட்டியில் மண்டேலாவையும் ஏற்றிக்கொண்டு இந்திய மாணவர்கள் பயணம் செய்தனர். டிக்கட் பரிசோதகர் மண்டேலா அங்கு அமர்ந்ததற்கு ஆட்சேபம் தெரிவித்தார். மாணவர்கள் பரிசோதகருடன் மோதியதுடன் மண்டேலாவை இறக்கிவிட மறுத்தனர். ஆனால் பரிசோதகர் காவல் துறையினரை அழைத்து மாணவர்களைக் கைது செய்ய வைத்தார். மறுநாள் நீதிமன்றத்தில் மண்டேலாவும் மற்ற மாணவர்களும் நின்றனர். செல்வாக்கு மிக்க சட்டக் கல்லூரி விரிவுரையாளர் பிராம் பிசர் மாணவர்களுக்காக வாதாட நீதிமன்றம் வந்தார். அவரைக் கண்டதும் நீதிபதி அதிர்ந்து போனார். மாணவர்களை விடுவித்துவிட்டதாக நீதிபதி அறிவித்தார். மாணவர்கள் பிராம் பிசருக்கு உள்மனத்தில் நன்றி தெரிவித்திருக்க வேண்டும்.

சட்டக் கல்லூரியில் மண்டேலாவுடன் பயின்ற பல மாணவர்கள் - இந்திய மாணவர்கள் உட்பட எதிர் காலத்தில் அவருக்குச் சிறந்த நண்பர்களாக விளங்கினர். அவர்கள் இன, நிற வேற்றுமையைக் கடந்து ஆப்பிரிக்காவின் விடுதலைக்குப் பாடுபட்டனர்.

மண்டேலாவின் முதல் திருமணமும் அரசியலில் தீவிர பங்கும்

1939-ஆம் ஆண்டு இரண்டாம் உலகப் போர் தொடங்கிவிட்டது. ஜெர்மனியின் சர்வாதிகாரி இட்லர் நாடு பிடிக்கும் பேராசையால் போரைத் தொடங்கினான். இத்தாலியும், ஜப்பானும் இட்லர் பக்கம் நின்றன. அமெரிக்கா, இங்கிலாந்து, ரஷியா ஆகிய நேச நாடுகள் ஜெர்மனியின் நாஸிஸத்தையும், இத்தாலியின் பாசிஸத்தையும் எதிர்த்து நின்றன. 1941-இல் அமெரிக்க அதிபர் ரூஸ்வெல்ட்டும், பிரிட்டன் பிரதமர் சர்ச்சிலும் அட்லாண்ட்டிக் பெருங்கடலில் சந்தித்து அட்லாண்ட்டிக் சாசனத்தை வெளியிட்டனர். இதன்படி ஒவ்வொரு தேசிய இனமும் தன் விருப்பப்படி சுதந்திர அரசாங்கத்தை நிறுவ முழு உரிமை உண்டு என்று அறிவித்தனர். வரலாற்று முக்கியத்துவம் வாய்ந்த இந்த அறிவிப்பு வெள்ளையரின் காலனி ஆதிக்கத்தில் அவதிப்பட்ட ஆசிய, ஆப்பிரிக்க நாடுகளுக்கு ஓரளவு எழுச்சி ஊட்டுவதாக இருந்தது. உலகப் போர் நடந்து கொண்டிருக்கும்போது இந்தியா, தென் ஆப்பிரிக்கா போன்ற பல நாடுகளில் விடுதலை இயக்கங்கள் கிளர்ந்து எழுந்தன.

சட்டக் கல்லூரி மாணவர்களுடன் ரயிலில் பயணம் செய்தபோது மண்டேலாவிற்கு டிக்கட் பரிசோதகரால் ஏற்படுத்தப்பட்ட அவமானத்தைப் போல் நூற்றுக்கணக்கில் மண்டேலாவிற்கு பல்வேறு சமயங்களில் ஏற்பட்டதுண்டு. இந்த இனவெறி ஆட்சியை ஆப்பிரிக்க மண்ணிலிருந்து அகற்றினால்தான் ஆப்பிரிக்க மக்கள் சுதந்திரத்தோடு, தன்மானத்தோடு வாழமுடியும் என்பதை அறிந்தார். அத்தகைய விடுதலைப் போருக்குத் தன் வாழ்வை அர்ப்பணிப்பதெனத் தீர்மானித்தார். மண்டேலாவின் உள்ளத்தில் இந்த உரிமை வேட்கையை ஏற்படுத்தியதில் முதன்மையான வழிகாட்டி வால்டர் சிசுலு எனும் பெருந்தகையாளர். உயர்நிலைப் பள்ளியோடு தன் படிப்பை முடித்துக் கொண்டாலும் ஆங்கிலம் உள்பட பல மொழிகள் பேசுவார். நிலம் வாங்கும் விற்கும் தொழிலில் ஈடுபட்டிருந்தார்.

சிசுலுவின் இல்லம் விடுதலைப் போர் வீரர்கள் பலர் சந்திக்கும் இடமாகவும், கருத்துப் பரிமாற்றம் செய்துகொள்ளும் பயிற்சிக்களமாகவும் இருந்தது. அவர்களில் மண்டேலா பழகிய முக்கியமானவர்கள் ஆண்டன் லெம்படே, ஆலிவர் டாம்போ, வில்லியம்என்கோமோ, டாக்டர் லயனல் மஜோம்பொசி ஆவர். ஆப்பிரிக்க தேசிய காங்கிரஸ் வயதான அறிவாளிகளைக் கொண்ட ஒரு மெத்தன இயக்கமாக ஆகிவிட்டது. இந்த அமைப்பால் ஆப்பிரிக்க மக்களுக்கு விடுதலை பெற்றுத் தர இயலாது என்று இளைஞர்கள் முடிவெடுத்தனர். ஆ.தே.கா.வின் ஆதரவுடன் 'இளைஞர் குழு' ஒன்றை நிறுவி அதை ஒரு புரட்சிகர இயக்கமாக மாற்றலாம் என்று முடிவெடுத்தனர்.

1943-இல் ஆ.தே.கா.வின் தலைவர் டாக்டர் சுமாவை இளைஞர் பிரதிநிதிகள் சந்தித்தனர். தாங்கள் விடுதலைப் போரைத் தீவிரப்படுத்த விரும்புவதாக அவரிடம் தெரிவித்தனர். ஆப்பிரிக்கர்கள் கட்டுப்பாடு அற்றவர்கள் என்றும், பெரும் போராட்டம் நடத்தினால் அது நமது நலனுக்கு ஆபத்தாகிவிடும் என்றும் கூறி 'இளைஞர் மன்ற' யோசனையை எதிர்த்தார்.

டாக்டர் சுமாவின் அறிவுரையை இளைஞர் குழுவினர் புறந்தள்ளினர். 1944-ஆம் ஆண்டு ஜோகன்னஸ்பர்க்கில் பாண்ட்டு

ஆடவர் சமூக மையத்தில் நூறு உறுப்பினர்களுடன் 'இளைஞர் மன்றம்' தொடங்கியது. கூட்டத்தில் இளைஞர் மன்றத்திற்கு லெம்படே தலைவராகவும், ஆலிவர் டம்பூ செயலாளராகவும், வால்டர் சிசுலு பொருளாளராகவும் தேர்ந்தெடுக்கப்பட்டனர். மண்டேலா உள்பட அறுவர் செயற்குழு உறுப்பினர்களாகத் தேர்ந்தெடுக்கப்பட்டனர். 1912-இல் ஆப்பிரிக்க தேசிய காங்கிரஸ் நிறுவப்பட்டபோது வெளியிடப்பட்ட சட்ட திட்டங்களும், குறிக்கோளுமே 1944-ல் தொடங்கப்பட்ட இளைஞர் மன்றத்தால் ஏற்றுக்கொள்ளப்பட்டன. ஆப்பிரிக்காவின் விடுதலையை ஆப்பிரிக்கர்களே போராடிப் பெற வேண்டும் என்று இளைஞர் குழு அறிவித்தது.

இளைஞர் மன்ற நடவடிக்கைகளில் மண்டேலா ஈடுபட்டிருக்கும் போது அவரின் தனி வாழ்க்கையிலும் முக்கிய நிகழ்ச்சி ஏற்பட்டது. வால்டர் சிசுலுவின் இல்லத்தில்தான் எவலின் மேஸ் என்ற பெண்ணை மண்டேலா சந்தித்தார். சிறுவயதிலேயே தாய், தந்தை இருவரையும் இழந்துவிட்ட எவலின், வால்டர் சிசுலுவின் சகோதரியின் மகள். சிசுலுவின் வீட்டிலேயே தங்கி ஜோகன்னஸ்பர்க் பொது மருத்துவமனையில் செவிலியராகப் பயிற்சி பெற்று வந்தார். மண்டேலாவும் எவலினும் ஒருவரை ஒருவர் விரும்பி காதல் வயப்பட்டனர். இருவர் திருமணம் எளிமையான முறையில் பதிவுத் திருமணமாக நிறைவு பெற்றது.

மண்டேலா தம்பதியினர் 1946-இல் ஆர்லாண்டோ மேற்கு என்ற பகுதியில் குடியேறினார்கள். அவர்களின் வீடு சிமெண்ட் தரையும், தகரக் கூரையும்கொண்ட சிறிய வீடு. தெருவில் மின்விளக்குகள் எரிந்தாலும் வீடுகளுக்கு மின்வசதி இல்லை. வீட்டிற்கு வெளிச்சம் கொடுக்க மெழுகுவர்த்தி விளக்குகள் பயன்படுத்தப்பட்டன. மண்டேலா தம்பதிக்கு முதலாகப் பிறந்த ஆண் குழந்தைக்கு 'மடிபா தெம்பிக்கைல்' என்று பெயர் சூட்டப்பட்டது. மடிபா என்பது மண்டேலாவின் இனத்தைக் குறிக்கும் பெயர். தெம்பிக்கையைத் தொடர்ந்து மக்கோட்டோ, பூம்லா ஆகிய இரு குழந்தைகள்

பிறந்தன. மண்டேலா - எவலின் இல்லற வாழ்வு நெடிது நிலைக்கவில்லை. 1956-இல் திருமண முறிவு ஏற்பட்டு எவலின் வீட்டை விட்டு வெளியேறினாள். அவர்களின் மூன்று குழந்தைகளும் தாயுடன் வாழச் சென்றனர். மண்டேலா மட்டும் அதே வீட்டில் தனியாக வசித்து வந்தார். அரசியலில் முன்பை விடத் தீவிரமாக ஈடுபட்டார். ஆப்பிரிக்க தேசிய காங்கிரசை வலுப்படுத்துவதில் தீவிரமாக ஈடுபட்டார்.

இனவெறிச் சட்டங்களை எதிர்த்துப் போராட்டம்

ஆப்பிரிக்க தேசிய காங்கிரசின் இளைஞர் குழு ஆப்பிரிக்க மக்களின் உரிமைப் போரில் தீவிர பங்கு எடுத்துக்கொண்ட நேரத்தில் 'இன ஒதுக்கலின்' கொடுங்கோல் ஆட்சியைப் பற்றி நாம் நன்கு தெரிந்துகொள்ள வேண்டும். ஆப்பிரிக்க மக்களின் மனித உரிமைகளைப் பறிக்கும் பல கொடூர சட்டங்கள் இயற்றப்பட்டன. 1913-ஆம் ஆண்டு நிலச்சட்டம், 1923-ஆம் ஆண்டு நகர்ப் புறப்பகுதிகள் சட்டம், 1926-ஆம் ஆண்டு நிறத்தடைச் சட்டம், 1927-ஆம் ஆண்டு உள்நாட்டு ஆட்சிச் சட்டம் ஆகிய சட்டங்களின் மூலம் வெள்ளையர் கொடுங்கோல் ஆட்சி நடத்தினார்கள்.

கொலைமேற்கொண்
டாரிற்கொடிதே அலைமேற்
கொண்டு
அல்லவை செய்து ஒழுகும்
வேந்து

எனும் பொதுமறைக் கேற்ப காட்டாட்சி நடந்தது.

1913-இல் நிறைவேற்றப்பட்ட நிலச்சட்டப்படி 87 விழுக்காடு நிலம் ஆப்பிரிக்கரிடமிருந்து பறிக்கப்பட்டது. ஆட்சியாளர் ஒதுக்குகின்ற நிலத்தைத்தான் கறுப்பர் ஏற்றுக்கொள்ள வேண்டும். 1923-ஆம் ஆண்டு நகர்ப்புறப்

பகுதிகள் சட்டம் ஆப்பிரிக்க மக்களை நகரின் குடிசைப் பகுதிகளுக்கும், சேரிகளுக்கும் விரட்டியது. 1926-ஆம் ஆண்டு நிறத்தடைச் சட்டம் தொழில் நுட்பம் மிகுந்த வேலைகளைச் செய்வதற்கு ஆப்பிரிக்கர்களுக்குத் தடை விதித்தது. தொழில் நுட்பம் மிக்க வேலைகளில் வெள்ளையர் மட்டுமே ஈடுபட முடியும். 1927-ஆம் ஆண்டு உள்நாட்டு ஆட்சி சட்டப்படி இங்கிலாந்து மன்னரே ஆப்பிரிக்க நாடு முழுவதற்கும் பேரரசராக அறிவிக்கப்பட்டார். உள்நாட்டுக் குறுநில மன்னர்கள், இனக் குழுத் தலைவர்களின் அதிகாரங்கள் பறிக்கப்பட்டு அவர்கள் அரசப் பிரதிநிதிகள் என (Regent) ஆக்கப்பட்டனர்.

இக்கொடிய சட்டங்களுக்கு எல்லாம் சிகரம் வைத்தாற்போல் 1935-ஆம் ஆண்டு உள்நாட்டு மக்களின் பிரதிநிதித்துவ சட்டம் இயற்றப்பட்டு அதன்படி ஆப்பிரிக்க மக்களின் வாக்குரிமை பறிக்கப்பட்டது. வெள்ளையர் மட்டுமே வாக்குரிமை பெற்றுத் தேர்தலில் வாக்களிக்க முடியும்.

இவ்வளவு கொடூரமான சட்டங்கள் கடந்த இருபது ஆண்டுகளில் இனவெறி ஆட்சியால் இயற்றப்பட்டும் இவற்றை எதிர்த்து ஆப்பிரிக்க மக்களும் தலைவர்களும் போராட முன் வரவில்லை என்பது வேதனை கலந்த அவமானம். இளைஞர் குழு அமைக்கப்பட்ட காலத்தில் ஆ.தே.கா.வின் தலைவராக இருந்த டாக்டர் கூமாவும் அவருக்கு முன் தலைவராக இருந்த டாக்டர் செமேவும் மிதவாதிகள். தீவிர செயல்திறன் அற்றவர்கள். திலகர் போன்ற தீவிரவாதிகள் அகில இந்திய காங்கிரசின் தலைமையை ஏற்று நடத்துவதற்கு முன்னால் காங்கிரஸ் இருந்த மந்த நிலையிலேயே ஆ.தே.கா.வும் இருந்தது. காந்தி அடிகள் காங்கிரசின் தலைமைப் பொறுப்பை ஏற்ற பிறகு எங்ஙனம் இந்தியா முழுதும் லட்சோப லட்சம் தொண்டர்கள் விடுதலைப் போரில் தீவிரப் பங்கு கொண்டார்களோ அதைப் போலவே இளைஞர் குழுவின் தலைவர்கள் மண்டேலா, சிசுலு, டாம்போ போன்றவர்கள் உறங்கிக் கிடந்த ஆப்பிரிக்க மக்களைத் தட்டி எழுப்பிய பின்னர்தான் ஆப்பிரிக்க விடுதலைப் போரில் இலட்சோப இலட்சம் இளைஞர்கள் தீவிரப் பங்குகொண்டனர்.

ஆப்பிரிக்க சுரங்கங்களில் நான்கு லட்சத்திற்கு மேற்பட்ட தொழிலாளர்கள் வேலை செய்துவந்தனர். இயந்திரம் போல் உழைத்த அவர்களுக்கு நாள் ஒன்றுக்கு இரண்டு சில்லிங் மட்டுமே கூலி கொடுக்கப்பட்டது. ஆறடி நீளம் நான்கு அடி அகலம் கொண்ட தகரக் கொட்டடியில் சுகாதாரமற்ற சூழலில் வாழ்ந்து வந்தனர். 1940-ஆம் ஆண்டு ஆப்பிரிக்க சுரங்கத் தொழிலாளர் சங்கம் நிறுவப்பட்டது. சங்கத்தை நிறுவியவர்களில் ஜே.பி. மார்க்ஸ், டான்ட் லூமே, கவுர் ராடபே ஆகியோர் முக்கிய தலைவர்கள். ஜே.பி. மார்க்ஸ் இந்தியத் தாய்க்கும் ஆப்பிரிக்கத் தந்தைக்கும் பிறந்தவர். ராணுவத் தளபதி போன்று உறுதியான உடல் வலிமை படைத்தவர்.

1946-இல் சில நியாயமான கோரிக்கைகளை முன்வைத்து மார்க்ஸ் தலைமையில் வேலை நிறுத்தப் போராட்டத்தில் ஈடுபட்டனர்.

- நாள் ஒன்றுக்கு பத்து சில்லிங் கூலி வழங்க வேண்டும்.
- தொழிலாளர்கள் குடும்பத்துடன் வாழ்வதற்கான வீடு வேண்டும்.
- ஆண்டுக்கு சம்பளத்துடன் கூடிய இரு வார விடுமுறை வேண்டும்.

வேலை நிறுத்தத்தில் எழுபதாயிரம் தொழிலாளர்கள் கலந்துகொண்டனர். ஒரு வார காலம் மிகுந்த கட்டுப்பாட்டுடன் வேலை நிறுத்தம் நடைபெற்றது. ஆனால் அரசு கடுமையான அடக்கு முறையைக் கையாண்டது. தொழிற்சங்க அலுவலகம் சூறையாடப்பட்டது. தலைவர்கள் கைது செய்யப்பட்டனர். தொழிலாளர்கள் மிருகத்தனமாக அடிக்கப்பட்டனர். பலர் சுட்டுக் கொல்லப்பட்டனர். தொழிலாளர்களில் மண்டேலாவின் உறவினர்கள் பலர் இருந்தனர். போராட்டத்தின்போது மண்டேலா தலைவர் மார்க்ஸை சந்தித்துப் பேசியதோடு தொழிலாளர்களோடு பழகி தன் ஆதரவைத் தெரிவித்தார். ஆனால் சில வாரங்களில் அரசு வேலை நிறுத்தத்தை முறியடித்தது. இதற்குக் கருங்காலிகளும் துணைபோயினர். போராட்ட முடிவில் தலைவர்கள் மீது வழக்கு தொடரப்பட்டு மார்க்ஸ் உள்பட பலர் தண்டனை பெற்றனர்.

வேலை நிறுத்தப் போராட்டம் அரசு யந்திரத்தால் முறியடிக்கப்பட்டாலும், ஆப்பிரிக்க மக்களிடையே அநீதியை எதிர்க்கும் விழிப்புணர்ச்சியையும் எழுச்சியையும் ஏற்படுத்தியது.

சுரங்கத் தொழிலாளர்களின் போராட்டத்தைத் தொடர்ந்து 1946-இல் ஸ்மட்ஸ் தலைமையிலான இனவெறி அரசு ஆசியர்களின் நில வரையறைச் சட்டம் இயற்றி அங்கு வாழச் சென்ற இந்தியர்களுக்குக் கொடிய கட்டுப்பாடுகளை விதித்தது. இந்தச் சட்டப்படி இந்தியர்கள் குறிப்பிட்ட இடங்களில்தான் வாழவேண்டும், வேறு இடங்களில் சொத்துக்கள் வாங்கவோ, விற்கவோ வணிகம் செய்யவோ கூடாது எனத் தடை விதிக்கப்பட்டது.

இக்கொடிய சட்டத்தை நேட்டால் இந்தியர் காங்கிரசின் தலைவர் டாக்டர் ஜி.எம். நாயக்கர், டிரான்ஸ்வால் இந்தியர் காங்கிரசின் தலைவர் டாக்டர் டாடு ஆகியோர் தலைமையில் இந்திய மக்கள் எதிர்த்துப் போராடினர். போராட்டத்தில் மருத்துவர்கள், பேராசிரியர்கள், வழக்கறிஞர்கள், வணிகர்கள், தொழிலாளர்கள், மாணவர்கள், இல்லத்தரசிகள் என்று பல்வேறு துறையில் இருந்தவர்கள் கலந்துகொண்டனர். இரண்டாயிரம் போராட்ட வீரர்கள் சிறையில் அடைக்கப்பட்டனர். தலைவர்கள் டாக்டர் டாடு, டாக்டர் நாயக்கர் ஆறு மாதச் சிறை தண்டனை பெற்றனர்.

ஆ.தே.கா.வின் இளைஞர் குழுவும் போராட்டத்தில் பங்குகொண்டு தன் ஆதரவைத் தெரிவித்தது. இப்போராட்டத்தினால் ஆப்பிரிக்க மக்களும் இந்தியர் மீது நம்பிக்கையும் மதிப்பும் கொண்டனர். ஒடுக்கப்பட்ட ஓரினத்தின் உரிமைப் போராட்டமானது மேடைப் பேச்சு, தூது செல்வது, விண்ணப்பம் கொடுப்பது இவற்றோடு நின்றுவிடுவது அல்ல. வெகுமக்கள் பங்கு பெறும் அறப்போராட்டம்தான் அரசைப் பணியவைக்கும். சுரங்கத் தொழிலாளர் நடத்திய வேலை நிறுத்தமும், இந்தியர்கள் நடத்திய அறப்போரும் மண்டேலாவின் பார்வையை விரிவடைய வைத்தன. “1913-இல் மகாத்மா காந்தி ஆப்பிரிக்காவில் அறப்போர் நடத்தி

நேட்டாலில் இருந்து டிரான்ஸ்வாலுக்குச் செல்வதற்கு விதிக்கப்பட்ட தடையை எதிர்த்து மாபெரும் ஊர்வலம் நடத்தியது பற்றி வரலாற்றில் படித்திருக்கிறேன். ஆனால் இப்போது என் கண் முன்னாலேயே இந்தியர்கள் நடத்திய அறப்போரைக் காண முடிந்தது” என்று மண்டேலா பெருமையுடன் குறிப்பிட்டார்.

1947-இல் சிடில்ஸ்கியின் வழக்கறிஞர் நிறுவனத்தில் சட்ட உதவியாளர் பயிற்சிக் காலமான மூன்று ஆண்டுகளை மண்டேலா முடித்துவிட்டார். சட்டப் படிப்பில் முழு நேர மாணவராகச் சேர்ந்தார். பி.எல். படிப்பை முடித்து வழக்குரைஞராக வேண்டும் என்று விரும்பினார். சட்ட உதவியாளர் ஊதியம் தற்போது இல்லை. தென் ஆப்பிரிக்க பாண்டு நல அறக் கட்டளையிடம் சட்டப்படிப்புக்குக் கடனாக 150 பவுண்டு பெற்றார்.

1947-இல் மண்டேலா டிரான்ஸ்வால் வட்டார ஆ.தே.கா.வின் செயற்குழு உறுப்பினராகத் தேர்ந்தெடுக்கப் பட்டார். இப்பொறுப்பை ஏற்றவுடன் அரசியலில் தீவிரமாக ஈடுபடலானார். இதே ஆண்டில் விடுதலைப் போர் வரலாற்றில் ஒரு முக்கிய நிகழ்ச்சி ஏற்பட்டது. ஆ.தே.கா.வின் தலைவர் டாக்டர் சூமாவும், இந்தியர் காங்கிரசின் தலைவர்களான டாக்டர் டாடூவும், டாக்டர் நாய்க்கரும் இணைந்து டாக்டர்கள் ஒப்பந்தம் ஒன்றை வெளியிட்டனர். மூவரும் இணைந்து பொது எதிரியான இனவெறி அரசை எதிர்த்துப் போராடுவதென முடிவெடுத்தனர். பிற்காலத்தில் ஆப்பிரிக்க நிறத்தவரும் இவர்களுடன் இணைந்தனர்.

‘டாக்டர்கள் ஒப்பந்தம்’ ஏற்பட்டவுடன் அரசியல் களத்தில் சில கொடிய நிகழ்ச்சிகள் அரங்கேறின. 1948-இல் நடைபெற்ற பொதுத் தேர்தலில் ஸ்மட்ஸ் தலைமையிலான ஐக்கிய கட்சி தோல்வியுற்றது. டேனியல் மலானின் தேசியக் கட்சி ஆட்சியைக் கைப்பற்றியது. மலானின் இனவெறிக் கட்சி தேர்தலின்போது ‘கறுப்பர்களால் அபாயம்’ ‘இந்தியக் கூலிகளை ஆப்பிரிக்காவை விட்டு விரட்டுவோம்’ என்ற இரு முழக்கங்களை முன்வைத்து பிரச்சாரம் செய்தது. தேர்தலில்

வெள்ளையர்களுக்கு மட்டுமே வாக்குரிமை இருந்ததால் மலானின் இனவெறிக் கட்சி வெள்ளையரின் பேராதரவு பெற்று ஆட்சியைக் கைப்பற்றியது.

ஆப்பிரிக்கரும் இந்தியரும் அவர்களுக்கென்று ஒதுக்கப்பட்ட பகுதிக்குள் மட்டுமே குடியிருக்க வேண்டும். அவர்களுக்கு வாழும் உரிமை, தொழில் செய்யும் உரிமை வாக்குரிமை ஆகியவை பறிக்கப்பட வேண்டும். இவை தேசியக் கட்சியின் இனவெறிக் கொள்கை. மலானின் ஆட்சியில் 'ஆப்பிரிக்கான்' ஆட்சி மொழி ஆயிற்று. ஆங்கில மொழி கூட இரண்டாவது நிலைக்குத் தள்ளப்பட்டது. மலான் போர்த்துக்கீசிய வெள்ளையர் என்பது குறிப்பிடத்தக்கது. இவருடைய ஆட்சியில்தான் 'இன ஒதுக்கல்' எனும் 'Apartheid' என்ற ஆங்கிலச்சொல் பயன்படுத்தப்பட்டது. இதுவரை இல்லாத புதிய அடக்குமுறை ஆட்சி பதவிக்கு வந்ததை மண்டேலா அறிந்துகொண்டார்.

மலானின் இனவெறி ஆட்சி

மலானின் தேசியக் கட்சி பதவி ஏற்றவுடன் தன் கொடிய உருவத்தை வெளிப்படுத்தியது. ஆப்பிரிக்கர், நிறத்தவர் மற்றும் இந்தியர்களின் வாக்குரிமை முழுதும் பறிக்கப்பட்டது. வெள்ளையருக்கு மட்டுமே வாக்குரிமை என்ற சட்டம் கொண்டு வரப்பட்டது. 1949-இல் கலப்பின திருமணத் தடைச்சட்டம் நிறைவேற்றப்பட்டது. இதன்படி வெள்ளையர், வெள்ளையர் அல்லாதவருடன் திருமண உறவு கொள்வது தடை செய்யப்பட்டது. ஒழுக்கமின்மை சட்டம் நிறைவேற்றப்பட்டு வெள்ளையரும் வெள்ளையர் அல்லாதவரும் பாலியல் உறவு வைத்துக்கொள்வது தடை செய்யப்பட்டது. குழு இடப் பகுதி சட்டம் நிறைவேற்றப்பட்டு இன்ன இனத்தவர் இன்ன பகுதியில்தான் வாழ வேண்டும் என்று வரையறுக்கப்பட்டது. வெள்ளையர் வாழ்வதற்கு ஒரு நிலப்பரப்பு தேவை என்றால் அது சட்டபூர்வமாக எடுத்துக் கொள்ளப்பட்டது. ஜோகன்னஸ்பர்க் அருகிலிருந்த சோபியா நகரம் ஐம்பதாயிரம் மக்கள் தொகையைக் கொண்டது. இந்த நகருக்குள் கறுப்பு நிறத்தவர் நுழையக் கூடாது என அறிவித்தனர். இந்தத் தடை

நாளடைவில் பள்ளிக்கூடம், சாலைகள், ரயில், குளியல் குளம், கழிவறை என நீண்டது. பிறந்த சொந்த மண்ணிலேயே கறுப்பர்கள் சுதந்திரமாக வாழ முடியாதவர்களாயினர்.

இக்கொடிய சட்டங்களை எதிர்த்து மறியல், சட்டமறுப்பு, அறப்போராட்டம் நடத்துவதென இளைஞர் குழு தீர்மானித்தது. இந்தியாவில் காந்தியடிகள் நடத்திய அறப்போர் முறைகளைப் பின்பற்றித் திரளான மக்கள் பங்கு பெறும் போராட்டம் நடத்த 1947-இல் தீர்மானிக்கப்பட்டது. இப்போராட்டத்திற்கு ஆ.தே.கா. தலைவர் டாக்டர் கூமாவின் ஒப்புதல் பெற மண்டேலா அடங்கிய குழு அவரிடம் சென்றது. இப்போராட்ட முறைகளைத் தலைவர் கூமா தீவிரமாக எதிர்த்தார். மண்டேலாவையும் அவர் தோழர்களையும் கடுஞ்சொற்களால் வசைபாடி வீட்டைவிட்டு வெளியேற்றிவிட்டார்.

ஆ.தே.கா.வுக்கு அடுத்த டிசம்பர் மாதம் நடந்த தேர்தலில் இளைஞர் குழுவினர் டாக்டர் கூமாவைத் தோற்கடித்து டாக்டர் மொரோக்காவைத் தலைவராகத் தேர்ந்தெடுத்தனர். வால்டர் சிசுலு பொதுச்செயலராகவும், ஆலிவர் டாம்போ தேசிய செயற்குழு உறுப்பினராகவும் தேர்ந்தெடுக்கப்பட்டனர். கட்சித் தேர்தலில் தோல்வியுற்ற கூமா தேசிய செயற்குழு உறுப்பினர் பதவியிலிருந்தும் விலகினார். அந்தப் பதவிக்கு மண்டேலா நியமிக்கப்பட்டார். தற்போது இளைஞர் குழு ஆ.தே.கா.வின் தேசியப் பேரவையைக் கைப்பற்றியது.

கட்சியில் பெரும் மாற்றத்தினை முன்னின்று நடத்திய மண்டேலா அந்தக் கட்சிக் கூட்டத்தில் கலந்துகொள்ள முடியவில்லை. அந்தச் சமயத்தில் அவர் புதிய வழக்கறிஞர் நிறுவனத்தில் வேலைக்கு அமர்ந்திருந்தார். கட்சித் தேர்தல் நாட்களில் விடுப்பு தர மறுத்துவிட்டார்கள். விடுப்பு எடுத்துச் சென்றிருப்பாரானால் வேலையிலிருந்து விலக்கப்பட்டிருப்பார். பிறகு வருமானம் இன்றி அல்லற்பட நேரிடும்.

ஆ.தே.கா., பொதுவுடைமைக்கட்சி, இந்தியர் காங்கிரஸ் ஆகிய மூன்று இயக்கங்களும் இணைந்து 'பேச்சுச் சுதந்திரத்தைப் பாதுகாக்கும் மாநாட்டை' டிரான்ஸ்வால்

நகரில் நடத்தின. மாநாட்டில் மலானின் அரசுக்கு எதிராக மே 1-ஆம் நாள் பொது வேலைநிறுத்தம் அனுசரிப்பது என்று தீர்மானிக்கப்பட்டது. ஆப்பிரிக்கத் தொழிலாளர்கள் பெருவாரியாக வேலை நிறுத்தத்தில் கலந்து கொண்டு அதை வெற்றி பெறச் செய்தனர்.

இந்த வேலை நிறுத்தம்பற்றி மண்டேலாவுக்கும் இந்திய காங்கிரஸ் இளைஞர் காத்ரடாவுக்கும் கருத்து வேறுபாடு ஏற்பட்டது. ஆ.தே.கா. மற்ற இரு கட்சிகளுடன் சேர்ந்து போராட்டம் நடத்தியது தவறு என்றார் மண்டேலா. இந்தப் போராட்டத்திற்கு ஆப்பிரிக்கர்களின் ஆதரவு உள்ளது என்று காத்ரடா அறை கூவல்விட்டார். நாட்டுப் பற்றில் இந்தியர்கள் யாருக்கும் இளைத்தவர்கள் அல்லர் என்று காத்ரடா ஆவேசக்குரல் எழுப்பினார். மார்க்ஸ் இந்தச் சச்சரவில் தலையிட்டு இருவருக்கும் இடையே ஒற்றுமையை ஏற்படுத்தினார். அன்று முகிழ்த்த நட்பு இருவரும் ரோபன் தீவில் சுண்ணாம்பு சுமந்தபோதும் நீடித்தது.

அழிவின் அவைநீக்கி ஆறுஉய்த்து அழிவின்கண்
அல்லல் உழப்பதாம் நட்பு

என்ற வள்ளுவரின் குறளுக்கு இலக்கணமாகத் திகழ்ந்தது அவ்விருவர் நட்பு. அழிவைத் தரும் தீமைகளிலிருந்து விடுவித்து நல்ல வழியில் நடக்கச் செய்து, துன்பம் வந்தபோது உடனிருந்து துன்பப்படுவதே நட்பாகும் என்ற குறள் நெறிப்படி வாழ்ந்து காட்டினர்.

மே தின வேலை நிறுத்தப்போராட்டம் பெரும் வெற்றி பெற்றது. இவ்வெற்றி இனவெறி ஆட்சியின் ஆத்திரத்தைக் கிளறியது. மலான் அரசு 1950-இல் கம்யூனிச அடக்குமுறைச் சட்டத்தைக் (Suppression of Communism Act) கொண்டு வந்தது. இதன்படி கம்யூனிஸ்ட் கட்சி தடை செய்யப்பட்டது. கம்யூனிஸ்டாக இருந்தால் ஒருவருக்கு பத்தாண்டு சிறைத்தண்டனை விதிக்கப்படும். கம்யூனிஸ்ட் கொள்கைகளைப் பிரச்சாரம் செய்தால் தண்டிக்கப்படுவர் என்று சட்டம் கூறியது. தொழிற்சங்கங்கள் தடை செய்யப்பட்டன.

இந்தக் கொடுங்கோன்மையை எதிர்த்துப் பொதுவுடைமைக் கட்சி, ஆ.தே.கா., இந்தியர் காங்கிரஸ் மற்றும் சில கட்சிகள்

ஒருங்கிணைந்து குரல் கொடுத்தன. கம்யூனிச அடக்கு முறைச் சட்டத்தைக் கண்டித்தும், மே தினப் போராட்டத்தின் போது 18 ஆப்பிரிக்கர்கள் சுட்டுக்கொல்லப்பட்டதைக் கண்டித்தும் 1956 ஜூன் 26-ஆம் நாள் தேசிய எதிர்ப்பு நாளாகக் கடைப்பிடிக்கப்பட்டது.

இந்தக் காலகட்டத்தில் மண்டேலா ஒரு குறுகிய வட்டத்தில் செயல்பட்டு வந்தார். ஆப்பிரிக்க தேசிய காங்கிரசில் கம்யூனிஸ்ட்களையும், இந்தியர்களையும் சேர்க்கக்கூடாது என்று சொல்லிவந்தார். அவ்விரு இயக்கத்தினரையும் ஆ.தே.கா.வில் சேர்த்தால் அவர்கள் ஆப்பிரிக்கர்கள் மீது ஆதிக்கம் செலுத்துவார்கள் என்று எண்ணினார். ஆ.தே.கா.வின் தேசிய மாநாட்டில், பொதுவுடைமைவாதிகளை காங்கிரசிலிருந்து வெளியேற்ற வேண்டும் என்ற தீர்மானத்தை மண்டேலாவும் அவர் ஆதரவாளர்களும் கொண்டுவந்தனர்! மாநாட்டில் தீர்மானம் விவாதிக்கப்பட்டு வாக்கெடுப்பு நடத்தப்பட்டது. பெருவாரியான பிரதிநிதிகளால் தீர்மானம் நிராகரிக்கப்பட்டது.

இந்தக் காலத்தில் இனவெறி ஆட்சியை எதிர்த்து நடத்தப்படும் போராட்டங்கள் ஆ.தே.கா.வின் தலைமையில் மட்டுமே நடத்தப்பட வேண்டும் என மண்டேலா விரும்பினார். கட்சிக்கு அப்பாற்பட்ட தேசியவாதியாக அல்லாமல் ஒரு கட்சிவாதியாகவே மண்டேலா செயல்பட்டார்.

ஜூன் 26 ஆம் நாள் போராட்டத்தின்போது ஆ.தே.கா. தலைமை அலுவலகப் பொறுப்பை மண்டேலா ஏற்றுத் திறம்பட நடத்தி வந்தார். நாட்டின் பல்வேறு பகுதிகளில் நடைபெற்று வரும் போராட்ட ஏற்பாடுகளை ஒருங்கிணைக்கும் பணியை மேற்கொண்டு போராட்டத்தை வெற்றிகரமாக நடத்தினார்.

போராட்ட நாள் அன்று அவர் குடும்பத்திலும் ஒரு முக்கிய நிகழ்ச்சியாக மண்டேலாவின் இரண்டாவது மகன் பிறந்தான். குழந்தைக்கு மக்காத்தோலெவானிக்கா என்று பெயர் சூட்டினார். மக்காத்தோ என்பவர் ஆ.தே.கா.வின் தலைவராக 1917 முதல் 1925 வரை பதவி வகித்தவர். லெவானிக்கா என்பது ஜாம்பியா நாட்டின் தலைவர் பெயர்.

கொடுங்கோலை எதிர்த்து சட்ட மறுப்புப் போர்

1950 -இல் மலானின் இனவெறி ஆட்சி கம்யூனிச அடக்குமுறைச் சட்டத்துடன் மேலும் சில கொடிய சட்டங்களை நிறைவேற்றியது. மக்கள் தொகை பதிவுச் சட்டம், இட ஒதுக்கீட்டுச் சட்டம், நகருக்குள் நுழையும் சட்டம், இன வழி பிரிவினைச் சட்டம் எனப்பல கொடிய சட்டங்களை நிறைவேற்றி ஆப்பிரிக்கர்களையும், இந்தியர்களையும் விலங்கினும் கேவலமாக நடத்தியது.

மக்கள் தொகை பதிவுச் சட்டத்தின்படி நிறம் ஒன்றை மட்டும் அடிப்படையாக வைத்து மக்கள் இனம் வாரியாகப் பிரிக்கப்பட்டு ஒருவரின் தோல் கறுப்பா, மாநிறமா, வெள்ளையா என்பதை வைத்து ஒருவரின் இனம் தீர்மானிக்கப்பட்டது. ஒரே குடும்பத்தில் நிறத்தால் வேறுபட்டவர்களைக் கறுப்பர் என்றும் நிறத்தவர் என்றும் வேறுபடுத்திப் பல குடும்பங்களில் பிளவை ஏற்படுத்தி நாசம் செய்தார்கள்.

வெள்ளையர்களுக்கு மேலும் நிலம் வேண்டி இருந்தால், ஒரு குறிப்பிட்ட நிலப்பரப்பு வெள்ளையர்க்கு

மட்டுமே என அறிவித்து அங்குப் பல தலைமுறைகளாக வாழ்ந்து வந்த மற்ற இனத்தவர் கட்டாயமாக வெளியேற்றப்பட்டார்கள். அத்தகைய கறுப்பர் வெளியேற்றங்களில் முதலிடம் பெற்றது சோபியா நகரம். ஜோகனஸ்பர்க்கிற்குத் தெற்குப் பக்கத்தில் அமைந்திருந்த சோபியா நகரில் சுமார் ஒரு லட்சம் மக்கள் பாட்டன், முப்பாட்டன் காலத்திலிருந்து வாழ்ந்துவந்தனர். கறுப்பர்களின் பண்பாட்டு மையமாக சோபியா விளங்கியது. 1950-ல் சோபியாவிலிருந்து கறுப்பரை வெளியேற்றும் சட்டம் கொண்டுவரப்பட்டாலும் மக்களின் ஒன்றுபட்ட எதிர்ப்பால் 1953 வரை அரசால் ஒன்றும் செய்யமுடியவில்லை.

1951-இல் இனவேற்றுமை அடிப்படையில் இரு புதிய சட்டங்கள் கொண்டுவரப்பட்டன. முதலாவது சட்டப்படி நிறத்தவர்களுக்கு இருந்த வாக்குரிமை பறிக்கப்பட்டு கேப் பகுதியில் மட்டும் அவர்களுக்கு வாக்கு அளிக்கப்பட்டது. இரண்டாவது சட்டமான பாண்டுகள் ஆணைய சட்டப்படி கறுப்பினத்தவருக்கிருந்த பழங்குடி மக்கள் பிரதிநிதித்துவ சபை கலைக்கப்பட்டது. பழங்குடி மக்களின் தலைவர்களை அரசே நியமிக்கும் முறை அமலுக்கு வந்தது. இச்சட்டத்தால் பல்வேறு பழங்குடி மக்களிடையே மோதல்கள் ஏற்பட்டன.

இக்கொடிய சட்டங்களை எதிர்க்கக் கறுப்பர், இந்தியர், நிறத்தவர் ஆகிய முத்தரப்பினரும் டாக்டர் சிசுலு தலைமையில் இணைந்து சட்ட மறுப்பு இயக்கம் நடத்துவதெனத் தீர்மானிக்கப் பட்டது. 1952 ஏப்ரல் 6-ஆம் தேதிக்குள் இக்கொடிய சட்டங்களை அரசு திரும்பப்பெறாவிட்டால் போராட்டம் நடத்துவதென அரசுக்கு முன் அறிவிப்பு செய்ய முடிவெடுக்கப் பட்டது. ஏப்ரல் 6-ஆம் நாள் முக்கியத்துவம் வாய்ந்தது. 1652 ஏப்ரல் 6-ஆம் நாளன்று ஜான்பேன் ரைபெக் என்ற வெள்ளையர் நன்னம்பிக்கை முனையில் காலடி எடுத்து வைத்தார். வெள்ளையர்கள் ஒவ்வொரு ஆண்டும் ஏப்ரல் 6-ஆம் நாளை தேசிய நாளாக விழா எடுத்து வந்தனர். விழாவில் "ஆப்பிரிக்கா வெள்ளையருக்கே" என்று முழக்கம் எழுப்பி வந்தனர். எனவே அதே நாளன்று சட்ட மறுப்பு இயக்கத்தைத் தொடங்கப் போராட்டக் குழு தீர்மானித்தது.

அண்ணல் காந்தியடிகள் கடைப்பிடித்த அறப்போர் முறையைப் பின்பற்றுவதென முடிவெடுக்கப்பட்டது. காந்தியடிகள் மகன் மணிலால் காந்தி அறப்போர்க் குழுவில் கலந்து கொண்டு அறவழிப்போரே சிறந்தது என்று கூறினார். தென்னாப்பிரிக்க இந்தியர் காங்கிரசின் முக்கிய தலைவராக விளங்கிய மணிலால் ‘இந்தியர் கருத்து’ என்ற செய்தித்தாளின் ஆசிரியராகவும் செயல்பட்டார்.

சட்ட மறுப்புப் போர் இரு கட்டங்களாக நடைபெற்றன. முதற் கட்டமாக வெள்ளையர் மட்டுமே அனுமதிக்கப்பட்ட ரயில்பெட்டிகளிலும், அஞ்சலகங்களிலும் போராட்டத் தொண்டர்கள் சட்டத்தை மீறி நுழைந்தார்கள். இரண்டாவது கட்டமாக தொழிலாளர்கள், பொதுமக்கள் ஒன்றுசேர்ந்து வேலை நிறுத்தம் செய்தார்கள். அறப்போரின் முதல் நாளன்று 250 தொண்டர்கள் கைது செய்யப்பட்டார்கள். ஒரு சில மாதங்களில் 8500 அறப்போர் வீரர்கள் கைது செய்யப்பட்டுச் சிறையில் அடைக்கப்பட்டனர்.

1952 சூலை 30-ஆம் நாள் மண்டேலா கம்யூனிச அடக்கு முறைச் சட்டத்தின் கீழ் கைது செய்யப்பட்டார். மண்டேலா, சிசுலு, மார்க்ஸ், டாக்டர் மொரோக்கோ ஆகிய ஆ.தே.கா. தலைவர்கள், டாக்டர் டாடூ, யூசுப் கச்சாலியா, அகமத் கத்ரடா ஆகிய இந்தியர் காங்கிரஸ் தலைவர்கள் உள்பட 21 தலைவர்கள் மீது 1952 செப்டம்பரில் வழக்கு தொடரப்பட்டது.

வழக்கு நடந்தபோது ஒரு துரோகச் செயல் அரங்கேறியது. ஆ.தே.கா. தலைவர் டாக்டர் மொரோக்கோ நீதிமன்றத்தில் தனது குற்றத்தை ஒப்புக்கொண்டதுடன் வெள்ளையரும் கறுப்பரும் என்றைக்கும் சமம் ஆக முடியாது என்று கூறி இயக்கத்திற்குத் துரோகம் செய்துவிட்டார்.

1952 டிசம்பர் 2-ஆம் நாள் நீதிபதி ரூம்பஃப் குற்றம் சாட்டப்பட்ட அனைவருக்கும் ஒன்பது மாதக் கடுங்காவல் தண்டனை விதித்தார். ஆனால் இப்போராட்டத்தினால் ஆ.தே.கா.வின் வலிமை பெருகியது. ஒரு சில ஆயிரங்களாக இருந்த ஆ.தே.கா.வின் உறுப்பினர் எண்ணிக்கை ஒரு லட்சமாக உயர்ந்தது.

வழக்கறிஞராக மண்டேலா

விட்வாட்டர்ஸ்ராண்ட் சட்டக் கல்லூரியில் சேர்ந்த மண்டேலா சட்டப் படிப்பில் பல பாடங்களில் தேர்ச்சி பெறவில்லை. ஆனால் தென்னாப்பிரிக்க நீதித்துறை மரபுப்படி சட்ட ஆலோசகராகப் பணிபுரியத் தேர்வு எழுதி அதில் வெற்றியும் பெற்றுவிட்டார். இதன் மூலம் தனியாக வழக்குகளை எடுத்து நடத்தத் தகுதி பெற்றார்.

மண்டேலா சிடில்ஸ்கி நிறுவனத்திலிருந்து விலகிய பிறகு டெர்பலான் – பிரிக்கிஷ் என்ற வழக்கறிஞர் நிறுவனத்தில் ஜூனியராகச் சேர்ந்து பணியாற்றினார். இந்த நிறுவனம் கறுப்பர்களிடம் கருணையுடன் நடந்துகொண்டது. வருவாயில் ஒரு பகுதியை ஆப்பிரிக்கரின் கல்வி வளர்ச்சிக்காகச் செலவிட்டது. பல மாதங்கள் மண்டேலா இந்நிறுவனத்தில் பணியாற்றிய பின் எம்.எம். பாஸ்நர் என்ற வழக்கறிஞருடன் சேர்ந்து சட்டப் பணியைத் தொடர்ந்தார். பாஸ்நர் ஒரு முற்போக்குவாதி. கம்யூனிஸ்ட் கட்சி உறுப்பினர். இவர் நீதிமன்றத்தில் ஆப்பிரிக்க அரசியல் தலைவர்களுக்காக வாதாடி வந்தார்.

1952-இல் ‘மண்டேலாவும் டாம்போவும்’ என்ற பெயரில்

வழக்கறிஞர் நிறுவனம் ஒன்றை இருவரும் இணைந்து ஜோகன்னஸ்பர்க்கின் மையப்பகுதியில் "சான்சலர் அவுஸ்" என்னும் கட்டடத்தில் தொடங்கினார்கள். இந்தக் கட்டடம் இந்தியர் ஒருவருக்குச் சொந்தமானது. இந்த நிறுவனத்தில் ஜ-ெபெய்தா படேல் என்ற இந்தியப் பெண்மணி செயலராகப் பணிபுரிய வந்தார். கறுப்பர் இன வழக்கறிஞர்களின் ஒரே அலுவலகம் என்பதால் தொடக்கம் முதலே நிறைய வழக்குகள் வந்து குவிந்தன. ஆப்பிரிக்கர்கள் தங்கள் குறைகளை, துன்பங்களை மண்டேலாவிடமும், டாம்போவிடமும் கூறினால் தங்களுக்கு நியாயம் கிடைக்கும் என்று நம்பினார்கள்.

பல்வேறு இனவெறிச் சட்டங்களால் அல்லற்பட்ட அப்பாவிமக்கள் இந்நிறுவனத்தை நாடி வந்தனர். பெரும்பாலான வழக்குகள் அநீதியானவை. கறுப்பர் ஏதாவது ஒரு வேலை செய்து பிழைத்தால் அது வெள்ளையருக்கு ஒதுக்கின வேலை, அதை நீ எப்படி செய்யலாம் என்று ஒரு அநியாய வழக்கு, வேலை எதுவும் இல்லாமல் திரிந்தால் நீ இங்கு ஏன் வந்தாய் என்று சந்தேக வழக்கு.

சாதாரண மக்கள் மட்டுமல்ல, மண்டேலா போன்ற வழக்குரைஞர்களும் நீதிமன்றங்களில் பட்ட அவமானங்கள், இழிவுகள் கொஞ்ச நஞ்சமல்ல. கறுப்பின வழக்குரைஞர் மண்டேலா கேட்ட கேள்விகளுக்கு வெள்ளைக்காரக் குற்றவாளிகளும் சாட்சிகளும் பதில் சொல்ல மறுத்தனர். வெள்ளைய நீதிபதி அவர்களைக் கண்டிப்பதற்குப் பதில் தானே அவர்களிடம் கேள்விகளைக் கேட்டுப் பதில்களைப் பெறுவார். ஒரு நீதிபதி மண்டேலாவை வழக்குரைஞர் என்று ஒத்துக்கொள்ள மறுத்தார். வழக்குரைஞருக்கான சான்றிதழைக் கொண்டுவா என்று கூறியதுடன் நீதிமன்றத்திலிருந்து வெளியேற ஆணையிட்டார். பின்னர் மண்டேலா உச்ச நீதிமன்றத்தில் விண்ணப்பித்து வழக்கை வேறு நீதிமன்றத்திற்கு மாற்றினார்.

மண்டேலாவும் டாம்போவும் நகர எல்லைக்குள் செயல் புரிவது ஒரு சட்டத்தின்படி குற்றம் என்று கூறப்பட்டு பல கிலோ மீட்டர் தூரத்தில் உள்ள கறுப்பர் குடியிருப்பில் அலுவலகம் வைத்துக்கொள்ள ஆணையிடப்பட்டது. அஞ்சா நெஞ்சு படைத்த

இருவரும் ஆணையைப் புறக்கணித்து நகரிலேயே பணியாற்றினார்கள். வெளியூர் நீதிமன்றங்களுக்குச் சென்று வழக்காடும் போது கறுப்பரான மண்டேலா எங்ஙனம் வழக்குரைஞராக ஆக முடிந்தது என்ற கேள்விதான் முதலில் எழும்.

மண்டேலாவின் குறுக்கு விசாரணையில் அறிவுக்கூர்மையும் நகைச்சுவையும் மிளிரும். ஒரு வழக்கில் ஒரு வெள்ளைக்காரப் பெண் தன்னிடம் வேலை செய்து வந்த கறுப்பினப் பெண் தனது பாவாடையைத் திருடிச் சென்றதாக வழக்கு தொடுத்தாள். பணிப் பெண்ணுக்காக வாதாடிய மண்டேலா வெள்ளையப் பெண்ணின் உள் ஆடைகளைக் காட்டி "இது உங்களுடையதா?" என வினவினார். வெட்கம் அடைந்த பெண் "இல்லை" என்று பதில் கூறினாள். கறுப்பின பணிப்பெண் விடுதலை பெற்றாள்.

மண்டேலா திட்டம்

1952 -இல் ஆப்பிரிக்க தேசிய காங்கிரசின் ஆண்டு மாநாடு நடைபெற்றது. கிறிஸ்தவப் பாதிரியாராகவும், இனக் குழுத் தலைவராகவும் இருந்த ஆல்பர்ட் லூதுலி தலைவராகத் தேர்ந்தெடுக்கப்பட்டார். மண்டேலா துணைத் தலைவராகத் தேர்ந்தெடுக்கப்பட்டார். ஏற்கனவே வகித்து வந்த டிரான்ஸ்வால் வட்டார ஆ. தே. கா.வின் தலைவராகவும் தொடர்ந்து செயலாற்றி வந்தார்.

லூதுலி தலைவராகத் தேர்ந்தெடுக்கப்பட்டவுடன் ஆளுநர் அவரை அழைத்து தலைவர் பதவியிலிருந்து விலக வேண்டும். இன்றேல் இனக்குழுத் தலைவர் பதவியிலிருந்து அகற்றப்படுவதோடு உதவித்தொகையும் நிறுத்தப்படும் என எச்சரித்தார். லூதுலி அரசு தந்த பதவியைத் துறந்து உணர்ச்சிகரமான அறிக்கை ஒன்றை வெளியிட்டார். "சிலுவையை சுமக்காமல் நாட்டின் விடுதலையை அடைய முடியாது என்பதை அறிவேன்". 30 ஆண்டுகளாகக் கூலிக்காக அடிமையாக வேலை செய்வதை விட, மக்களின் சுதந்திரத்திற்காகப் போராட என்னை அர்ப்பணித்துக் கொள்கிறேன். ஆப்பிரிக்க

மக்கள் இதில் கலந்து போராட முன்வர வேண்டும்" என அறப்போர் முழக்கம் விடுத்தார்.

லுதுலி வழக்கு மன்றத்தில் வாதாடும்போதும் மக்கள் மன்றத்தில் பேசும்போதும் காந்தியடிகளையே உதாரணம் காட்டுவார். லுதுலி தென்னாப்பிரிக்காவின் காந்தி என்றே போற்றப்பட்டார். லுதுலி தலைமையிலும் மண்டேலாவின் துணைத் தலைமையிலும் ஆ.தே.கா. ஒரு வலிமை மிகுந்த மக்கள் இயக்கமாக மாறியது.

1950-இல் கம்யூனிஸ்ட் கட்சியைத் தடை செய்தது போல் ஆ.தே.கா.வை இன வெறி அரசு தடை செய்யக் கூடும் என்று மண்டேலா எண்ணினார். அத்தகைய சூழ்நிலை ஏற்பட்டால் ஆ.தே.கா.வின் பணிகள் முடங்கிவிடாமல் இருக்க மண்டேலா ஒரு திட்டம் தீட்டினார். அதற்கு மண்டேலா திட்டம் என்று பெயரிடப்பட்டது. அந்தத் திட்டத்தைப் பற்றி மண்டேலாவே பின்வருமாறு விவரிக்கிறார்.

"நமது இயக்கத்தை வலிமைப்படுத்த ஆ.தே.கா.வின் தலைமையகமும், தேசிய செயற்குழுவும், இந்தியர் காங்கிரசும் இணைந்து செயல் திட்டம் ஒன்றை வகுத்துள்ளது. அதற்கு மண்டேலா திட்டம் என்று பெயர். எல்லா மாநிலங்களும் மண்டேலா திட்டத்தை அமல்படுத்த அறிவுறுத்தப்பட்டுள்ளது. இத்திட்டத்தின் அடிப்படைத் தத்துவம் என்னவென்றால் நாம் இனவெறி ஆட்சியை எதிர்த்துப் பொதுக் கூட்டங்கள் நடத்துவது, துண்டு அறிக்கைகள் வெளியிடுவது போன்ற பழைய முறைகள் மட்டும் போதாது.

மண்டேலா திட்டத்தின் முக்கிய குறிக்கோள்கள்:-

1. ஆ.தே.கா.வின் கட்சி அமைப்பை வலுப்படுத்துவது.
2. கட்சி தன் தேசிய அளவில் எடுக்கும் முடிவுகளை பொதுக் கூட்டங்கள் நடத்தாமலும், துண்டு அறிக்கை வெளியிடாமலும் கட்சியின் ஒவ்வொரு உறுப்பினருக்கும் தெரியப்படுத்தல்.
3. உள்ளூர் மக்களின் எண்ணங்களையும், வலிமையையும் பிரதிபலிக்கும் வகையில் காங்கிரசின் உள்ளூர்க் கிளைகளை வலுப்படுத்துதல்.

4. பொது மக்களுக்கும் ஆ.தே.கா.வுக்கும் உள்ள உறவை வலுப்படுத்தி காங்கிரசின் தலைமையை வலிமை மிக்க அமைப்பாக்குதல்.

கட்சித் தொண்டர்கள் ஒவ்வொரு ஊரிலும் வீடு தோறும் சென்று கொள்கைப் பிரச்சாரம் செய்து கட்சிக்குப் புதிய உறுப்பினர்களைச் சேர்த்து இயக்கத்தை வலிமையாக்க மண்டேலா வேண்டுகோள் விடுத்தார்.

மண்டேலாவுக்குத் தற்போது வழக்குரைஞர் பணியில் ஓரளவு வருவாய் வந்தது. அதைக்கொண்டு ஒரு ஓல்ட்ஸ்மொபைல் கார் வாங்கிப் பயன்படுத்தி வந்தார். புதிதாக பேண்ட், கோட்டும் தைத்துக் கொண்டார். 1953 செப்டம்பர் 3 ஆம் நாள் விடிகாலை 3 மணி அளவில் எழுந்து ஜோகன்னஸ்பர்க்கிலிருந்து ஃபிரீஸ்டேட்டில் உள்ள வில்லியர்ஸ் என்ற ஊருக்குக் கிளம்பினார். விடிகாலையில் நெடுஞ்சாலைகள் அமைதியாக இருக்குமாகையால் மண்டேலா ஆழ்ந்த சிந்தனையுடன் அந்நேரத்தில் பயணம் செய்தார். பொழுது விடிந்த பின் வில்லியர்ஸ் வந்து சேர்ந்தார். அங்குள்ள 'கோர்ட் அவுஸ்' என்ற கட்டடத்திற்குள் அடியெடுத்து வைத்தார். ஏற்கெனவே அங்கு தயாராய் காத்திருந்த காவல் துறையினர் மண்டேலாவிடம் அரசு ஆணை ஒன்றைக் கொடுத்தார்கள். கம்யூனிச அடக்குமுறைச் சட்டத்தின்படி அவருக்குச் சில தடைகள் விதிக்கப்பட்டன. அதன்படி மண்டேலா இரு ஆண்டுகளுக்கு எந்தக் கூட்டங்களிலும் கலந்துகொள்ளவோ, சொற்பொழிவு ஆற்றவோ கூடாது என்றும் ஜோகன்னஸ்பர்க் நகர எல்லையைவிட்டு வெளியே செல்லக்கூடாது என்றும் தடை விதிக்கப்பட்டது. ஆ.தே.கா.விலிருந்து விலக வேண்டும் என்று கடுமையான உத்தரவு பிறப்பிக்கப்பட்டது.

தடை உத்தரவு பெறும்போது மண்டேலாவுக்கு முப்பத்தைந்து வயது. தடைகளை மீறினால் சிறையில் தள்ளப்படுவார். வெளியில் இருந்து மறைமுகமாகச் செய்யக் கூடிய கட்சிப் பணிகளைக் கூட அப்போது செய்ய முடியாமல் போகலாம். எனவே தடையை மீறி மண்டேலா நன்மை தராத விளைவுகளை ஏற்க விரும்பவில்லை. கனத்த உள்ளத்தோடு மண்டேலா ஜோகன்னஸ்பர்க் திரும்பினார்.

தடை உத்தரவு பெற்ற அடுத்த மாதத்தில் ஆ.தே.கா.வின் டிரான்ஸ்வால் மாநாட்டில் தலைமை உரையாற்ற வேண்டி இருந்தது. மாநாட்டில் கலந்துகொள்ள முடியாததால் அவர் எழுதிய தலைமையுரை மாநாட்டில் படிக்கப்பட்டு பெரும் வரவேற்பைப் பெற்றது. இந்திய விடுதலைப் போரில் காந்தி அடிகளின் வலக்கரமாக விளங்கிய பண்டித நேரு ஆற்றிய சொற்பொழிவு ஒன்றிலிருந்து "விடுதலையை நோக்கி நடை போடுவது எளிதானதல்ல" என்ற ஒரு வரியை எடுத்துத் தன் தலைமை உரையைத் தொடங்கியிருந்தார்.

1954 ஏப்ரலில் அரசு வழக்கறிஞர் தெ.ஆ. உச்ச நீதிமன்றத்தில் ஒரு வழக்கு தொடர்ந்தார். மண்டேலா அரசுக்கு எதிராக அரசியல் நடவடிக்கைகளில் ஈடுபடுவதால் வழக்கறிஞராகத் தொழில் செய்யத் தகுதியற்றவர் என்று அறிவிக்க விண்ணப்பம் செய்யப்பட்டது. இந்த வழக்கில் எதிர்பாராதவிதமாக வெள்ளை வழக்கறிஞர்கள் தொழில் உரிமை என்ற முறையில் இதை எதிர்க்க முன்வந்தனர். ஜோகன்னஸ்பர்க் பார் கவுன்சில் தலைவர் பொல்லாக், மண்டேலாவுக்கு ஆதரவாக வாதாடினார். தான் நம்புகின்ற இலட்சியத்திற்காகப் போராடும் உரிமை ஒரு வழக்கறிஞருக்கு உண்டு என்று நீதிபதி ராம்ஸ்பாட்டம் நல்ல தீர்ப்பு வழங்கினார்.

விடுதலை சாசனம்

ஆதிக்க சக்திகளிடம் அடிமைப்பட்டு அல்லலுற்ற ஒவ்வொரு இனமும் தாங்கள் விடுதலை பெற்றபின் அமைய வேண்டிய அரசியல் அமைப்பை மக்களின் முன்னால் கொண்டுவந்து நிறுத்தி அவர்களை எழுச்சி பெற வைக்கின்றன. 1776-ஆம் ஆண்டு அமெரிக்க விடுதலைப் பிரகடனமும், 1789-ஆம் ஆண்டு பிரான்சின் மனித உரிமைகள் பிரகடனமும் உலகெங்கும் அடிமைப்பட்டுக் கிடந்த மக்களுக்கு ஒரு கலங்கரை விளக்கமாகத் திகழ்கின்றன. 17-ஆம் நூற்றாண்டில் இங்கிலாந்தில் நாடாளு மன்றத்திற்கு அதிகாரமா, மன்னருக்கு அதிகாரமா என்ற பிரச்சினை எழுந்து இறுதியில் 1649-ல் முதலாம் சார்லஸ் மன்னனின் தலை துண்டிக்கப்பட்டது.

அல்லற்பட்டு ஆற்றாது அழுத
கண்ணீர் அன்றே
செல்வத்தைத் தேய்க்கும் படை

என்பது பொய்யாமொழி. நல்லாட்சி செய்யாதவனுடைய செல்வத்தைத் தேய்த்து அதை அழிக்கவல்ல படை, அவனால் மக்கள் துன்பப்பட்டுத் துன்பம் பொறுக்க முடியாமல் அழுத கண்ணீரே ஆகும்.

லுதுலி ஆப்பிரிக்க தேசிய காங்கிரசின் தலைவராகப் பொறுப்பேற்ற பின் கட்சி புதிய வலிவும் பொலிவும் பெற்று விளங்கியது. ஆ.தே.கா.வின் ஆண்டு மாநாடு நன்னம்பிகை முனையில் நடைபெற்றது. மாநாட்டில் மண்டேலா பின்வரும் வேண்டு கோளை முன்வைத்தார். "ஆ.தே.கா.வின் சார்பில் ஒரு தேசிய மாநாடு நடத்தப்பட வேண்டும். அதில் ஆப்பிரிக்காவைச் சேர்ந்த அனைத்து மக்களும் இனம், நிறம் ஆகிய பாகுபாடின்றி ஒன்றுகூடி எதிர்கால மக்களாட்சி தென் ஆப்பிரிக்காவுக்கு ஒரு விடுதலை சாசனத்தை (Freedom Charter) உருவாக்க வேண்டும்." அமெரிக்காவில் பல்கலைக்கழகப் பேராசிரியராகப் பணியாற்றித் தாயகம் திரும்பிய மேத்யூஸ் என்பவரும் இதே யோசனையைத் தெரிவித்தார்.

இந்தச் சிறப்பான ஆலோசனையை ஏற்று மக்கள் காங்கிரசின் பிரதிநிதித்துவ சபை (Council of the Congress of People) ஒன்று நிறுவப்பட்டது. விடுதலை பெற்ற தென் ஆப்பிரிக்காவின் அடித்தளமான இலட்சியங்கள் விடுதலை சாசனத்தில் இடம்பெற வேண்டும் என்று தீர்மானிக்கப்பட்டது. இதற்காக ஆ.தே.கா. தொண்டர்கள் நாடு முழுவதும் சுற்றுப்பயணம் சென்று எதிர்கால அரசு பற்றிய மக்களின் கருத்துக்களை எழுத்துப் பூர்வமாக எழுதி வாங்கி வந்தனர்.

ஜோகன்னஸ்பர்க்கிற்கு சில கிலோ மீட்டர் தூரத்தில் இருந்த கிளிப்டவுன் என்ற நகரில் மக்கள் காங்கிரசின் பிரதிநிதிகள் சபை கூடியது. 1955 சூன் 25, 26 தேதிகளில் மாநாடு கூடியது. மாநாட்டில் ஆ.தே.கா., இந்தியர் காங்கிரஸ், நிறத்தவர், முற்போக்கு வெள்ளையர் சார்பாக ஜனநாயகக் காங்கிரஸ் ஆகிய பல்வேறு அமைப்புகளின் பிரதிநிதிகள் சுமார் 3000 பேர் கலந்துகொண்டனர். இதில் 300-க்கும் அதிகமானவர்கள் இந்தியர் காங்கிரசின் பிரதிநிதிகள். விடுதலை சாசனம் ஆங்கிலம், சோதோ, சோசா மொழிகளில் படிக்கப்பட்டு பிரதிநிதிகள் எழுந்துநின்று ஆரவாரக் குரல் எழுப்பி தங்கள் ஒரு மனதான ஆதரவைத் தெரிவித்தனர். தென்னாப்பிரிக்க விடுதலைப் போரில் புரட்சிகர ஆவணமாக சாசனம் வரலாற்றில் இடம் பெற்றது.

விடுதலை சாசனத்தின் முக்கிய அம்சங்கள் பின்வருமாறு:-

தென் ஆப்பிரிக்க மக்களாகிய நாங்கள் எங்கள் நாட்டிற்கும் மற்றும் உலகிற்கும் அறிவிக்க விரும்புவது:

தென்னாப்பிரிக்கா இங்கு வாழும் கறுப்பர் மற்றும் வெள்ளையர் ஆகிய அனைத்து மக்களுக்கும் உரிமையுள்ளது. மக்களின் விருப்பத்தின் அடிப்படையில் அமையாத எந்த அரசும் மக்கள் மீது எவ்வகை அதிகாரமும் செலுத்த முடியாது.

அநீதி, ஏற்றத் தாழ்வுகள் ஆகியவற்றின் மீது அமைந்த ஓர் அரசால் எங்களின் பிறப்புரிமைகளான நிலம், உரிமைகள் மற்றும் அமைதி ஆகியவை பறிக்கப்பட்டுள்ளன.

அனைத்து மக்களின் விருப்பத்தின் அடிப்படையில் அமைந்த ஒரு மக்களாட்சி மட்டுமே நிறம், இனம், பால், மத நம்பிக்கை ஆகிய வேறுபாடுகளின்றி அனைவருக்கும் அவர்களது பிறப்புரிமைகளைப் பெற்றுத்தர இயலும்.

தென்னாப்பிரிக்க மக்களாகிய நாம் சமமானவர்கள், சகோதரர்கள் என்ற எண்ணத்தில் இந்த விடுதலை சாசனத்தை ஏற்றுக் கொள்கிறோம். இங்கு ஜனநாயக மாற்றங்கள் வெற்றியடையும் வரை நாங்கள் ஒன்றுசேர்ந்து இதற்காகப் பாடுபடுவோம் என்று உறுதியளிக்கிறோம்.

1. மக்களுக்கே அதிகாரம்

சட்டங்களை உருவாக்கும் அனைத்து அமைப்புகளுக்கும் வாக்களிக்கவும், வேட்பாளராக நிற்கவும் ஒவ்வொரு ஆணுக்கும், பெண்ணுக்கும் சம உரிமை உண்டு.

இனம், நிறம், பால் வேறுபாடின்றி மக்களின் உரிமைகள் சமமாகவே இருக்கும்.

சிறுபான்மை ஆட்சியின் அனைத்து அமைப்புகளும் மாற்றப்பட்டு மக்களாட்சி அமைப்புகளாகும்.

2. தேசியப் பிரிவுகள் அனைத்துக்கும் சம உரிமை

தேசியப் பிரிவுகள், இனங்கள் யாவற்றுக்கும் அரசு அமைப்புகளிலும், நீதிமன்றங்களிலும், கல்விக் கூடங்களிலும் சமமான தகுநிலை அளிக்கப்படும்.

தங்கள் சொந்த மொழிகளைப் பயன்படுத்தவும், தத்தமது பாரம்பரியப் பண்பாட்டையும் பழக்க வழக்கங்களை வளர்க்கவும் அனைத்து மக்களுக்கும் சம உரிமை உண்டு.

தேசிய, இன மற்றும் நிற வேற்றுமைகளைக் கடைப் பிடிப்பதும், போதிப்பதும் தண்டனைக்குரிய குற்றமாகும். இன ஒதுக்கல் சட்டங்கள், நடைமுறைகள் யாவும் அடியோடு ரத்து செய்யப்படும்.

3. நாட்டின் செல்வம் அனைவருக்கும் சொந்தம்

தென் ஆப்பிரிக்கர்களின் பரம்பரைச் சொத்தாகிய நமது நாட்டின் தேசியச் செல்வங்கள் மக்களுக்கே மீட்டளிக்கப்படும்.

மண்ணுக்கு அடியில் உள்ள கனிம வளம், வங்கிகள், ஏகபோகத் தொழில்கள் மக்களின் உடைமை ஆக்கப்படும்.

விரும்பும் இடத்தில் வணிகம், தொழில்களில் ஈடுபட அனைத்து மக்களுக்கும் சம உரிமை உண்டு.

4. உழுபவருக்கே நிலம் சொந்தம்

இன அடிப்படையில் நில உடைமைக்கு உள்ள தடைகள் அகற்றப்படும். பஞ்சத்தையும் நிலப் பசியையும் ஒழிக்கும் வகையில் நிலமனைத்தும் உழுபவர்களுக்கு மறுவிநியோகம் செய்யப்படும்.

உழவர்களுக்குக் கருவிகள், விதைகள், இயந்திரக் கலப்பை அளிக்கப்படும்; அணைகள் கட்டித்தரப்படும். கட்டாய உழைப்பும், பண்ணைச் சிறைகளும் ஒழிக்கப்படும்.

5. சட்டத்தின் முன் அனைவரும் சமம்

நியாயமான விசாரணையின்றி யாரையும் சிறைப்படுத்துவதோ, நாட்டைவிட்டு வெளியேற்றுவதோ, கட்டுத்தளைகளுக்கு உட்படுத்துவதோ நடைபெறாது.

நீதிமன்றங்கள் நடுநிலையாகச் செயல்படும்.

இனம், நிறம் அல்லது நம்பிக்கைகளின் அடிப்படையில் பாகுபாடு செய்யும் சட்டங்கள் ரத்து செய்யப்படும்.

6. அனைவருக்கும் சம உரிமைகள்

பேச்சுரிமை, அமைப்பில் சேரும் உரிமை, ஒன்றுகூடும் உரிமை, பிரசுர உரிமை, கற்பிக்கும் உரிமை, தொழுகை உரிமை ஆகியவற்றுக்கு சட்டம் உறுதி அளிக்கும்.

குடிமக்கள் எங்கு வேண்டுமானாலும் - வெளிநாடுகள் உள்பட பயணம் செய்ய உரிமை உண்டு.

7. வேலையும் பாதுகாப்பும் இருக்கும்

தொழிலாளர்கள் தொழிற்சங்கம் அமைக்கவும், தங்கள் முதலாளிகளோடு ஊதிய ஒப்பந்தம் செய்துகொள்ளவும் உரிமை உண்டு.

வேலை செய்வது அனைவரின் உரிமையும், கடமையும் ஆகும். வேலையின்மைக்கான அனைத்து உதவிகளையும் பெறும் உரிமையை அரசு அங்கீகரிக்கும்.

அனைத்து இனங்களைச் சேர்ந்த ஆண்களும் பெண்களும் சம வேலைக்குச் சமமான ஊதியம் பெறுவர்.

தொழிலாளர்களுக்கு வாரத்திற்கு 40 மணி நேர உழைப்பு, குறைந்தபட்சக் கூலி, ஊதியத்துடன் கூடிய ஆண்டு விடுப்பு, நோய் விடுப்பு, மகப்பேறு விடுப்பு ஆகியவை அமலாக்கப்படும்.

குழந்தை உழைப்பு, கூட்டு வேலை, அபராத முறை மற்றும் ஒப்பந்த உழைப்பு ஆகியவை ஒழிக்கப்படும்.

8. கல்வி, கலாசாரத்தின் கதவுகள் திறக்கப்படும்

அரசு நமது கலாசார வாழ்வின் வளர்ச்சிக்கு நாட்டிலுள்ள திறமையைக் கண்டறிந்து வளர்த்து ஊக்கப்படுத்தும். பிற நாடுகளுடன் நூல்கள், கருத்துக்கள் பரிமாற்றம் மற்றும் தொடர்பு ஆகிய வழிகளில் மனித இனத்தின் அனைத்துக் கலாசாரக் கருவூலங்களும் அனைவருக்கும் திறந்து விடப்படும்.

இளைஞர்கள் தங்கள் மக்களை நேசிப்பதாகவும், தமது கலாசாரம் மற்றும் மனித சகோதரத்துவம், சுதந்திரம், அமைதி இவற்றை மதிப்பதாக கல்வியின் நோக்கம் இருக்கும்.

இலவச கட்டாயக் கல்வி அனைவருக்கும் கிடைக்கும். தகுதியின் அடிப்படையில் உயர் கல்வியும், தொழில் நுட்பப் பயிற்சியும் அனைவருக்கும் அளிக்கப்படும்.

வயது வந்தோர் எழுத்தறிவின்மை போக்கப்படும். மற்ற குடிமக்களுக்குள்ள அனைத்து உரிமைகளும் ஆசிரியர்களும் பெறுவார்கள்.

கலாசார வாழ்வு, விளையாட்டுத்துறை மற்றும் கல்வித் துறையில் நிறவேற்றுமை ஒழிக்கப்படும்.

9. **வீடுகள், பாதுகாப்பு வசதிகள் கிடைக்கும்**

அனைவருக்கும் அவர்கள் விரும்பும் இடத்தில் வாழவும், ஒழுங்கான குடியிருப்பு பெறவும் தமது குடும்பத்தை வசதியோடு வளர்க்கவும் உரிமை உண்டு.

உணவு தட்டுப்பாடின்றி கிடைக்கும். நோய்த் தடுப்பு சுகாதாரத் திட்டம் அரசால் செயல்படுத்தப்படும்.

இலவச மருத்துவ வசதி, மருத்துவமனை வசதி அனைவருக்கும் வழங்கப்படும்.

குடிசைகள் ஒழிக்கப்பட்டுப் புதிய நகரப் பகுதிகள் நிறுவப்படும்.

முதியோர், அனாதைகள், ஊனமுற்றோர், நோயுற்றோர் ஆகியோரை அரசு பாதுகாக்கும்.

10. **அமைதியும் நட்புறவும் நிலவும்**

தென்னாப்பிரிக்கா சுயேச்சையான அரசாய்த் திகழும். மற்ற நாடுகளின் உரிமையையும், இறைமையையும் மதிக்கும்.

தென்னாப்பிரிக்கா உலக அமைதியைப் பாதுகாக்கவும், அனைத்து நாடுகளின் கருத்து வேற்றுமைகளைப் பேச்சு வார்த்தைகளின் மூலம் தீர்க்கவும் பாடுபடும்.

அனைத்து மக்களின் உரிமைகள், வாய்ப்புகள், தகுதி ஆகியவை பேணிக்காப்பதன் மூலம் மக்களிடம் அமைதியும், நட்புறவும் நிலவும்.

தென்னாப்பிரிக்காவின் மக்கள் சமூகங்களின் சுதந்திரமும் சுயாட்சியும் அங்கீகரிக்கப்படும். அதுவே நெருங்கிய ஒத்துழைப்பின் அடித்தளமாக அமையும்.

தமது நாட்டையும், மக்களையும் நேசிப்பவர்கள் யாவரும் நாம் இங்குக் கூறுவது போல் இப்போது கூறட்டும்.

"இந்த உரிமைகளுக்காக நாம் தோளோடு தோள் நின்று போராடுவோம்; வாழ்நாள் முழுதும் போராடுவோம், விடுதலை பெறும்வரை போராடுவோம்."

பிறந்த ஊரை நோக்கிப் பயணம்

1955 செப்டம்பரில் மண்டேலா மீதிருந்த அரசாங்கத் தடைகள் நீங்கின. மீண்டும் தடை ஆணைகள் எந்நேரமும் வரலாம். எனவே இதைப் பயன்படுத்தி தன் பிறந்த ஊரான குனுவிற்குச் சென்று தன் வயதான தாயையும், உற்றார் உறவினரையும் பார்த்து வர எண்ணினார். சொந்த ஊருக்குச் செல்லும் வழியில் வெள்ளையரை எதிர்த்துப் போராடி வீர மரணம் அடைந்த ஆப்பிரிக்க வீரர்கள் வாழ்ந்த ஊர்களைப் பார்த்து வீரவணக்கம் செலுத்திப் பயணம் செய்துகொண்டிருந்தார். வழியில் பல போராட்ட வீரர்களைப் பார்த்துப் பேசி உற்சாக மூட்டினார்.

டர்பனில் நேட்டால் இந்தியர் காங்கிரசின் செயற்குழுவில் கலந்து கொண்டார். அதன் தலைவர் டாக்டர் நாயக்கரைச் சந்தித்துப் பேசி இந்தியர் காங்கிரஸ் தீவிரமாகச் செயல்பட அறிவுறுத்தினார். பயண முடிவில் தான் பிறந்த ஊரான குனுவை அடைந்தார். வயது முதிர்ச்சியால் நலிவடைந்திருந்த தன் தாயாரைக் கண்டு கண்ணீர் விட்டுக் கலங்கினார். தாயாருக்காக வாங்கி வந்த தின்பண்டங்களை அவரிடம் கொடுத்தார். மெக்கெஸ்வெனி சென்று

தன் வளர்ப்புத் தாயும் ஜோங்கிந்தர்பாவின் விதவையுமான நோ. இங்கிலாந்தையும் பார்த்து உரையாடினார். பின்னர் அங்கிருந்து கேப் டவுனுக்கு வந்தார். அங்கு ஆ.தே.கா.வுக்கு ஆதரவாக இயங்கி வந்த 'நியூ ஏஜ்' எனும் செய்தித்தாளின் அலுவலகம் காவல் துறையால் சோதனையிடப்பட்டிருந்தது. ஜோகன்னஸ்பர்க்கிலுள்ள மண்டேலாவின் அலுவலகமும் சோதனையிடப் பட்டிருந்தது.

இத்தருணத்தில் டாம்லின்சன் ஆணையத்தின் அறிக்கை வெளிவந்து அரசியலில் ஓர் பரபரப்பை ஏற்படுத்தியது. ஆப்பிரிக்கர்கள் அவர்கள் வாழும் இடத்திலேயே இருந்து ஒவ்வொரு பழங்குடியினரும் அவர்கள் வாழும் எல்லையை வரையறுத்துக்கொள்ள வேண்டும் என்று அந்த அறிக்கை பரிந்துரை செய்தது. ஆப்பிரிக்கா முழுதும் ஏழு பகுதிகளாகப் பிரிக்கப்பட்டது. கறுப்பர்கள் தங்களின் பூர்வீகக் குடியிருப்பை ஒட்டி வாழ்ந்து வரவேண்டும். இதற்கு 'பாண்டுஸ்தான் திட்டம்' என்று பெயர்.

ஜோகன்னஸ்பர்க் திரும்பும் வழியில் ஒரு வியப்பான நிகழ்ச்சி ஏற்பட்டது. பாதையில் கந்தல் ஆடையுடன் நின்ற ஒருவன் தன்னை காரில் ஏற்றிச்செல்ல வேண்டினான். கொஞ்ச நேரம் அவனுடன் உரையாடியபோது அவன் ஒரு பட்டதாரி என்றும் வேலை கிடைக்காததால் கடத்தல் தொழிலில் ஈடுபட்டிருக்கிறான் என்பதை மண்டேலா அறிந்துகொண்டார். வியப்பிற்கு மேல் வியப்பாக அந்தப் பட்டதாரி ஆ.தே.கா. நடத்திய சில போராட்டங்களில் பங்குகொண்டு சிறைத்தண்டனை பெற்றிருக்கிறான்! பட்டப்படிப்பு - வேலையின்மை - கடத்தல் தொழில் - அரசியலில் அறப்போர் - சிறைவாசம் இவையெல்லாம் சமூகச் சீர்கேட்டினால் ஏற்படும் அவலங்கள்.

ஜோகன்னஸ்பர்க் வந்து சேர்ந்தவுடன் தன் பயண அனுபவங்களை ஆ.தே.கா.வின் நிர்வாகக் குழுவிற்குத் தெரிவித்தார். டிரான்ஸ்கீய் மாநிலத்தில் ஆ.தே.கா. இன்னும் வலிமை மிக்க கட்சியாக வளர வேண்டும் என்று தெரிவித்தார். நாடு முழுவதும் கட்சி அலுவலகங்கள் சோதனையிடப்படுவதால் இனி தீவிரமான போராட்டம் நடத்தப்பட வேண்டும் என்று ஆலோசனை தெரிவித்தார்.

1956 பிப்ரவரியில் மண்டேலா மீண்டும் பிறந்த ஊருக்கு வந்தார். மாநில நிர்வாக உறுப்பினராக இருந்த சாக்வே என்பவரிடம் சொந்தவீடு கட்ட வீட்டுமனை ஒன்று வாங்கினார்.

1956 மார்ச்சில் மண்டேலாவுக்கு மீண்டும் தடை விதிக்கப்பட்டது. ஜோகன்னஸ்பர்க்கை விட்டு அடுத்த ஐந்தாண்டு காலத்திற்கு வெளியே செல்லவோ எந்தக் கூட்டத்திலும் கலந்துகொள்ளவோ கூடாது என்று தடை விதிக்கப்பட்டது. தடை விதிக்கப்பட்ட இக்காலத்தில் மண்டேலா குத்துச்சண்டை பயிலத் தொடங்கினார். மண்டேலாவின் மகன் தெம்பு, தந்தைக்கு முன்பே இப்பயிற்சியில் ஈடுபட்டு நல்ல தேர்ச்சி பெற்று வந்ததால் அவனே தந்தைக்குப் பயிற்சி கொடுத்து வந்தான். இந்தப் பயிற்சி மண்டேலாவுக்கு பிற்காலத்தில் உதவிகரமாக அமைந்தது. கொடுமையான சிறை வாசத்தைத் தாங்கிக்கொள்ள உடல்வலிமையையும், உள்ள உறுதியையும் மண்டேலாவுக்குக் கொடுத்தது. மண்டேலாவுடன் பயிற்சி பெற்றவர்களில் சிலர் பிற்காலத்தில் ஆப்பிரிக்க தேசிய விளையாட்டுப் போட்டிகளில் தங்க, வெள்ளிப் பதக்கங்களைப் பெற்றனர்.

தேசத்துரோக வழக்கு

ஆப்பிரிக்காவின் விடுதலை இயக்கங்கள் ஒன்றுசேர்ந்து விடுதலை சாசாகவே வெள்ளைய ஆளும் வர்க்கத்திற்கு ஆத்திரத்தையும் ஆவேசத்தையும் ஏற்படுத்தியது. விடுதலை சாசனத்தின் சிற்பிகளாக விளங்கிய பல்வேறு இயக்கத் தலைவர்களைக் கைது செய்ய அரசு தீர்மானித்தது.

1956 டிசம்பர் 5-ஆம் நாள் விடியற்காலை மண்டேலாவின் வீட்டுக் கதவை முரட்டுத்தனமாகத் தட்டும் சத்தம் கேட்டு மண்டேலா கதவைத் திறந்தார். காவல் துறை அலுவலர் ரூசோ வாரண்டைக் காட்டினார். தேசத் துரோகக் குற்றத்திற்காகக் கைது செய்யப் படுவதாக வாரண்டில் இருந்தது. வீடு சோதனையிடப்பட்டது. மண்டேலா கைது செய்யப்பட்டிருப் பதாக அறிவித்துக் காவலர் வாகனத்தில் ஏற்றப்பட்டார். மனைவியும் குழந்தைகளும் ஒரு கலக்கத்துடன் பார்த்தனர். காவல் துறையினர் மண்டேலாவை அவருடைய அலுவலகத்திற்கும் அழைத்துச்சென்று அங்கும் சோதனை நடத்திச் சில ஆவணங்களைக் கைப்பற்றினர். அங்கிருந்து ஜோகன்னஸ்பர்க் மார்டல் திடலிலுள்ள சிறைக்குக் கொண்டு சென்றார்கள். அங்கு ஏற்கெனவே பல தலைவர்கள்

கைதாகி உள்ளே இருந்தனர். தலைவர் வால்டர் லுதுலி, லிலியன்நுகோய், பயட்பெலவல்டு, மாண்டி நாயக்கர் ஆகியோர் கைது செய்யப்பட்டு உள்ளே இருந்தனர்.

பல்வேறு இயக்கங்களைச் சேர்ந்த மொத்தம் நூற்றி ஐம்பத்தாறு தலைவர்கள் கைதாகியிருந்தனர். கைதானவர்களில் ஆப்பிரிக்கர் 105 பேர், இந்தியர் 21 பேர், நிறத்தவர் 7 பேர், வெள்ளையர் 23 பேர் இருந்தனர். நகரின் நடுப்பகுதியில் உள்ள ஒரு குன்றின் மீது பலத்த காவலுடன் சிறைச்சாலை அமைந்திருந்தது. கைது செய்யப்பட்டவர்களில் மிகுந்த மரியாதைக்குரிய பாதிரியார்கள், மருத்துவர்கள், வழக்கறிஞர்கள், பேராசிரியர்கள், வணிகர்கள், வயது முதிர்ந்தவர்கள் இருந்தார்கள். சிறையின் வெளிப்புற முற்றம் ஒன்றில் அவர்கள் ஆடைகளைக் கழற்றச் செய்து நிர்வாணமாக நிற்க வைக்கப்பட்டனர். அவர்களை மருத்துவர் ஒருவர் சோதித்து யாராவது உடல்நிலை பாதிக்கப்பட்டுள்ளனரா என்று வினவினார். இல்லை என்று பதில் வந்தது. மீண்டும் அவர்கள் ஆடை அணிந்துகொண்டனர். சிறைக் கொட்டடிக்குள் நுழைவதற்கு முன்னால் ஒவ்வொரு தலைவருக்கும் ஒரு கோரைப்பாயும் மூன்று மெல்லிய போர்வைகளும் கொடுக்கப்பட்டன. அரசியல் கைதிகள் என்றும் பாராமல் தலைவர்கள் விலங்குகள் போல் நடத்தப்பட்டனர். "ஒரு நாடு அதன் சிறைச்சாலைகளில் சமூகத்தின் அடிமட்டத்தில் இருப்பவர்களை எங்ஙனம் நடத்துகிறது என்பதை வைத்தே அந்நாட்டைப் பற்றி மதிப்பிடவேண்டும். அவ்வகையில் பார்த்தால் தென்னாப்பிரிக்க அரசு சிறையில் கைதிகளை விலங்குகளைப் போலத்தான் நடத்துகிறது" என்று மண்டேலா வேதனையுடன் குறிப்பிட்டார்.

சிறைச்சாலை ஒரு வகையில் தலைவர்களுக்கு நன்மை செய்தது. வெளியில் பேச்சுத்தடை, நடமாடத்தடை என்று அல்லற்பட்ட தலைவர்களை சிறைக்குள் ஒரே இடத்தில் நாட்டின் பல பகுதிகளில் வாழ்ந்தவர்களைக் கூட்டி வைத்தது. இது கட்சி மாநாடு போல் விளங்கியது. இதனால் கருத்துப் பரிமாற்றம் செய்துகொள்ளச் சிறந்த வாய்ப்பாக அமைந்தது. சிறைக்குள் அன்றாட நிகழ்ச்சி நிரல் தயாரிக்கப்பட்டது. காலையில் உடற் பயிற்சி, பின்னர் பல்வேறு தலைப்புகளில்

சொற்பொழிவு, இன்னிசை என்று பயனுள்ள வகையில் சிறைவாழ்க்கை கழிந்தது. பேராசிரியர் மேத்யூஸ் ஆ.தே.கா.வின் வரலாறு பற்றியும், டெபிசிங் இந்தியர் காங்கிரஸ் பற்றியும் சொற்பொழிவாற்றினர். தேசியகீதம் இசைத்து நாட்டுப்பற்றுக்கு உரம் ஊட்டினர்.

இரு வாரங்களுக்குப் பின் அரசியல் கைதிகளை நீதிமன்றத்திற்குக் கொண்டுவந்தார்கள். "வன்முறை மூலம் ஒரு கம்யூனிச அரசை நிறுவ முயல்கிறார்கள்; அதற்கு விடுதலை சாசனமே தக்க ஆதாரம்" என்று 152 தலைவர்கள் மீதும் 'தேசத்துரோகக் குற்றம்' சாட்டப்பட்டது. நீதிமன்றத்தில் குற்றப்பத்திரிகை படிக்கப்பட்ட பின் அனைவரும் ஜாமீனில் விடப்பட்டார்கள். வாரத்திற்கு ஒரு முறை காவல் நிலையத்தில் கையெழுத்திடவேண்டும், பொதுக்கூட்டங்களில் கலந்து கொள்ளக்கூடாது என்று நிபந்தனை விதிக்கப்பட்டது. இதில் வெள்ளையர்களுக்கு ஜாமீன் தொகையாக 250 பவுண்டும், இந்தியர்களுக்கு 100-ம் ஆப்பிரிக்கர் மற்றும் நிறத்தவர்களுக்கு 25-ம் விதிக்கப்பட்டது! ஜாமீன் தொகையிலும் இனப் பாகுபாடு!

எவலின் மணவிலக்கும் வின்னியுடன் 2-வது திருமணமும்

மண்டேலா எவலினைக் காதலித்துத் திருமணம் செய்து கொண்டாலும் அவர்கள் இல்லற வாழ்வு இன்பமாக அமையவில்லை. மண்டேலா இல்லறத்தில் காட்டிய அக்கறையை விட தேசத் தொண்டிலேயே தன் நேரம், நினைப்பு, உழைப்பை மிகுதியாகச் செலவிட்டார். எவலின் டர்பனில் உள்ள மருத்துவ மனையில் செவிலியராகப் பணியாற்றியதால் குடும்பத்திலிருந்து பல மாதங்கள் பிரிந்திருக்க வேண்டியிருந்தது. எவலினின் மகன்களான தெம்பு, மெக்காத்தோ ஆகிய இருவரையும் மண்டேலாவின் தாயாரும், தங்கையும் பராமரித்து வந்தார்கள்.

செவிலியர் பயிற்சி முடிந்து வீடு வந்த பிறகு எவலினுக்கு ஒரு பெண் குழந்தை பிறந்தது. ஆறு ஆண்டுகளுக்கு முன் பிறந்து சில மாதங்களில் இறந்துபோன மக்காசிவியின் பெயரை ஆப்பிரிக்க மரபுப்படி பெண் குழந்தைக்குச் சூட்டினார்கள்.

கிறிஸ்தவ மதத்தில் அதிக ஈடுபாடுகொண்ட எவலின் அதன் ஒரு பிரிவான "வாட்ச் டவர்" அமைப்பில் ஆழ்ந்த ஈடுபாடு கொண்டிருந்தார். தன் கணவர் மண்டேலாவையும் அதில் சேருமாறு

வற்புறுத்திவந்தார். ஆனால் மண்டேலா ஆ.தே.கா.வின் மூலம் நாட்டு விடுதலைக்குப் போராடுவதையே தன் வாழ்க்கையாகக் கொண்டார். தன் குமாரர்கள் தெம்பு, மெக்காத்தோ இருவருக்கும் அரசியல் பாடம் புகட்டி வந்தார். வெள்ளையர்களால் கறுப்பின மக்கள் கொடுமைப்படுத்தப் படுவதை உணர்ச்சிகரமாக விளக்கினார்.

மண்டேலா வீட்டுச் சுவரில் காந்தியடிகள், ரூஸ்வெல்ட், ஸ்டாலின், சர்ச்சில் ஆகிய தலைவர்களின் படங்கள் மாட்டப்பட்டிருக்கும். ஏகாதிபத்தியவாதி சர்ச்சில் படம் இடம் பெற்றிருப்பது விடுதலை வீரர்களுக்கு வியப்பைத் தரலாம். தன் குழந்தைகளுக்கு தலைவர்களின் சாதனைகளை விளக்குவார். மண்டேலா குழந்தைகளுக்குத் தேசப்பற்றை ஊட்டுவார். தாயார் கிறிஸ்தவ மதபோதனையை பிஞ்சு உள்ளங்களில் விதைப்பார். குழந்தைகள் தாயின் பக்கமே நின்றன.

1955-ஆம் ஆண்டு எவலின் மண்டேலாவிற்கு இல்லறம் வேண்டுமா அல்லது கட்சிப் பணியா என்ற கேள்வியை இறுதியாக எழுப்பினார். இரண்டில் ஒன்றைத் தேர்ந்தெடுக்க வற்புறுத்தினார்.

மண்டேலா இருவார சிறை வாசத்திற்குப் பின் ஜாமீனில் வீட்டிற்கு வந்தபோது வீடு காலியாக இருந்தது. கணவரிடம் ஒரு வார்த்தை கூடச்சொல்லாமல் குழந்தைகளை அழைத்துக்கொண்டு வீட்டிலிருந்து வெளியேறித் தன் சகோதரர் வீட்டில் குடி புகுந்தார். வால்ட்டரும் உடன்பாடு ஏற்படுத்திப் பார்த்து பயன் ஏற்படவில்லை. மண்டேலாவின் போராட்ட வாழ்க்கை தனக்கு ஒத்துவராது என்றும் யேசுவிடம் தஞ்சம் அடைந்து மன அமைதியைத் தேடுவதாகக் கூறிவிட்டார் எவலின்.

மண்டேலாவின் இல்ல ற வாழ்வு முறிந்தது. துணைவி, குழந்தைகளைப் பிரிந்த கவலை ஒரு பக்கம்; தேச சேவை மறுபக்கம். தன் வாழ்வை நாட்டு விடுதலைக்கே அர்ப்பணித்தார்.

ஒரு நாள் நண்பர் ஒருவருடன் காரில் விட் பல்கலைக் கழகத்தை நோக்கிச் சென்றுகொண்டிருந்தார். வழியில் பேருந்து நிறுத்தத்தில் கட்டிளம் பெண் நிற்பதைப் பார்த்தார். பெண்ணின் முகம் அவர் மனத்திரையில் பதிந்துவிட்டது. சில வாரங்களுக்குப்பின் மண்டேலாவின் வழக்கறிஞர் அலுவலகத்தில் அப்பெண் தன்

சகோதரனுடன் ஆலிவர் முன் அமர்ந்து பேசிக்கொண்டிருந்தாள். அப்பெண்ணை ஆலிவர் டாம்போ மண்டேலாவுக்கு அறிமுகப் படுத்தினார். பெண்ணின் முழுப்பெயர் நோம்சாமோ வின்னி ஃபிரட் மடிக்கிசேலா. ஜோகன்னஸ்பர்க்கில் ஒரு சமூக இயல் பள்ளியில் கல்வியை முடித்துவிட்டு ஒரு மருத்துவமனையில் சமூக சேவகியாகப் பணிபுரிந்து வந்தாள். வின்னியைக் கண்டவுடன் அவளைத் தன் துணைவியாக ஆக்கிக்கொள்ள வேண்டும் என்ற ஆவல் மண்டேலாவுக்கு ஏற்பட்டது.

வின்னியுடன் தொலைபேசி மூலம் தொடர்புகொண்டு ஓர் உணவு விடுதிக்கு அழைத்தார். இருவரும் ஒரு நாள் இந்திய உணவு விடுதி ஒன்றுக்குச் சென்றனர். வின்னியிடம் அவளை மணந்து கொள்ள விரும்புவதாக நளினமாகக் கூறினார். தன்னுடைய முதல் திருமணத்தைப் பற்றியும், மண முறிவைப் பற்றியும் ஒளிவு மறைவு இல்லாமல் திறந்த உள்ளத்தோடு பேசினார். இந்தச் சூழ்நிலையில் என்னை மணந்துகொள்வீரா என்று மண்டேலா கேட்டார். வின்னி புன்சிரிப்புடன் சம்மதம் தெரிவித்தார். வின்னியின் தந்தையாரிடம் முழு விவரமும் சொல்லிச் சம்மதம் பெற்று வர வேண்டினார். வின்னியின் தந்தையாரும் ஒப்புதல் அளித்தார்.

1958 சூன் 14-ஆம் நாள் மண்டேலா வின்னி திருமணம் மாதாகோயிலில் நடைபெற்றது. புதுமணத் தம்பதிகள் பயணம் செய்யும் கார் ஆ.தே.கா.வின் கொடி நிறத்தில் அலங்காரம் செய்யப்பட்டது. திருமண வரவேற்பு நகர்க்கூடத்தில் நடைபெற்றது. வரவேற்பில் வின்னியின் தந்தை மாடிகிசலா பின் வருமாறு பேசினார். "மண்டேலா ஏற்கெனவே விடுதலைப்போரைத் திருமணம் செய்துகொண்டிருக்கிறார். நிலைமையைப் புரிந்து கொண்டு இணைந்துவாழுங்கள்".

மணமகள் இல்லத்தில் மணவிழா நடந்த பிறகு திருமண கேக்கின் ஒரு பகுதியை மணமகனின் வீட்டிற்குச்சென்று அங்கு நிகழும் மணச் சடங்கில் கேக்கின் ஒரு பகுதியை மணமக்கள் சாப்பிட வேண்டும். இது இன மரபு. ஆனால் அதற்குள் ஜோகன்னஸ்பர்க்கில் உள்ள காவல் நிலையம் செல்ல வேண்டிய நாள் வந்துவிட்டதால் திருமண விழாவின் ஒரு

பாதியை நிறைவு செய்யாமல் நகரத்திற்குத் திரும்பினார்கள். தேனிலவு செல்வதற்கு நாள் இல்லை.

திருமணம் முடிந்தவுடனே நீதிமன்ற விசாரணை, கட்சியின் நிர்வாகக் குழுக் கூட்டம் என்று மண்டேலாவின் கவனம் வேறு பக்கம் திரும்பியது. கட்சிப் பணியில் அதிக நேரம் செலவிட்டதால் வழக்கறிஞர் தொழிலைச் சரியாகக் கவனிக்கவில்லை. இதனால் வருவாய் குறைந்தது. பிறந்த ஊரில் வீடுகட்ட வாங்கிய மனைக்கு மீதிப் பணத்தைக் கொடுக்க முடியவில்லை. அதனால் மனையையும் திருப்பிக் கொடுத்துவிட்டார். வின்னியின் அன்பும் ஆதரவும் மண்டேலாவுக்குத் துணையாய் நின்றன. சமூகச் சேவகியாக வின்னி ஈட்டிய ஊதியம்தான் இல்லறத்தை நடத்திச் செல்ல உதவியது.

பெண்கள் போராட்டம்

தென்னாப்பிரிக்காவில் தேசியக் கட்சி அதிகாரத்திற்கு வந்த பின் பல கொடிய சட்டங்களைக் கொண்டுவந்தது. 1957-இல் ஆப்பிரிக்கப் பெண்கள் வெளியில் நடமாட 'அனுமதிச் சீட்டு அல்லது அத்தாட்சி அட்டை' பெற வேண்டும் என ஒரு கொடிய சட்டத்தைக் கொண்டுவந்தது. பெண்களின் பாதுகாப்பு கருதியே இச்சட்டம் கொண்டுவரப்படுவதாக அரசு விளக்கம் அளித்தது. ஆனால் பெண்களின் தன்மானத்திற்கு விடப்படும் அறைகூவலாகக் கருதி நாடு முழுதும் உள்ள பெண்கள் இச்சட்டத்தை எதிர்க்கத் தீர்மானித்தனர். நகரம், கிராமம், கல்விக் கூடங்கள் என எல்லா இடங்களிலும் போராட்டக் குழுக்கள் தோன்றின.

ஜோகன்னஸ்பர்க்கில் அக்டோபர் திங்களில் அத்தாட்சி அட்டை வழங்கும் அலுவலகத்தைப் பெண்கள் முற்றுகையிட்டனர். அலுவலகத்தில் பணிபுரிந்து கொண்டிருந்த பெண்களை விரட்டி அடித்ததோடு அட்டையைப் பெற வரிசையாக நின்று காத்திருந்த பெண்களையும் விரட்டியடித்தனர். காவல் துறையினர் போராட்டம் நடத்திய நூற்றுக்கணக்கான பெண்களைக் கைது செய்தனர்.

இந்த அறப்போருக்குப்பின் ஆர்லண்டோ பெண்கள் மறியல் போரில் ஈடுபடும்போது தானும் அதில் கலந்து கொள்ளப்போவதாக வின்னி மண்டேலாவிடம் அறிவித்தார். இதைக்கேட்டவுடன் மண்டேலா திகைத்துப் போனார்.

வின்னி வசதியான குடும்பத்தில் பிறந்து வாழ்ந்தவள். இத்தகைய சூழ்நிலையில் வாழ்ந்தவளால் கைது, சிறை என்று கொடுமைகளைத் தாங்கிக்கொள்ள இயலுமா? இன்னொரு புறம் போராட்டத்தில் கலந்துகொள்வதால் சமூகசேவகி வேலையையும், அதன் மூலம் வந்த மாத ஊதியத்தையும் இழப்பது உறுதி. ஆனாலும் வின்னி மறியலில் கலந்து கொள்வதில் உறுதியாக இருந்தார்.

மறுநாள் காலை அறப்போரில் நூற்றுக்கணக்கான பெண்களுடன் வின்னியும் கலந்துகொண்டார். வீராங்கனைகள் அனைவரும் கைது செய்யப்பட்டனர். ஆ.தே.கா. பெண்களின் வழக்கை நடத்த மண்டேலா உள்ளிட்ட ஒரு வழக்கறிஞர் குழுவை அமைத்தது. கைதாகி உள்ள பெண்களிடம் மண்டேலா ஜாமீனுக்கு ஏற்பாடு செய்வதாக அறிவித்தார். ஆ.தே.கா. மகளிர் அணியின் தலைவி லிலியன் நிகோயியும் செயலர் ஹெலன் ஜோசப்பும் கைதானவர்களை ஜாமீனில் எடுப்பதற்கு எதிர்ப்பு தெரிவித்தார்கள். இருவாரங்கள் கழித்து அனைவரும் ஜாமீனில் விடுதலை செய்யப்பட்டனர்.

சிறையில் இருந்தபோது வின்னிக்கு வார்டர்களாக இருந்த இரு வெள்ளைக்காரப் பெண்களுடன் நட்பு ஏற்பட்டது. விடுதலையானபோது தன் வீட்டிற்கு வந்து போகுமாறு இரு பெண்களையும் வேண்டிக்கொண்டார். வேண்டுகோளை ஏற்று இரு பெண்களும் ஆர்லண்டோவுக்கு ரயிலில் வந்து வின்னியின் வீட்டில் விருந்துண்டு திரும்பினர். ஜோகன்னஸ்பர்க்கிலிருந்து ஆர்லண்டோவுக்குச் செல்லும் ரயிலில் வெள்ளை இனத்தாருக்குத் தனிப்பெட்டி கிடையாது. ஆர்லண்டோ கறுப்பர் வாழும் பகுதி. எனவே பொதுப் பெட்டியில்தான் வெள்ளைப் பெண்கள் வந்து சென்றனர். இந்நிகழ்ச்சி காவல்துறையின் கவனத்துக்கு வந்தது. அவர்கள் செய்த குற்றம் வெள்ளையருக்கு அல்லாத பெட்டியில் பயணம்செய்து வின்னியுடன் உணவருந்தியது.

இதற்காக அவர்கள் வார்டர் பணியிலிருந்து நீக்கப்பட்டனர். இவ்வாறு நிறவெறி ஆட்சி வெள்ளையர்களையும் தண்டித்தது.

1958 பிப்ரவரி 4-ஆம் நாள் இரவு நிறைமாத கர்ப்பிணியாக இருந்த வின்னிக்குப் பிரசவவலி ஏற்பட்டது. வின்னியை பர்கவனாத் தாய்சேய் மருத்துவமனையில் சேர்த்தார் மண்டேலா. அடுத்த நாள் வின்னிக்குப் பெண் குழந்தை பிறந்தது. குழந்தையைத் தன் கையில் எடுத்து 'ஜெனனி' என்று பெயர் சூட்டினார். ஜெனனி என்றால் "நீ இந்த உலகுக்கு என்ன கொண்டுவந்தாய்?" என்று பொருள். மண்டேலாவின் தாயார் பிறந்த குழந்தைக்கு அவர்கள் மரபுப்படி மூலிகையைத் தேய்த்துக் குளிப்பாட்ட விரும்பினார். ஆனால் வின்னி அதை விரும்பவில்லை. குழந்தையின் உடலில் ஆலிவ் எண்ணெயைத் தடவி வெந்நீரில் குளிப்பாட்டி பவுடர் பூசிப் படுக்கவைத்தார். இருபத்தைந்து வயதான வின்னி தன்னை ஒரு திறமை சான்ற 'இல்லத்தரசியாகத்' தயார் செய்து கொண்டார். மண்டேலா அவ்வப்போது வெளியே சென்றுவிடுவதால் தான் கார் ஓட்டக் கற்றுக்கொண்டால் நல்லது என்று வின்னி எண்ணினார். மண்டேலாவின் ஒத்துழைப்பாலும், தன் திறமையாலும் வின்னி வெகுவிரைவில் கார் ஓட்டக் கற்றுக்கொண்டார்.

தேசத் துரோக வழக்கு

1958 ஆகஸ்டில் மண்டேலா மற்றும் பிற தலைவர்கள் மீது சாட்டப்பட்ட தேசத்துரோக வழக்கு விசாரணைக்கு எடுத்துக் கொள்ளப்பட்டது. மூன்று நீதிபதிகளைக் கொண்ட தனி நீதிமன்றம் இவ்வழக்கை விசாரித்தது. ரம்ப் இதன் தலைவர். பெக்கர், கென்னடி ஆகியவர் மற்ற இரு நீதிபதிகள்.

குற்றம் சாட்டப்பட்ட தலைவர்களுக்குத் தொல்லை கொடுக்கவேண்டும் என்றே வெள்ளையர் அரசு வழக்கு நடை பெறும் நீதிமன்றத்தை ஜோகன்னஸ்பர்க்கிலிருந்து 60 கிலோ மீட்டர் தூரத்திலுள்ள பிரிட்டோரியாவுக்கு மாற்றியது. குற்றம் சாட்டப்பட்ட 92 தலைவர்களும் மரத்தாலான இருக்கைகளைக் கொண்ட ஒரு மட்டமான பேருந்தில் காலை 6 மணிக்குக் கிளம்பி பிரிட்டோரியா சென்றனர். விசாரணை முடிந்து மீண்டும் மாலையில் ஜோகன்னஸ் பர்க் திரும்பி மிகவும் துன்பப் பட்டனர்.

வழக்கு தொடங்கியவுடன் தலைவர்களின் வழக்கறிஞர்கள் அரசத் துரோகம் என்றால் தற்போதுள்ள ஆட்சியைத் தூக்கி எறியவேண்டும், அதற்கு

வன்முறைத் திட்டம் வேண்டும். வன்முறை நிரூபிக்கப்படாமல் வழக்கைத் தொடரலாமா எனக் கேள்வி எழுப்பினர். இதை நீதிபதிகள் ஏற்று கம்யூனிச ஒழிப்புச் சட்டத்தின்படி சுமத்தப்பட்டிருந்த சில குற்றச்சாட்டுகளை தள்ளுபடி செய்தனர். அரசு தரப்பில் புதிய குற்றச்சாட்டுகள் சுமத்தப்பட்டன. விடுதலை சாசனம் உருவாக்கியதன் நோக்கமே வன்முறையின் மூலம் ஆட்சியைத் தூக்கி எறிவதுதான் என்று குற்றம் சுமத்தப்பட்டது. நீதிமன்றம் 92 பேர்களில் 61 பேர் மீது போதிய ஆதாரம் இல்லை என்று அவர்களை விடுதலை செய்தது. மண்டேலா உள்பட மீதமுள்ள 31 பேர் மீது வழக்கு தொடர்ந்து நடந்தது.

விடுதலைப்போர் வீரர்கள் கைதுசெய்யப்பட்டு இரண்டு ஆண்டுகள் மூன்று மாதங்கள் கழித்து 1959 ஆகஸ்ட் 3-ஆம் நாள் பிரிட்டோரியாவில் மீண்டும் விசாரணை தொடங்கியது. முதல் இரண்டு மாதங்களில் 2000 ஆவணங்களைப் பதிவு செய்தனர். 210 சாட்சிகள் சாட்சியம் அளித்தனர். இவர்களில் 200 பேர் காவல் துறையினர்.

ஒவ்வொரு நாளும் நீதிமன்ற இடைவேளையின் போது திருமதி தையநாயகி பிள்ளை, தொண்டர்கள் சிலருடன் சேர்ந்து இந்திய முறை உணவைச் சமைத்துத் தலைவர்களுக்குப் பரிமாறி வந்தார். திருமதி தையநாயகி தமிழ் நாட்டில் பிறந்தவரின் வழிவந்தவர்.

அரசுத் தரப்பு வாதங்கள் முடிந்து 1960 மார்ச் 14-இல் போராட்ட வீரர்கள் தரப்பு சாட்சிகள் விசாரிக்கப்பட்டனர். முதல் சாட்சியாக விசாரிக்கப்பட்டவர் விட் பல்கலைக்கழகத்தில் பயின்ற புகழ் மிக்க மருத்துவரான டாக்டர் வில்சன் காங்கோ. இவரை அடுத்து ஆ.தே.கா. தலைவர் லுதுலி சாட்சியம் அளித்தார். லுதுலியை தென்னாப்பிரிக்க காந்தி என மக்கள் போற்றினர். வன்முறை அற்ற அமைதி வழிப் போராட்டமே எங்கள் கொள்கை எனக் கூறினார். அவர் பைபிளில் மேற்கோள்களைச் சொல்லி நீதிபதிகளை வியப்பில் ஆழ்த்தினார்.

தேசத் துரோக வழக்கு நடந்துகொண்டிருக்கும் போதே இனவெறி ஆட்சி 1959-இல் இரு புதிய இன ஒதுக்கல் சட்டங்களை

அமல்படுத்தியது. பாண்டு சுய ஆட்சிச் சட்டத்தின்படி தென்னாப்பிரிக்கா இன வாரியாக எட்டு பாண்டு மாநிலங்களாகப் பிரிக்கப்பட்டன. இதன்படி வெள்ளையர் வாழும் பகுதியில் தங்கியிருந்தால் கூட கறுப்பர் தங்கள் இனத்துக்கு என்று பிரிக்கப்பட்ட பூர்வீகப் பகுதியில்தான் உரிமை கொண்டாட முடியும். இரண்டாவது சட்டம் பல்கலைக் கல்வி விரிவாக்கச் சட்டம். இதன்படி கறுப்பர்களை மட்டும் அனுமதிக்கின்ற பல்கலைக்கழகத்தில்தான் அவர்கள் சேர்ந்து படிக்கலாம். அனைவரையும் அனுமதிக்கும் பல்கலைக் கழகங்களில் கறுப்பர்கள் சேர்ந்து படிக்கத் தடை விதிக்கப்பட்டது.

லுதுலி சாட்சியம் தொடர்ந்தபோது 1959 மார்ச் 21-ஆம் நாள் ஆப்பிரிக்கா கண்டத்தையே உலுக்கிய நில நடுக்கம் ஏற்பட்டது. விசாரணை நிறுத்தப்பட்டு பல வாரங்களுக்குப் பின்விசாரணை நடத்தி முடிக்கப்பட்டது.

கடவுச் சீட்டு எரிப்பு

ஆப்பிரிக்க தேசிய காங்கிரஸ் இனவெறி ஆட்சியை எதிர்க்கும் வேகம் போதாது என்றும் மேலும் தீவிரமாக எதிர்க்க வேண்டும் என்றும் சில கறுப்பின இளைஞர்கள் எண்ணினார்கள். முதன் முதலில் 1612 ஏப்ரல் 6-ஆம் நாள் ரீபக் என்ற டச்சு மாலுமி கேப் முனையில் கால் வைத்தார். அந்நாளை வெள்ளையர்கள் தேசிய ஆண்டு விழாவாகக் கொண்டாடி வந்தனர். அதே ஏப்ரல் 6-ஆம் நாள் 1959-ல் அனைத்து ஆப்பிரிக்கரின் காங்கிரஸ் (Pan African Congress) எனும் தீவிரவாத கட்சி ஒன்றை தீவிரவாத இளைஞர்கள் ஏற்படுத்தினார்கள். இந்தக் கட்சி இந்தியர், நிறத்தவர் போன்ற பிற இனத்தவரைக் கட்சியில் சேர்க்க வில்லை. "தென்னாப்பிரிக்கா ஆப்பிரிக்கர்களுக்கு மட்டுமே உரிமையானது" என்று முழக்கம் எழுப்பினர். "ஆப்பிரிக்கர்களுக்காக ஆப்பிரிக்கர்களால் நடத்தப்படும் ஆப்பிரிக்க சுதந்திர ஜனநாயக நாடு நமது லட்சியம்" என அறிவித்தனர்.

பிரித்தாளும் சூழ்ச்சியில் வல்லவர்களான வெள்ளையர்களின் ஆப்பிரிக்க அரசு புதிய கட்சிக்கு மறைமுக ஆதரவு தந்தது. இதற்கு முக்கிய காரணம் ஆ.தே.கா.

வெளியிட்ட விடுதலை சாசனத்தைக் கம்யூனிஸ்ட் பிரகடனம் எனப் புதிய கட்சி கண்டித்தது.

ஆ.தே.கா.வின் ஆண்டு மாநாடு 1959 டிசம்பரில் டர்பனில் கூடியது. மாநாட்டில் ஆப்பிரிக்கர்கள் வெளியில் செல்ல அனுமதிச்சீட்டு பெற வேண்டும் என்ற சட்டத்தை எதிர்த்து நாடு தழுவிய போராட்டம் நடத்தத் தீர்மானிக்கப்பட்டது. 1960 மார்ச் 31 முதல் ஜூன் 26 வரை கண்டன ஊர்வலங்களும், ஆர்ப்பாட்டங்களும் நடத்துவது என்றும் ஜூன் 26 ஆம் நாள் நாடு முழுதும் அனுமதிச் சீட்டுகளைத் தீயிட்டுக்கொளுத்துவது எனவும் தீர்மானிக்கப்பட்டது.

ஆ.தே.கா. எரிப்புப் போர் நடத்தப்போவதை அறிந்து அனைத்து ஆப்பிரிக்கரின் காங்கிரஸ் தாங்கள் முந்திக் கொள்ள எண்ணினர். மார்ச் 31-க்கு முன்பாக மார்ச் 21-ஆம் நாளே தாங்கள் எரிப்புப் போராட்டம் நடத்துவதென முடிவெடுத்தது. அ.ஆ.கா. தலைவர் சோபுக்வேவும், நிர்வாகக் குழு உறுப்பினர்களும் ஆர்லண்டோவில் அனுமதிச்சீட்டு வழங்கும் அலுவலகத்தில் மறியல் செய்தனர். காவல் துறையால் கைது செய்யப்பட்ட சோபுக்வேவுக்கு நீதிமன்றத்தால் மூன்றாண்டு தண்டனை வழங்கப்பட்டது. இந்தக் கொடிய தண்டனையை எதிர்த்துப் பல ஊர்களில் கண்டன ஆர்ப்பாட்டங்கள் நடத்தப்பட்டன.

ஷார்ப்பவில் என்ற நகரில் நடந்த துப்பாக்கிச்சூடு உலகையே உலுக்கியது. ஜோகன்னஸ்பர்க்கிலிருந்து 50 கிலோ மீட்டர் தொலைவில் உள்ள சிறிய தொழில் நகரம் ஷார்ப்பவில். எதிர்பாராதவிதமாக இங்கு நடந்த ஆர்ப்பாட்டத்தில் பல்லாயிரம் போராட்ட வீரர்கள் திரண்டு வந்தனர். 75 பேர்களை மட்டுமே கொண்ட காவலர் படை மக்கள் கூட்டத்தைக் கண்டு அச்சம்கொண்டு முன்னறிவிப்பின்றிச் சரமாரியாகச் சுடத் தொடங்கினர். இந்தக் காட்டுமிராண்டித் தனமான துப்பாக்கிச் சூட்டில் 69 கறுப்பர் கொல்லப்பட்டனர். நானூறு பேர்களுக்கு மேல் படுகாயம் அடைந்தனர். படுகாயம் அடைந்தவர்களில் பெண்களும் குழந்தைகளும் அடங்குவர். இந்திய விடுதலைப்போரில் 1919 ஏப்ரல் 13-ஆம் நாள் அமிர்தசரஸ் நகரில் கூடிய அமைதியான கூட்டத்தின் மீது

நடத்திய ஜாலியன்வாலாபாக் படுகொலையைப் போல் ஷார்ப்பவில் படுகொலை வெள்ளைய ஏகாதிபத்தியத்தால் காலனி மக்கள் மீது நடத்தப்பட்ட இனப்படுகொலை ஆகும்.

ஷார்ப்பவில் படுகொலைக்கு உலகெங்கும் இருந்து கண்டனக் குரல்கள் எழுந்தன. அமெரிக்க வல்லரசும் முதல் தடவையாகப் படுகொலையைத் தீவிரமாகக் கண்டித்தது. ஐ.நா. பாதுகாப்பு சபையும் முதன்முறையாகத் தென்னாப்பிரிக்க இனவெறி அரசைக் கண்டித்து இனச்சமத்துவத்தைக் கொண்டுவர ஆப்பிரிக்க அரசுக்கு அறிவுறுத்தியது. 1960-ஆம் ஆண்டை ஐ.நா. பொதுச்சபை 'ஆப்பிரிக்க ஆண்டாக' அறிவித்தது. இங்கிலாந்தின் தலைமை அமைச்சர் மேக்மில்லின் தென்னாப்பிரிக்காவுக்கு வருகை தந்து உரையாற்றியபோது ஆப்பிரிக்காவில் வீசிக்கொண்டிருக்கும் 'மாற்றத்தின் காற்றை'ப் புரிந்து நடந்துகொள்ள தென்னாப்பிரிக்க அரசுக்கு அறிவுரை கூறினார். 1960-இல் ஆப்பிரிக்காவில் 17 காலனி நாடுகள் விடுதலை பெற இருந்தன.

இந்த இனப்படுகொலையை ஆ.தே.கா. அமைதியாகப் பார்வையாளராகக் கவனித்துக்கொண்டிருக்க முடியுமா? படுகொலைக்கு ஆளானவர்கள் வேறுகட்சித் தொண்டர்கள் ஆனாலும் அவர்களும் ஆப்பிரிக்கராயிற்றே? ஆ.தே.கா. தலைவர்கள் உடனடி நடவடிக்கையில் இறங்கினர். மார்ச் 26-ஆம் நாள் தலைவர் லுதுலி பிரிட்டோரியாவிலும், மண்டேலா ஆர்லண்டோவிலும் அனுமதிச் சீட்டைக் கொளுத்தினர். பல நகரங்களில் அனுமதிச்சீட்டுகள் கொளுத்தப்பட்டன. மார்ச் 28-ஆம் நாள் நாடு முழுதும் கண்டன வேலை நிறுத்தம் நடைபெற்றது. கேப் நகரில் நடந்த கண்டனப் பேரணியில் ஐம்பதாயிரம் மக்கள் கலந்து கொண்டனர். நாடு முழுதும் மக்களின் சீற்றம் கொழுந்துவிட்டு எரிந்தது. வெள்ளையர் ஆட்சி 1960 ஏப்ரல் 1-ஆம் நாள் ஆப்பிரிக்கா முழுதும் அவசர நிலையைப் பிரகடனம் செய்து நாட்டை இராணுவ சட்டத்தின் கீழ்க் கொண்டு வந்தது.

அவசர நிலைப் பிரகடனம்

அவசர நிலைப் பிரகடனம் செய்வதற்கு முன்னதாக 1960 மார்ச் 30-ஆம் நாள் நள்ளிரவு மண்டேலா காவல்துறையால் கைது செய்யப்பட்டார். சோபியா நகரில் உள்ள நியூ லேண்டஸ் காவல் நிலையத்திற்குக் கொண்டு செல்லப்பட்டார். அங்கு ஏற்கெனவே பல போராளிகள் கைது செய்யப்பட்டுச் சிறையில் இருந்தனர். அனைவரும் உட்காருவதற்குக் கூட இடமின்றி ஒரு முற்றத்தில் இரவு முழுதும் நின்றுகொண்டே இருந்தனர். குடி தண்ணீர், உணவு எதுவும் தரப்படவில்லை. பிற்பகல் 3 மணிக்கு உணவு தரப்பட்டது. இரவு படுக்கையும், கம்பளியும் தரப்பட்டன. படுக்கையில் ஒரே முடைநாற்றம். புழு பூச்சிகள் ஊர்ந்தன.

நள்ளிரவில் அரசியல் கைதிகள் அனைவரும் வெளியே அழைக்கப்பட்டனர். முதலில் மண்டேலாவைப் பலர் முன்னால் விடுதலை செய்வதாக அறிவித்தனர். மண்டேலா காலடி எடுத்து வைத்தவுடன் ஓர் அலுவலர் மண்டேலாவை அவசர நிலைப் பிரகடனத்தின் விதிப்படி கைது செய்திருப்பதாகத் தெரிவித்தார். காவல்துறையினர்

அவசர நிலைப்பிரகடனம் செய்யப்படுவதற்கு முன்பே சட்டத்திற்குப் புறம்பாகத் தலைவர்களைக் கைது செய்துள்ளனர். அவர்களை விடுதலை செய்வதைப் போல் நாடகம் நடத்தி மீண்டும் அவசரநிலையின் கீழ் கைது செய்துள்ளனர்.

ஆப்பிரிக்க சிறைச்சாலைகளில் கூட நிறவெறி கொடிகட்டிப் பறந்தது. வெள்ளை இனக் கைதிகளுக்கு உயர்ந்த உணவும், இந்தியருக்கும் நிறத்தவருக்கும் நடுத்தர உணவும் ஆப்பிரிக்கக் கைதிகளுக்கு தரம் குறைந்த உணவும் வழங்கப்பட்டது. வெள்ளையருக்கு உயர்ந்த ரொட்டி வெண் சர்க்கரை, இந்தியருக்கு கறுப்பு ரொட்டி மஞ்சள் நிறச் சர்க்கரை, கறுப்பர்களுக்கு ரொட்டியும் சர்க்கரையும் வழங்கப்படவில்லை. சிறை உணவு நன்றாக இல்லை என்று நீதிபதி ரூம்பஃப்பிடம் புகார் மனு கொடுக்கப்பட்டது. அவர் சிறை உணவை வந்து ஆய்வு செய்த பிறகு உணவின் தரம் சற்று உயர்வாக இருந்தது. கைதிகளுக்குக் கொடுக்கப்பட்ட போர்வையில் கூட நிற வேற்றுமை காட்டப்பட்டது.

நெருக்கடி நிலை அமலில் இருந்ததால் தேசத்துரோக வழக்கை நடத்தி வந்த வழக்கறிஞர்கள் மண்டேலாவையும் மற்ற அரசியல் கைதிகளையும் கலந்து பேச அனுமதிக்கவில்லை. இதனால் வழக்கறிஞர்கள் விசாரணையிலிருந்து விலகிக் கொண்டனர். மண்டேலாவும், டுமா நுக்வே என்பவரும் வழக்கில் வாதிடுவது என்று முடிவு செய்யப்பட்டது.

மண்டேலாவின் வாக்குமூலம் ஆகஸ்ட் 3-ஆம் நாள் பதிவு செய்யப்பட்டது. ஆப்பிரிக்க தேசிய காங்கிரஸ் வன்முறை அற்ற அறவழிப் போரையே விரும்புகிறது என்று கூறி மேலும் பின்வரும் வாக்குமூலம் அளித்தார்.

“அரசு என்னை வன்முறையை ஆதரிக்கும் கம்யூனிஸ்ட்டாக நிரூபிக்கத் தீவிரமாக உள்ளது. நான் கம்யூனிஸ்ட் தோழர்களிடமிருந்து என்னை வேறுபடுத்திப் பார்க்க விரும்பவில்லை..... கம்யூனிஸ்ட்டுகள் எங்களுக்குக் கொடுக்கின்ற அளவற்ற ஆதரவை ஒப்புக்கொள்வதில் எனக்குத் தயக்கம் இல்லை.

அனைத்து மக்களுக்கும் வாக்குரிமை வேண்டும் என்று கேட்கிறோம். எங்கள் கோரிக்கை அரசால் ஏற்கப்படும்வரை நாங்கள் பொருளாதார நெருக்கடி ஏற்படுத்துவோம்".

வாக்குமூலத்தின் இடையே நீதிபதி "படிப்பறிவில்லாத பாமரர்கள் ஆட்சியில் அமர்வதால் என்ன பயன்?" என வினவினார். கல்வியறிவு என்பது எழுதப்படிக்கத் தெரிவதோ அல்லது பட்டம் பெறுவதோ அல்ல. எழுதப்படிக்கத் தெரியாதவர் கூடப் பட்டம் பெற்ற ஒருவரை விட கல்வியறிவு உள்ளவராக விளங்க முடியும் என்று மண்டேலா விளக்கம் அளித்தார். இங்ஙனம் இருவருக்குமிடையே வாக்குவாதம் சிறிது நேரம் அரசியல் தத்துவங்கள் பற்றி நடந்தன.

ஆகஸ்ட் இறுதி நாளன்று நெருக்கடி நிலை தளர்த்தப்பட்டது. ஆனாலும் வழக்கு விசாரணை மேலும் ஒன்பது மாதங்கள் தொடர்ந்தது. பேராசிரியர் மேத்யூசின் பொருள் செறிந்த ஆங்கிலப் பேருரையுடன் சாட்சியங்கள் முடிவுபெற்றன.

விசாரணையின் இறுதிக் கட்டத்தில் அரசு வழக்கறிஞர் ஒரு மாத காலம் போராளிகள் கம்யூனிஸ்ட்டுகளே என வாதாடினார். குற்றம் சாட்டப்பட்டவர்கள் சார்பில் இறுதியாக புகழ் பெற்ற வழக்கறிஞர் பிராம் பிஷர் ஆணித்தரமான வாதங்களை நீதிமன்றத்தின் முன் வைத்தார். 1961 மார்ச் 29-ஆம் நாள் தீர்ப்பு கூறப்படும் என்று அறிவிக்கப்பட்டது. மக்கள் கூட்டம் நீதிமன்ற வளாகத்திற்கு உள்ளும் வெளியிலும் திரண்டு இருந்தனர். பாதுகாப்புப்படை பெருமளவில் நிறுத்தப்பட்டிருந்தது.

தலைமை நீதிபதி ரம்ப் தீர்ப்பைப் படித்தார். "நீதிமன்றத்தில் சமர்ப்பிக்கப்பட்ட ஆவணங்களும், சாட்சியங்களும் ஆ.தே.கா. வன் முறையில் ஈடுபட்டிருப்பதை நிரூபிக்கவில்லை. ஆ.தே.கா. ஒரு கம்யூனிஸ்ட் அமைப்பு என்பதையும் நிரூபிக்க முடியவில்லை. எனவே குற்றம் சாட்டப்பட்டோர் அனைவரையும் விடுதலை செய்கிறேன்" என அறிவித்தார்.

நீதிமன்ற வளாகத்தில் மகிழ்ச்சி ஆரவாரம் பொங்கியது. மண்டேலா அங்கிருந்த வின்னியைக் கட்டிப்பிடித்து மகிழ்ச்சியைப் பகிர்ந்துகொண்டார். மக்கள் தேசியப் பாடல்களைப் பாடி ஆடி மகிழ்ந்தார்கள்.

ஆனால் தீர்ப்பு அரசாங்கத்தை ஆத்திரம்கொள்ள வைத்தது. விடுதலைப்போரை அடக்கப் புதிய ஆயுதங்களைத் தேடும் முயற்சியில் ஈடுபட்டது.

விடுதலைக்குப் பின் தலைமறைவு

மண்டேலா சிறையில் இருந்த பொழுது அவரின் வழக்கறிஞர் அலுவலகம் மிகவும் பாதிக்கப்பட்டது. அலுவலகத்தைக் கூட்டாக கவனித்து வந்த ஆலிவர் டாம்போ திறமையும் தொழில் நுட்பமும் மிக்கவர். ஆ.தே.கா. டாம்போவை அயல் விவகாரப் பிரிவிற்குப் பொறுப்பேற்கச் சொல்லி ஆப்பிரிக்க நிலைமையை வெளிநாடுகளில் பிரச்சாரம் செய்ய அனுப்பப்பட்டார். இதனால் மண்டேலாவும் டாம்போவும் இணைந்து சிறப்பாக நடத்தி வந்த வழக்கறிஞர் அலுவலகம் மூடப்பட்டது.

அலுவலகம் மூடப்பட்டாலும் மண்டேலா தனது இந்திய நண்பர் அகமத் காத்ரடாவின் 'கொல்வாட் இல்லத்தில்' வந்து தங்கி சில சட்ட ஆலோசனைகளை வழங்கி வந்தார். சிறந்த கறுப்பின வழக்கறிஞர் என்ற புகழ் மக்களிடையே நிலவி வந்தது. சட்ட ஆலோசனையும் கட்சிப் பணியும் அவரின் நேரத்தைப் பெரிதும் எடுத்துக்கொண்டன. தற்சமயம் வின்னி மீண்டும் கர்ப்பவதி ஆனார்.

மண்டேலாவின் முதல் மகன் மெக்காத்தோ டிரான்ஸ்கெய்யில் உடல் நலம் குன்றி இருந்தான். அவனை டிரான்ஸ்கெய்யிலிருந்து காரில் ஜோகன்னஸ்பர்க் அழைத்து

வந்தார். அவனுடைய தாயார் எவலினிடம் ஒப்படைத்து சிகிச்சைக்கான ஏற்பாடுகளைச் செய்தார்.

வின்னியைப் பிரசவத்திற்காக மருத்துவமனையில் சேர்த்தார்கள். பிரசவத்தின்போது கணவர் அருகில் இருக்க வேண்டும் என்று விரும்பினார். ஆனால் பல்வேறு அலுவல்கள் காரணமாக வின்னியின் ஆசையை நிறைவேற்ற இயலவில்லை. வின்னிக்கு இரண்டாவதும் பெண் குழந்தை பிறந்தது. அதற்கு சின்ட்சில்வா என்று பெயர் சூட்டினார்கள்.

நீதிமன்றத் தீர்ப்பின் மூலம் 1961 மார்ச் 29-இல் மண்டேலா விடுதலை செய்யப்படுவதற்கு முன்பே ஐந்து ஆண்டுகளாக அவர் மீது விதிக்கப்பட்டிருந்த தடை விலக்கிக் கொள்ளப்பட்டது. ஜோகன்னஸ்பர்க்கிலிருந்து வெளியே செல்ல அவருக்குச் சுதந்திரம் கிடைத்தது. இந்தச் சமயத்தில் ஜோகன்னஸ்பர்க்கிற்கு 450 கிலோ மீட்டர் தொலைவில் உள்ள பீட்டர்மாரிஸ்பர்க் என்னும் நகரில் அனைத்து சமய, சமூக, கலாசார, அரசியல் அமைப்புக்களின் பிரதிநிதிகள் மாநாடு நடந்தது. நீண்டகாலத் தடை ஆணைக்குப்பின் 1961 மார்ச் 25-ஆம் நாள் மாநாட்டு மேடையில் சொற்பொழிவு ஆற்ற மண்டேலா நின்றபோது மக்கள் மகிழ்ச்சி ஆரவாரம் செய்தார்கள்.

மாநாட்டில் உரையாற்றிய மண்டேலா தென்னாப்பிரிக்காவில் அனைத்து இனத்தினரும், நிறத்தினரும் ஒரு கருத்தரங்கத்தில் ஒன்றுகூடி அனைத்து மக்களின் விருப்பங்களைப் பிரதிபலிக்கும் ஓர் அரசியல் அமைப்புச் சட்டத்தினை உருவாக்க வேண்டும் என்று வேண்டிக்கொண்டார். அத்தகைய கருத்தரங்கத்தைக் கூட்ட மண்டேலா தலைமையில் நடவடிக்கைக்குழு அமைக்கப்பட்டது.

புதிய அரசியலமைப்பிற்கான கருத்தரங்கு நடத்தக்கோரி பிரதமர் விர்வார்டுக்கு மண்டேலா மடல் எழுதினார். பிரதமர் பதில் அனுப்பாமல் கடிதம் அகம்பாவத்தொனியில் இருப்பதாக நாடாளுமன்றத்தில் தெரிவித்தார். கடிதத்தில் அரசு இது குறித்து நடவடிக்கை எடுக்காவிடில் மூன்றுநாள் வேலை நிறுத்தம் செய்யப்படும் என எச்சரித்தார்.

வழக்கின் முடிவில் மண்டேலாவிற்குச் சிறைத்தண்டனை வழங்கப்படவில்லை எனில் அவர் தலைமறைவாகி நாடு முழுவதும் சுற்றுப்பயணம் செய்து விடுதலைப் போரைத் தீவிரப்படுத்த வேண்டும் என்று கேட்டுக்கொண்டார்கள். ஆ.தே.கா.வின் விருப்பத்தை மண்டேலா தன் மனைவியிடம் தெரிவித்தார். விடுதலைப் போரில் கணவருக்கு உற்ற துணையாக இருந்த வின்னி இது குறித்துச் சற்றும் கவலைப்படவில்லை. கிழக்கு ஆர்லாண்டோவில் வாழ்ந்து வந்த தன் முதல் மனைவி எவலின் இல்லத்திற்குத் தோழரை அனுப்பி இரண்டாவது மகன் மெக்காத்தோவையும், மகள் மெக்கசீவியையும் வரவழைத்தார். அவர்களிடம் தன் திட்டத்தைச் சொல்லி அவர்களுக்கு வாழ்த்துச் சொல்லி அவர்களிடம் விடைபெற்றார்.

வின்னி, குழந்தைகள் செனானி, சின்ட்சிவா ஆகியோரிடமிருந்து விடைபெற்று காரிலேறித் தன் பயணத்தைத் தொடங்கினார். பெரும்பாலும் ஜோகன்னஸ்பர்க்கிலேயே தங்கி வாழ்ந்தாலும் கட்சிப் பணிக்காக அவ்வப்போது இரவு நேரங்களில் வெளியூர்களுக்குச் சென்று வருவார். தலைமறைவு வாழ்க்கை என்பது தனிமை வாழ்க்கைதான். தனிமை வாழ்க்கை சிந்திக்கவும், திட்டமிடவும் மண்டேலாவிற்குப் பேருதவியாக இருந்தது.

மண்டேலா தலைமறைவானவுடன் அவரைக் கைது செய்ய வெள்ளையர் ஆட்சி ஆணை பிறப்பித்தது. நெடுஞ்சாலைகளில் சாலைத்தடைகளை அமைத்து வாகனங்களைக் காவல்துறையினர் ஆய்வு செய்தார்கள். ஆனால் மண்டேலாவை அவர்களால் பிடிக்க முடியவில்லை. சில சமயங்களில் பொதுத்தொலைபேசியிலிருந்து பத்திரிகை அலுவலகங்களுக்குத் தகவல்களை அளிப்பார். சில இக்கட்டான சூழ்நிலைகளையும் அவர் சந்தித்தார். ஒரு முறை அவர் காரில் பயணம் செய்தபோது போக்குவரத்து சந்திப்பில் நிற்க வேண்டி வந்தது. மண்டேலாவின் காருக்கு அருகில் நின்ற காரில் காவல் துறையின் உயர் அலுவலர் அமர்ந்திருந்தார். அப்போது மண்டேலா நீலநிறச் சீருடையும், குல்லாயும் கண்ணாடியும் அணிந்திருந்தார். காவல்துறை

அலுவலர் மண்டேலாவை அடையாளம் கண்டுகொள்ளாமல் போய்விட்டார். மண்டேலாவும் நிம்மதிப் பெருமூச்சுவிட்டார்.

ஒரு சமயம் ஆப்பிரிக்க காவலர் மண்டேலாவின் காரை நோக்கி வந்தார். மண்டேலாவுக்கு நாம் பிடிபட்டு விடுவோமோ என்ற அதிர்ச்சி. காவலர் ஆ.தே.கா. முறையில் வணக்கம் செலுத்திவிட்டு மண்டேலாவை சீக்கிரம் இங்கிருந்து போங்கள் என்று கூறிவிட்டுச் சென்றார். தென்னாப்பிரிக்க காவல் துறையினர் எசமான விசுவாசமானவர்களாக இருந்தாலும் அவர்களுக்குள்ளும் சிலர் நாட்டுப் பற்றுள்ளவர்களாக இருந்தார்கள்.

மண்டேலா தலைமறைவு வாழ்க்கையின்போது தான் எப்படி நடந்துகொண்டேன் என்று விவரிக்கிறார். "முகச்சவரம் செய்துகொள்ளவோ, தலைமுடியை வெட்டிக்கொள்ளவோ இல்லை. வேலைக்காரர்கள் உடுத்திக் கொள்ளும் நீலநிறச் சீருடையை உடுத்திக்கொண்டு வட்டமான கண்ணாடியை அணிந்து கொள்வேன். கார் ஓட்டியின் சீருடையும், தொப்பியும் அணிந்துகொண்டு என்னிடம் இருந்த காரை ஓட்டிவருவேன். என் முதலாளியின் காரை ஓட்டிவருவது போன்று பயணம் செய்வேன். சில சமயங்களில் தோட்ட வேலைக்காரனாக இருப்பேன்" என்று கூறினார்.

தேசத்தின் ஈட்டி

1961 மே 31-ஆம் நாளில் தென்னாப்பிரிக்கா இங்கிலாந்துடனான தன் உறவுகளை முறித்துக்கொண்டு தன்னை ஒரு குடியரசு நாடாக அறிவிக்கும் நடவடிக்கையில் ஈடுபட்டிருந்தது. மார்ச் 25-இல் பீட்டர்மாரிஸ்பர்க்கில் அனைத்து அமைப்புகளின் பிரதிநிதிகள் கூட்டம் கூடியது. மாநாட்டில் அனைத்துத் தரப்பு பிரதிநிதிகள் அடங்கிய தேசியப் பேரவையைக் கூட்டி சனநாயக அரசியலமைப்புச் சட்டத்தை உருவாக்க அரசைக் கேட்டுக் கொண்டு பீட்டர் மாரிஸ்பர்க் மாநாட்டில் தீர்மானம் நிறைவேற்றப் பட்டது. இக்கோரிக்கையை அரசு நிறைவேற்றாவிட்டால் 1961 மே 29, 30, 31 ஆகிய மூன்று நாட்களும் வேலை நிறுத்தம் செய்து "வீடுகளில் தங்கும்" அறப்போர் நாடு முழுதும் நடத்தப்படும் என்று ஆ.தே.கா.வின் சார்பில் மண்டேலா எச்சரித்தார்.

போராட்டத்தை வெற்றிகரமாக நடத்த ஆ.தே.கா. தீவிர முயற்சியில் ஈடுபட்டது. ஆனால் இனவெறி ஆட்சி காவல் துறையையும், இராணுவத்தையும் தயார் நிலையில் இருக்க

ஆணை பிறப்பித்தது. கூட்டங்கள், பேரணிகள் தடை செய்யப்பட்டன. அரசியல் தலைவர்கள் கைது செய்யப்பட்டனர். ஹெலிகாப்டர்கள், விளக்குகள் போட்டு வீடுகளை வட்டமிட்டன. தொழிற் சாலைகளில் தொழிலாளர்களை வீட்டுக்கு அனுப்பாமல் ஆலைகளிலேயே கட்டாயமாகத் தங்கவைத்து உணவு அளிக்கப்பட்டது. ஆ.தே.வுக்கு போட்டிக் கட்சிகளாகத் தொடங்கப்பட்ட அனைத்து ஆப்பிரிக்க காங்கிரஸ் முதுகில் குத்துகிற எட்டப்பன் வேலையைச் செய்தது. வேலை நிறுத்தத்தை முறியடிக்க முயன்றது.

ஆனால் நாட்டுப் பற்றுள்ள இலட்சக் கணக்கான தொழிலாளர்கள் வீடுகளிலேயே தங்கி வேலை நிறுத்தத்தை வெற்றி பெறச் செய்தனர். ஜோகன்னஸ்பர்க், எலிசபெத், கேப் முனை போன்ற பல நகரங்களில் உள்ளிருப்பு அறப்போர் வெற்றி பெற்றது. மே 30-ஆம் நாள் மண்டேலா பத்திரிகையாளர்களை இரகசியமாகச் சந்தித்து பின்வருமாறு பேசினார். "வன்முறை அற்ற எங்களின் அறப்போரை அரசு வன்முறையால் அடக்க முயல்கிறது. என்னைப் பொறுத்த வரை அறப்போர் எனும் அத்தியாயம் முடிந்துவிட்டது என்றே எண்ணுகிறேன்." மண்டேலாவின் இந்தப் பேச்சை ஆ.தே.கா.வின் நிருவாகக்குழு கண்டித்தது.

1961 சூனில் ஆ.தே.கா. நிருவாகக் குழு கூடியது. இரகசிய இராணுவத்தை உருவாக்க வேண்டும் என்ற தன் எண்ணத்தைத் தீர்மானமாகக் கொண்டுவந்தார் மண்டேலா. மூத்த நிருவாகக் குழு உறுப்பினர் மோசஸ் கோட்டானே மண்டேலாவின் தீர்மானத்தை எதிர்த்தார். நிரபராதிகளாகவும், நிராயுத பாணிகளாகவும் உள்ள சாதாரண மக்களைப் பலியிடத்தான் இது வழிவகுக்கும் எனக் கூறிக் கண்டனம் தெரிவித்தார். "லெனின், ஸ்டாலின், மார்க்ஸ் நூல்களிலிருந்து மேற்கோள்கள் காட்டி மடக்கப் பார்க்கிறீர்கள். கியூபாவில் சர்வாதிகாரி பாட்டிஸ்டாவுக்கு எதிராக அப்போது பொதுவுடைமைக் கட்சியில் சேராத பிடல் காஸ்ட்ரோவும், செகுவேராவும் சிறு படையுடன் தொடங்கி பாட்டிஸ்டாவை எதிர்த்து வெற்றி பெற்றார்கள்" என்று மண்டேலா மோசஸ்ஸுக்கு பதில் அளித்தார்.

நிருவாகக் குழுவில் தென்னாப்பிரிக்காவின் காந்தி என்று போற்றப்பட்ட தலைவர் லுதுலியும் வன்முறையை எதிர்த்தார். விவாதத்தைப் பொறுமையாகக் கேட்டுக்கொண்டிருந்த லுதுலி "ஆ.தே.கா. தொடர்ந்து சட்ட ரீதியாக இயங்கட்டும்; மண்டேலா வேறு அமைப்பைத் தொடங்கி இரகசிய இராணுவ நடவடிக்கை எடுக்கலாம்" என்று தீர்மானமாக நிறைவேற்றினார்.

எந்தப் போரிலும் இதுவரை மண்டேலா கலந்து கொண்டவரோ படையில் போர் வீரராக இருந்தவரோ அல்லர். அப்படிப்பட்டவரிடம் ஆ பிரிக்க விடுதலைக்காகப் படையை உருவாக்கும் பொறுப்பு ஒப்படைக்கப்பட்டது. இ ப் படைக்கு "தேசத்தின் ஈட்டி" என்ற பொருள் கொண்ட " கொண்ட்டோ விசிஸ்வி" என்று பெயர் சூட்டப்பட்டது. சுருக்கமாக எம்.கே. என்று அழைக்கப்பட்டது. ஆப்பிரிக்கர்கள் தொடக்கத்தில் ஈட்டியை வைத்துக்கொண்டுதான் வெள்ளை ஆக்கிரமிப்பாளரை எதிர்த்துப் போராடினார்கள்.

ஆ.தே.கா.வில் வெள்ளையர் உறுப்பினராகச் சேர முடியாது என்று விதி இருந்தது. அதைப் போலவே தேசத்தின் ஈட்டி என்ற படையில் வெள்ளையரைச் சேர்க்கவேண்டாம் என்று மூத்த தலைவர்கள் கூறினார்கள். ஆனால் மண்டேலா அதை ஏற்கவில்லை. கம்யூனிஸ்ட் கட்சியின் வெள்ளையர் பலர் அரசின் தகவல் தொடர்பு நிலையங்கள் போன்ற முக்கிய இடங்களைத் தாக்கி சேதப்படுத்திய அனுபவம் உண்டு. கம்யூனிஸ்ட் வெள்ளையர் ஜோ ஸ்லோவை தன் படையில் சேர்த்துக்கொண்டார். இரண்டாம் உலகப் போரில் படையில் சேர்ந்து போரிட்ட ஜேக் ஆட்சன், ஸ்பிரிங்போக், ஈஸ்ட்டி பெர்ன்ஸ்டீன் ஆகியோரையும் படையில் சேர்த்துக்கொண்டார். மண்டேலா, வால்டர் சிசுலு, ஜோஸ்லோ ஆகிய மூவரைக்கொண்ட உயர் ஆணைக்குழு அமைக்கப்பட்டது. மண்டேலா அதன் தலைவராக நியமிக்கப்பட்டார். தனி மனிதர்களுக்குப் பாதிப்பு ஏற்படாமல் அரசுக்கு இழப்பு ஏற்படும் வகையில் வன்முறையைப் பயன்படுத்த வேண்டும் என்று முடிவெடுக்கப்பட்டது.

மண்டேலா போரில் நேரடியாக ஈடுபட்டவர்களிடம் பாடம் கேட்டுப் பயிற்சி பெற்றார். தென்னாப்பிரிக்காவில் பழங்காலப் போர்களில் வீரர்கள் நடத்திய தாக்குதல்களைத்

தெரிந்துகொண்டார். சீனக் கம்யூனிஸ்ட் தலைவர் மாசேதுங், பிடல்காஸ்ட்ரோ ஆகியோரின் போர் பற்றிய நூல்களையும் படித்தார். தென்னாப்பிரிக்கா போல் மலைகளும், காடுகளும் அதிகம் இல்லாத இசுரேலியத் தலைவர் ஒருவர் எங்ஙனம் கொரில்லாப் போரை நடத்தினார் என்பதைப் பெகின் எழுதிய நூலைப் படித்துத் தெரிந்துகொண்டார்.

1961 சூன் 26-ஆம் நாளை ஆ.தே.கா. விடுதலை நாளாகக் கொண்டாடிவந்தது. அன்று தலைமறைவாக இருந்த மண்டேலா செய்தித்தாள்களுக்கு ஓர் அறிக்கையை அனுப்பினார்.

“என்னைப் பிடிக்க வாரண்ட் பிறப்பிக்கப்பட்டுள்ளது. இதை ஆய்வு செய்த தேசியக் குழு என்னைச் சரணடைய வேண்டாம் எனக் கூறியுள்ளது......... என் அன்பு மனைவியையும், அன்பின் உருவங்களான குழந்தைகளையும், பெற்ற தாயையும் பிரிந்து தனிமையில் வாடுகிறேன். என் (வழக்கறிஞர்) தொழிலையும் கைவிட்டு ஏழ்மையில் வாடுகிறேன்..... நான் தென்னாப்பிரிக்காவை விட்டு எங்கும் ஓடமாட்டேன். என் இறுதி மூச்சுவரை சுதந்திரம் பெறும் வரை போராடிக்கொண்டே இருப்பேன்”. செய்தித்தாள்கள் இந்த அறிக்கையை வெளியிட்டதற்காகத் தண்டிக்கப்பட்டன.

மண்டேலா தலைமறைவாக இருந்த காலத்தில் ஒல்பி கொடேஸ் என்ற கம்யூனிஸ்ட் வெள்ளையர் வீட்டில் தங்கினார். ஒல்பி ‘நியூ ஏஜ்’ என்ற இடது கம்யூனிஸ்ட் பத்திரிகையின் நிருபர். காவல் துறையின் கண்காணிப்பால் ஒல்பி வீட்டிலிருந்து குடிபெயர்ந்து ஜோகன்னஸ்பர்க்கிலிருந்த ஒரு மருத்துவர் வீட்டில் ஒரு தோட்டக்காரனாக மாறுவேடத்தில் தங்கினார். பின்னர் நேட்டாலில் ஒரு கிராமத்தில் மண் ஆராய்ச்சி செய்ய அரசால் நியமிக்கப்பட்ட ஆய்வாளர் எனக் கூறித் தங்கியிருந்தார்.

சில மாதங்கள் ரிவோனியாவில் இருந்த லிலைஸ் லீஃப் வேளாண் பண்ணையிலும் தங்கியிருந்தார். இப்பண்ணையைத் தலைமறைவு வாழ்க்கை வாழ்ந்துவரும் விடுதலை வீரர்களுக்குப் பாதுகாப்பாக இருக்கப் புரட்சிப்படை வாங்கி இருந்தது. மண்டேலா பண்ணையில் நீல நிறச் சீருடை

அணிந்து தன் பெயரை டேவிட் மோட்சாயிமி என வைத்துக்கொண்டார். அலெக்சாண்டிரா நகரியத்தில் வாழ்ந்துவந்த கறுப்பர்கள் பண்ணையில் வேலை செய்துவந்தார்கள். இவர்களுக்குச் சிற்றுண்டி, தேநீர் தயாரித்து வழங்கும் பணியை மண்டேலா செய்துவந்தார். மண்டேலா யார், இவர் ஏன் பண்ணையில் தங்குகிறார் என்ற உண்மைகள் புரியாத வேலையாட்கள் அவரைச் சில சமயங்களில் அவமதிப்பாகவும் நடத்தினார்கள். சிற்றுண்டித் தட்டோடு இவர் போய் நின்றபோது ஒரு வேலை ஆள் இவரை நீண்ட நேரம் நிற்க வைத்தான். "பையா! இங்கே வா!" என இன்னொரு வேலையாள் உரக்கக் கத்துவான். தென்ஆப்பிரிக்கர்கள் தங்கள் சக ஊழியர்களை மதித்து நடந்துகொள்ளமாட்டார்கள். இந்த இழிவுகளையெல்லாம் மண்டேலா தான் தேர்ந்தெடுத்த கட்சிப் பணிக்காகத் தாங்கிக் கொண்டார்.

மண்டேலாவுக்குத் துணையாகப் புகழ் பெற்ற ஓவியர் ஆர்தர் கோல்ட்ரீக் பண்ணையில் வந்து தங்கினார். இங்கு ஓவியரைப் பார்க்க வருவதைப் போல் வின்னி மண்டேலாவும், குழந்தைகளும் சில நாட்கள் பண்ணைக்கு வந்து மண்டேலாவைச் சந்தித்து உரையாடிச் செல்வார்கள்.

1838 டிசம்பர் 16-ஆம் நாள் வெள்ளையர்கள் கறுப்பர்களைப் போரில் வெற்றி பெற்ற நாள். அன்று ஆயிரக்கணக்கான கறுப்பர்கள் வெள்ளையரின் துப்பாக்கிக்குப் பலியானார்கள். இதே டிசம்பர் 16-ஆம் நாளில் 'தேசத்தின் ஈட்டி முனை' என்னும் எம்.கே. படை இனவெறி அரசின் அலுவலகங்களிலும், மின்சார நிலையங்களிலும் வெடிகுண்டுகளை வெடிக்கச் செய்தது. ஜோகன்னஸ்பர்க், போர்ட் எலிசபத், டர்பன் ஆகிய நகரங்களின் முக்கிய இடங்கள் எம்.கே. படையின் தாக்குதலுக்கு உள்ளாயின.

ஆப்பிரிக்க விடுதலைப் போர் வரலாற்றில் டிசம்பர் 16-ஆம் நாள் ஒரு முக்கியமான நாளாகும். அன்றுதான் 'தேசத்தின் ஈட்டி முனை' எனப்படும் மக்கள் படையின் கொள்கைப் பிரகடனம் (manifesto) வெளியிடப்பட்ட நாள். அதன் முக்கிய பகுதிகள் வருமாறு:-

தேசத்தின் ஈட்டி முனையின் பிரகடனம்: 1961 டிசம்பர் 16-ஆம் நாள் வெளியிடப்பட்டது. "தேசத்தின் ஈட்டி முனை" என்பது ஆப்பிரிக்கர்களால் நிறுவப்பட்ட ஒரு சுதந்திரமான அமைப்பு. தென்னாப்பிரிக்காவைச் சேர்ந்த அனைத்து இன மக்களையும் உறுப்பினர்களாகக்கொண்டது.

இந்த நாட்டிலுள்ள பிரதான விடுதலை இயக்கங்கள் இனவெறி ஆட்சியை எதிர்க்கும் போரில் அகிம்சையை கடைப்பிடித்து வருகின்றன.

ஒவ்வொரு தேசிய இனத்தின் வாழ்விலும் ஒரு கால கட்டம் ஏற்படுகிறது. அடிபணிந்து கிடப்பது அல்லது போராடுவது. தென்னாப்பிரிக்காவிற்கு அத்தகைய காலகட்டம் வந்து விட்டது. நாம் அடிபணிந்து கிடக்கப் போவதில்லை. நாம் நம் மக்கள், நம் எதிர்காலம், நம் சுதந்திரத்திற்காக நம் ஆற்றல் முழுவதும் பயன்படுத்தி வன்முறை உட்பட்ட அனைத்து வழிகளிலும் அரசை எதிர்த்துப் போராட வேண்டும்.

நமது போராட்டத்தில் நாம் நமது நாட்டு அனைத்து மக்களின் - கறுப்பர், மாநிறத்தினர், வெள்ளையர் உட்பட - மேலான நன்மைக்காகச் செயல்படுகிறோம். இந்நாட்டு மக்களின் விடுதலை, ஜனநாயகம், தேசிய உரிமைகள், சமத்துவம் ஆகிய உன்னத இலட்சியங்களை அடைய இனவெறி தேசியக்கட்சி அரசையும் வெள்ளையர் மேலாதிக்கத்தையும் ஒழித்துக்கட்டி ஆக வேண்டும்.

இந்த நாட்டு மக்களின் மகிழ்ச்சியையும் விடுதலையையும் விரும்பும் தென்னாப்பிரிக்கர்களின் ஆதரவையும், ஊக்குவிப்பையும் எங்கள் படைக்கு அளிக்க நாங்கள் வேண்டுகிறோம்.

ஆப்பிரிக்கா மீண்டும் எங்களுக்கு உரிமையுடையதாகுக!

(தேசத்தின் ஈட்டி முனையின் தலைமையகத்தால் வெளியிடப்பட்டது)

எம்.கே. படையின் இந்தக் கொள்கைப் பிரகடனம் உறங்கிக் கிடக்கும் ஆப்பிரிக்க மக்களுக்கு விடப்படும் போர் முழக்கம் மட்டுமல்ல; இனவெறி வெள்ளையர் ஆட்சிக்கு விடப்படும் ஓர் அறைகூவல். இனி "விடுதலை வாழ்வா மரணமா" என்ற கேள்வி மக்களின் முன்னால் எழுந்தது.

மண்டேலாவின் ஆப்பிரிக்கப் பயணம்

இருண்ட கண்டம் என்று அழைக்கப்பட்ட ஆப்பிரிக்காவின் அடிமை நாடுகள் அனைத்தும் விடுதலை பெறவேண்டும் என்ற உன்னத இலட்சியத்தோடு ஓர் ஆப்பிரிக்க அமைப்பு இயங்கி வந்தது. "அனைத்து ஆப்பிரிக்கர்களின் கிழக்கு, மத்திய தென்னாப்பிரிக்க விடுதலை இயக்கம்" (Pan-African Freedom Movement of East and Central Africa) என்று அந்த விடுதலை இயக்கத்திற்குப் பெயர். அந்த இயக்கத்தின் சார்பாக எத்தியோபியா நாட்டின் தலைநகர் அடிஸ் அபாபாவில் 1962 பிப்ரவரியில் ஆப்பிரிக்க நாடுகளின் மாநாடு நடைபெற இருந்தது. இம்மாநாட்டில் கலந்துகொள்ள ஆப்பிரிக்க தேசிய காங்கிரசுக்கு அழைப்பு வந்தது. ஆப்பிரிக்காவில் இயங்கி வரும் பல விடுதலை இயக்கங்களோடு நெருங்கிய தொடர்பு ஏற்படுத்திக்கொள்ளவும், 'தேசத்தின் ஈட்டி முனை'க்குத் தேவையான ராணுவப் பயிற்சி, நிதி உதவி, ஒத்துழைப்பு ஆகியவற்றைப் பெறவும் மாநாட்டில் கலந்துகொள்வது பேருதவியாக இருக்கும் என்று கருதப்பட்டது. இந்த மாநாட்டில் கலந்துகொள்ள மண்டேலா

தலைமையில் ஒரு பிரதிநிதிகள் குழு செல்லவேண்டும் என்று தலைவர் லுதுலி உட்பட பலர் வற்புறுத்தினர்.

மாநாட்டிற்குப் புறப்படுவதற்கு முன்பு வெள்ளைக்கார நண்பர் ஒருவர் வீட்டில் மண்டேலா தங்கியிருந்தார். வெளிநாட்டுப் பயணத்திற்கு வேண்டிய துணிமணிகள் அடங்கிய புதிய பெட்டியுடன் வின்னி, மண்டேலாவைச் சந்தித்து பெட்டியை அவரிடம் ஒப்படைத்தார். தன் கணவர் வரலாற்றுச் சிறப்பு மிக்க மாநாட்டில் கலந்துகொள்வதில் மகிழ்ச்சி அடைந்து அவருக்கு ஒரு வீராங்கனைபோல் விடைகொடுத்து அனுப்பினார்.

ஒரு குறிப்பிட்ட காட்டுப் பகுதியில் அகமத் காத்ரடா, டூமா நோக்வா, ஆலிவர் மூவரும் சந்தித்து அங்கிருந்து காரில் தார் - எஸ் - சலாம் செல்லத் திட்டமிட்டிருந்தனர். அங்கிருந்து மண்டேலா விமானத்தில் அடிஸ் அபாபாவுக்குப் பயணம் செய்ய திட்டமிடப்பட்டது. ஆனால் அகமத் காத்ரடா மட்டும் குறிப்பிட்ட இடத்திற்கு வந்து சேர்ந்தார். மற்ற இருவரும் வரவில்லை. அவர்கள் இருவரும் வரும் வழியில் காவல் துறையால் கைது செய்யப்பட்டனர் என்பது பின்னர் தெரியவந்தது.

முதலில் லோபாட்சேக்குப் பயணமானார். அங்கு விடுதலை இயக்கத் தலைவர் பேராசிரியர் மோட்சடே இல்லத்தில் தங்கினார். அங்கு ஜோமேத்தியூஸ் மண்டேலாவுடன் சேர்ந்து கொண்டார். அங்கிருந்து சிறிய விமானத்தில் காசானே என்ற ஊருக்குச் சென்றனர். மறுநாள் அங்கிருந்து தாங்கனீகாவில் நான்கு நாடுகளின் எல்லை சந்திக்கும் எம்பேயா என்ற நகருக்கு வேறு விமானத்தில் சென்றனர். இப்பயணத்தின் போது மண்டேலா ஓர் அதிர்ச்சியை சந்தித்தார். விமானம் மலைகளின் மீது பறக்கும் போது கருமேகங்களால் இருள் கவ்விக்கொள்ள பாதை தெரியாமல் விமானம் மலைகளின் மீது மோதிக்கொள்வது போல் சென்றது. இதோடு நம் கதை முடிந்துவிட்டது என்று மண்டேலா அதிர்ச்சி அடைந்தார். ஆனால் சற்று நேரத்தில் மேகங்கள் விலகி வானம் வெளுத்து விமானம் பத்திரமாக இறங்கியது.

எம்பேயாவில் ஒரு விடுதியில் மண்டேலா தங்கினார். விடுதியில் நிறவெறி இல்லாமல் வெள்ளையரும் கறுப்பரும் சரிசமமாக அருகருகே அமர்ந்து தோழமையுடன் பழகியதை மண்டேலா முதல் முறையாகக் கண்டு களிப்பும் வியப்பும் அடைந்தார்.

அடுத்த நாள் தாங்கனீகாவின் தலைநகர் தார் - எஸ் - சலாம் வந்து சேர்ந்தனர். அண்மையில் சுதந்திரம் பெற்ற தாங்கனீகாவின் முதல் குடியரசுத் தலைவர் ஜூலியஸ் நைரேரேயைச் சந்தித்தார். குடியரசுத் தலைவர் வாழ்ந்த வீடு பெரிய மாளிகையாக இல்லை. சாதாரண கட்டிடம். நைரேரே எளிய வாழ்க்கை வாழ்ந்துவந்தார். அந்நாட்டில் செல்வர் - வறியவர் என்ற வர்க்க வேறுபாடு மிகக் குறைவு. நைரேரே, எதியோபியப் பேரரசர் ஹெய்லி சலாசியை மண்டேலா சந்திக்க ஏற்பாடு செய்தார்.

தாங்கனீகாவிலிருந்து கானா சென்று அடைந்தனர். அங்கு மண்டேலா தன் பழைய நண்பர் ஆலிவர் டாம்போவை இரு ஆண்டுகளுக்குப் பின் சந்தித்தார். இருவரும் ஆரத்தழுவிக் கொண்டனர். ஆ.தே.கா.வின் வெளிநாட்டு உறவை வளர்த்துவந்த ஆலிவர் டாம்போ தாங்கனீகா, கானா, இங்கிலாந்து, எகிப்து ஆகிய நாடுகளில் ஆ.தே.கா.வின் கிளைகளை நிறுவினார். ஆ.தே.கா.வின் விடுதலைப் போருக்கு அந்நாடுகளில் ஆதரவைத் திரட்டினார்.

அடுத்து மண்டேலா டக்ராவுக்குப் பயணமானார். விமானத்தில் தன் பழைய நண்பர் கவுர் ராடபேயைச் சந்தித்தார். ராடபே ஆ.தே.கா.விலிருந்து விலகி அனைத்து ஆப்பிரிக்க காங்கிரசில் சேர்ந்தார். கட்சி மாறினாலும் இருவரும் பழைய நட்போடும் மதிப்போடும் பழகினர்.

புணர்ச்சி பழகுதல் வேண்டா; உணர்ச்சிதான்
நட்புஆம் கிழமை தரும்

என்ற பொதுமறைக்கு இலக்கியமாகத் திகழ்ந்தார்கள்.

கார்ட்டூமிலிருந்து எதியோபியாவிற்குப் பயணம் செய்தபோது விமானத்தை ஒரு கறுப்புவிமானி ஓட்டி வந்ததைப் பார்த்து வியப்பும் பெருமையும் அடைந்தார்.

அபிசீனியா என்று முற்காலத்தில் அழைக்கப்பட்ட எதியோபியா யேசு பிறப்பதற்கு முன்பே தனி நாடாக விளங்கியது. இத்தாலியின் சர்வாதிகாரி முசோலினி 1936-ல் எதியோபியாவின் மீது படையெடுத்து அதை ஆக்கிரமித்தார். ஆனால் இரண்டாம் உலகப் போரின் போது 1941-இல் எதியோபியாவிலிருந்து முசோலினியின் பாசிசப் படைகள் நேசதேசப் படைகளால் விரட்டியடிக்கப்பட்டன. எதியோபியாவில் கால் பதித்தபோது மண்டேலா தான் ஓர் ஆப்பிரிக்கர் என்ற பெருமித உணர்வு கொண்டார். ஆனால் எதியோபியா ஒரு மக்களாட்சியாக ஒளிரவில்லை.

அடிஸ் அபாபாவில் மாநாட்டின் தொடக்கத்தில் பேரரசர் ஹெய்லி சலாசி படைவீரர்களின் அணி வகுப்போடு மாநாட்டுத் திடலுக்கு வந்தார். படைவீரர்களின் அணிவகுப்பைப் பற்றி மண்டேலா பெருமையுடன் கூறியது: “இங்குதான் என் வாழ்க்கையில் முதன் முதலாகக் கறுப்புப்படை வீரர்கள், கறுப்புத் தளபதிகளின் கீழ், கறுப்பு மன்னரின் விருந்தினராக வந்திருக்கும் கறுப்புத் தலைவர்கள் பாராட்ட அணி வகுப்பு வந்ததைப் பார்த்தேன்..... எனது நாட்டிலும் ஒரு நாள் அவ்வாறு நடைபெறப் போகிறது என்று கனவு கண்டேன்”.

மாநாட்டில் பேரரசர் சலாசி திறப்பு விழா உரையாற்றினார். அடுத்து மண்டேலா உரையாற்ற அழைக்கப்பட்டார். தனது தலைமறைவுப் பெயரான டேவிட் மோட்சமாயி என்ற பெயரை விடுத்து நெல்சன் மண்டேலாவாக ஆப்பிரிக்க நாட்டுத் தலைவர்கள் முன் பேச நின்றார். மாநாட்டில் மண்டேலா நிகழ்த்திய சொற்பொழிவின் முக்கிய பகுதிகள் வருமாறு:

“இந்த மாநாட்டில் கலந்துகொள்ளும் நான்கு சுதந்திர ஆப்பிரிக்க நாடுகளான எதியோபியா, சோமாலியா, சூடான் தாங்கனீகா ஆகியவை எங்கள் தென்னாப்பிரிக்க விடுதலைப் போருக்கு ஆதரவு அளித்து வருகின்றன. இந்நாடுகள் நிறவெறி ஆட்சிக்கு எதிராகத் தூதரகப் பொருளாதாரத் தடைகள் விதித்துள்ளன. . . . . .

உலகிலுள்ள ஜனநாயக நாடுகள் எங்கள் நாட்டு விடுதலைப் போராட்ட வீரர்களை அன்புடன் வரவேற்று அவர்களுக்கு அடைக்கலமும் ஆதரவும் அளித்துவருகின்றன.

1960 மார்ச்சில் ஷார்ப்பவில் நகரில் நடந்த படுகொலை இன்னும் நம் நினைவில் பசுமையாக உள்ளது. 1948 மே மாதத்திற்கும் 1960 சூன் மாதத்திற்கும் இடையில் இனவெறி ஆட்சியால் 300 ஆப்பிரிக்கர்கள் படுகொலை செய்யப்பட்டனர்; 500 பேர் காயம் அடைந்தனர்.

நான் கடந்த பத்து மாதங்களாக என் இல்லத்தாரையும் நண்பர்களையும் பிரிந்து சட்டவிரோதியாக தலைமறைவு வாழ்க்கை வாழ்ந்து வருகிறேன். இந்த மாநாட்டு நிருவாகி களிடமிருந்து எங்கள் இயக்கத்திற்கு அழைப்பு வந்தபோது நான் இந்த மாநாட்டில் கலந்துகொண்டு எங்கள் விடுதலைப் போரின் இன்றைய நிலைமையை விளக்கவேண்டும் என்று எங்கள் கட்சி தீர்மானித்தது.

எங்களை எதிர்நோக்கியுள்ள இறுதிப்போரில் அனைத்து ஆப்பிரிக்கர்களின் கிழக்கு மற்றும் மத்திய ஆப்பிரிக்க விடுதலை இயக்கமும் (PAFMECA), உலகெங்கிலுமுள்ள விடுதலை நாடுவோரும் எங்களுக்கு முழு ஒத்துழைப்பும் ஆதரவும் அளிப்பார்கள் என்று உறுதியாக நம்புகிறோம்."

மண்டேலாவின் உணர்ச்சிகரமான சொற்பொழிவு மாநாட்டில் கலந்துகொண்ட பல ஆப்பிரிக்க நாட்டுத் தலைவர்களின் பேராதரவைப் பெற்றது. ஜூலியஸ் நைரேரேயும், கென்னத் கவுண்டாவும் ஆப்பிரிக்க விடுதலை இயக்கங்களுக்கிடையே ஒற்றுமை நிலவ வற்புறுத்தினர்.

மாநாடு முடிந்ததும் அங்கிருந்து எகிப்தின் தலைநகரான கெய்ரோவிற்குப் பயணமாயினர். இன்று உலக வல்லரசாக விளங்கும் ஆங்கிலேயர்கள் நாகரிகமற்றவர்களாகக் குகைகளில் வாழ்ந்து வந்த காலத்தில் எகிப்தியர்கள் பிரமிடுகளையும், சிறந்த கட்டிடங்களையும் கட்டிக்கொண்டு நாகரிகத்தில் செம்மாந்து விளங்கியவர்கள் என்பதை மண்டேலா எண்ணிக்கொண்டார். எகிப்திய குடியரசுத் தலைவர் நாசர் சமதர்மக் கொள்கைப்படி நிலவுடைமைக்கு உச்சவரம்பு கொண்டுவந்தார். சில தொழில்களை நாட்டுடைமை ஆக்கினார். அனைவருக்கும் கல்வி என்ற குறிக்கோளுடன் பெண்களையும் கல்வி கற்க வைத்தார். நாசரின் சாதனைகள் எதிர்காலத் தென் ஆப்பிரிக்காவிற்கு ஒரு வழிகாட்டியாக விளங்க முடியும் என்று மண்டேலா எண்ணினார்.

அடுத்து கெய்ரோவிலிருந்து கானாவுக்குப் பயணப் பட்டார்கள். நாட்டின் தலைவர் போர்க்கிபாவைச் சந்தித்துப் பேசினார்கள். அடுத்து மொராக்கோ நாட்டிற்குச் சென்றார்கள். இந்நாடு ஆப்பிரிக்கா, ஐரோப்பா, மத்திய கிழக்கு சங்கமிக்கும் ஒரு விநோத பூமி ஆகும். மொராக்காவின் மாலியிலிருந்து கினியாவிற்குச் சென்ற விமானத்தில் சில பெண்கள் தின்பண்டங்களை விற்றுக்கொண்டிருந்தனர். விமானத்தில் கட்டவிழ்ந்த சில கோழிகள் ஓடிக்கொண்டிருந்தன.

கினியாவிலிருந்து சியாரா லியோனுக்குப் பயணம் ஆயினர். அவ்வமயம் நாடாளுமன்றக் கூட்டம் நடந்துகொண்டிருந்தது. பார்வையாளர் பகுதியில் மண்டேலா அமர்ந்து நடவடிக்கைகளைக் கவனித்தார். அவைத்தலைவரின் உதவியாளர் அவரை யார் என வினவ "ஆப்பிரிக்க தேசிய காங்கிரஸ் தலைவர் லுதுலியின் பிரதிநிதி" என்று மண்டேலா பதில் உரைத்தார். 'பிரதிநிதி' என்ற சொல் அவர் காதில் விழாததால் அவைத்தலைவரிடம் 'லுதுலி' வந்திருப்பதாகச் சொல்லிவிட்டார். நாடாளுமன்ற உறுப்பினர்கள் மண்டேலாவிடம் கை குலுக்கித் தங்கள் வாழ்த்தைத் தெரிவித்துக்கொண்டார்கள். "நோபில் பரிசு பெற்ற லுதுலியுடன் கைகுலுக்குவது எங்களுக்குப் பெருமை" என்று அவர்கள் கூறிய போது மண்டேலா அதிர்ச்சி அடைந்தார். இறுதியில் அவைத் தலைவரிடம் 'நான் லுதுலி அல்ல; அவரின் பிரதிநிதி நெல்சன்' என்பதை விளக்கினார். 'லுதுலியின் பிரதிநிதிக்கும் லுதுலிக்குத் தரும் மரியாதை தர வேண்டும்' என்று அவர் சொன்ன பிறகுதான் மண்டேலா அமைதி அடைந்தார்.

சியாரா லியோனிலிருந்து லைபீரியாவிற்குச் சென்று தலைவர் டப் மன்னைச் சந்தித்துப் பேசினார். படைக்கு ஆயுதம் வாங்க ஐயாயிரம் பவுனை அளித்தார். படைக்குப் பயிற்சி தரவும் ஒப்புக்கொண்டார். இங்கிருந்து கானா வழியாக கினீக்குப் போய்ச் சேர்ந்தனர். அங்கு சிகுதோரேயைச் சந்தித்துப் படைக்கு உதவி கேட்டனர். விடுதலைப் போரைத் தாங்கள் ஆதரிப்பதாகக் கூறினார். ஒரு பெட்டி நிறைய பணத்தையும் கொடுத்தார்.

கினீயிலிருந்து செனகல் நாட்டிற்குச் சென்றார்கள். செனகல் வெள்ளையர்கள், வேறு நிறத்தவர், கிறிஸ்தவர்கள், இஸ்லாமியர்கள் ஆகியோர் மத, நிற வேறுபாடின்றி சமமாகப் பழகி வந்த நாடு. செனகல் நாட்டுத் தலைவர் லியோபால்டு செங்கார் உதவி எதுவும் அளிக்கவில்லை என்றாலும் இலண்டனுக்குச் செல்லப் பயணச் செலவு கொடுத்ததோடு பாஸ்போர்ட்டும் எடுத்துக் கொடுத்தார்.

இலண்டன் மாநகரம் ஆங்கில ஏகாதிபத்தியத்தின் தலைமையகம் அல்லவா? சூரியன் அஸ்தமிக்காத பிரிட்டிஷ் பேரரசின் தலைநகரம் ஆயிற்றே இலண்டன். அதே சமயத்தில் நாடாளுமன்ற மக்களாட்சியின் தொட்டில் என்று போற்றப் பட்ட நாடல்லவா இங்கிலாந்து. இலண்டனில் இருந்தபோது மண்டேலா தொழிற்கட்சி, லிபரல் கட்சித் தலைவர்களைச் சந்தித்தார். ஆனால் மண்டேலா இங்குத் தலைமறைவு வாழ்க்கையே வாழ்ந்தார். அவர் வெளிப்படையாக உலவினால் தென்னாப்பிரிக்க அரசு அவரைக் கைது செய்ய முடியும்.

ஆப்பிரிக்க இந்தியக் காங்கிரசின் தலைவர் யூசுப் டாடு இலண்டனில் இருந்தார். ஆ.தே.கா. தனது கொள்கையிலிருந்து விலகுவதாக யூசுப் டாடு குற்றம் சாட்டினார். கம்யூனிஸ்ட்டுகள், இந்தியர்கள் மற்றும் வெள்ளையர்களை ஒதுக்கி கறுப்பர்களின் தலைமையில் மட்டும் இயங்குவதாக டாடு போன்ற தலைவர்கள் குற்றம் சுமத்தினர். இது கொள்கை மாற்றம் அல்ல; போராட்ட உத்தியை மாற்ற விரும்புகிறோம் என்று மண்டேலா கூறியதை டாடு ஒப்பவில்லை.

இலண்டனிலிருந்து ஏற்கனவே திட்டமிட்டபடி ராணுவப் பயிற்சி பெற அடிஸ் அபாபாவுக்கு மண்டேலா புறப்பட்டார். அடுத்த இரண்டு மாதம் அவருக்குக் கடுமையான ராணுவப் பயிற்சி அளிக்கப்பட்டது. ஆயுதங்களைக் கையாள்வது, வெடி குண்டுகள் தயாரித்து வெடிக்கச் செய்வது, ஆயுதங்களுடன் நெடுந்தூரம் உணவின்றி ஓடி குறிப்பிட்ட இடத்தை அடைவது போன்ற போர் முறைகளில் நல்ல தேர்ச்சி பெற்றார். இத்தகைய பயிற்சிக்குத் தேவையான உடல் வலிமையும், உள்ள உறுதியும் மண்டேலாவிடம் அமைந்திருந்தன.

ராணுவப் பயிற்சி முடிந்தபின் தலைவர் நைரேரே ஏற்பாடு செய்திருந்த தனி விமானத்தில் லோபாட்சே புறப்பட்டார். ஆனால் விமானி, கேன்யே என்ற இடத்தில் இறக்கினார். அங்கு வந்த வெள்ளை நிற மாஜிஸ்ட்ரேட் 'தென்னாப்பிரிக்கப் போலீஸ் உங்களைக் கைது செய்யக் காத்திருக்கிறது. நாங்கள் கூறுகிற வழியில் உங்கள் தாய்நாட்டிற்குத் திரும்ப வேண்டும்' என்று யோசனை கூறினார். அங்கு செசில் வில்லியம்ஸ் என்ற திரைப்பட இயக்குநரின் கார் ஓட்டுநராக மாறுவேடம் பூண்டு ஜோகன்னஸ்பர்க் நோக்கிப் பயணமாயினர். ஆப்பிரிக்காவில் பல நாட்டுத்தலைவர்களையும் சந்தித்து ஆயுத உதவி, படைப் பயிற்சிக்கான வாய்ப்பு, நிதி உதவி ஆகியவற்றுடன் தாய்நாட்டுக்குத் திரும்பினார்.

தாயகத்தில் கைதும் நீதி விசாரணையும்

தாய் நாட்டின் எல்லைக்குள் காவல் துறையின் வலையில் சிக்காமல் மண்டேலாவும் செசிலும் பயணம்செய்து நேராக லிலீஸ் லீவ் பண்ணைக்குச் சென்றனர். இப்பண்ணை மண்டேலா வேலைக்காரராக மாறுவேடத்தில் உலவிய இடம் அல்லவா? பண்ணைக்கு வந்தவுடன் ரகசிய கூட்டம் கூட்டி வால்ட்டர், மோசஸ் கோட்டானே, மார்க்ஸ், டூமா ஆகிய தலைவர்களைச் சந்தித்தார். பல்வேறு நாடுகளில் தன் பயண அனுபவங்கள், இராணுவப் பயிற்சிக்கான வாய்ப்பு, நிதி உதவி ஆகிய விவரங்களை எடுத்துக் கூறினார். பல நாட்டுத் தலைவர்கள் அனைத்து ஆப்பிரிக்க காங்கிரசில் தாய் நாட்டுத் தேசியம் தெளிவாக இருக்கும் போது ஆ.தே.கா., வெள்ளையர், இந்தியர் கம்யூனிஸ்ட்களை கட்சியில் சேர்த்திருப்பது பற்றி கேள்வி எழுப்பினர் என்று கூறினார்.

அடிஸ் அபாபா மாநாட்டில் கலந்துகொண்ட பல்வேறு நாட்டுத் தலைவர்களின் விருப்பத்திற்கிணங்க ஆ.தே.கா. தனித்து இயங்க

வேண்டும் என்று விரும்புவதாக மண்டேலா கூறினார். அதே சமயத்தில் தோழமை இயக்கங்களுடன் உறவை முறிக்காமல் இருக்கவேண்டும். ரிவோனியாவைவிட்டு செசிலியுடன் மண்டேலா கார் ஓட்டுநர் இடத்தில் அமர்ந்து கொண்டு டர்பன் நகரை அடைந்தனர். அங்கு மாண்ட்டி நாயகரையும் இஸ்மாயில் மீரையும் சந்தித்துக் கட்சி எதிர்காலத்தில் செயல்பட வேண்டிய சூழ்நிலையை விளக்கினார். இருவரும் இந்தியர்களையும், பொதுவுடைமைவாதிகளையும் ஆ.தே.கா. விலிருந்து ஒதுக்கிவிடுவதா என்று அதிர்ச்சி அடைந்தனர். இறுதியாக தலைவர் லுதுலியைச் சந்தித்துப் பேசலாம் என்று கூறினர்.

லுதுலி டர்பனில் ஓர் இந்தியப் பெண்மணியின் இல்லத்தில் தங்கியிருந்தார். அங்கு ரகசியமாக மண்டேலா லுதுலியைச் சந்தித்து மாநாட்டின் விளைவுகளை விவரமாக எடுத்துக் கூறினார். மண்டேலா பேசி முடித்தவுடன் லுதுலி தன் கருத்தை எடுத்து வைத்தார். "சில வெளிநாட்டுத் தலைவர்கள் விரும்ப வில்லை என்பதற்காக நாம் ஐம்பதாண்டுகளாகக் கட்டிக் காத்து வரும் அனைத்து இன மக்களைக்கொண்ட ஜனநாயகக் குடியாட்சி என்ற நமது இலட்சியத்தை மாற்ற வேண்டும் என்பது நல்லதல்ல", என்று லுதுலி கூறினார்.

மண்டேலா பதில் கூறும்போது "பிற நாட்டுத் தலைவர்கள் நமக்கு உத்தரவு இடவில்லை. அவர்கள் நம் நிலையைப்பற்றி புரிந்துகொள்ளாமல் குழம்புகிறார்கள். அவர்களுக்குத் தெளிவு படுத்த நம் தோழமைக் கட்சிகளுடன் நல்லுறவு வைத்துக் கொண்டு ஆ.தே.கா. தனித்து இயங்குவதுபோல் நடந்து கொள்ளலாம்" என்ற யோசனையைக் கூறினார். லுதுலி "இது பற்றி சிந்திக்கலாம்" எனக் கூறி "மிகவும் கவனமாகச் சென்றுவாருங்கள்" என்று சொல்லி மண்டேலாவிற்கு விடை கொடுத்து அனுப்பினார்.

டர்பனிலிருந்து செசிலுடன் காரில் கிளம்பி ஜோகன்னஸ்பர்க்குக்கு இரவில் பயணத்தைத் தொடர்ந்தார். அங்குச் சென்றதும் மனைவியையும் குழந்தைகளையும் பார்க்க வேண்டும் என்று ஆவலாய் இருந்தார். செசிலுடன் பேசிக்கொண்டு வந்தபோது போராட்டத்தில் என்ன திட்டங்களைச் செயல்படுத்தலாம் என்று யோசித்துவந்தனர்.

மண்டேலா பீட்டர் மாரிஸ்பர்க்குக்கு 20 கிலோ மீட்டர் தொலைவில் செடாரா என்ற நகரின் எல்லையைத் தாண்டும் போது திடீரென ஒரு ஃபோர்டுகார் வெள்ளைக் காவலர்களுடன் முந்திக்கொண்டு வேகமாகச்சென்றது. பின்னால் இரண்டு கார்களில் வெள்ளைக் காவலர்கள் வந்தனர். மண்டேலாவை மடக்கிப்பிடிக்க காவல்துறையினர் சரியான இடத்தைத் தேர்ந்தெடுத்தனர். தனது தலைமறைவு வாழ்க்கை முடிவுக்கு வந்துவிட்டதாக எண்ணி மண்டேலா அமைதியாக இருந்தார்.

தலைமைக் காவலர் வொர்ஸ்ட்டர் மண்டேலாவிடம் நீங்கள் யார் என்று கேட்டார். தலைமறைவுப் பெயரான 'டேவிட் மோட்சமாயி' என்று பதில் கூறினார். தலைமைக் காவலர் அதை மறுத்து 'நீர்தான் மண்டேலா. இவர் செசில் வில்லியம்ஸ். இதோ கைது வாரண்ட். உங்கள் இருவரையும் கைது செய்கிறேன்', என்று இருவரையும் கைதுசெய்தார். அவர்களை அருகிலுள்ள காவல் நிலையத்துக்கு அழைத்துச்சென்று இருவரையும் வெவ்வேறு அறைகளில் அடைத்தனர். மண்டேலாவின் 17 மாத காலத் தலைமறைவு வாழ்க்கை 1962 ஆகஸ்ட் 5-ஆம் நாள் கைது செய்யப்பட்டதுடன் முடிவுக்கு வந்தது.

பத்திரிகைகள் தலைமறைவாக வாழ்ந்த மண்டேலா பிடிபட்டார் என்று பெரும் தலைப்புகளில் செய்தி வெளியிட்டன. தனது கவனக்குறைவும்தான் பிடிபட்டதற்குக் காரணம் என்று தன்னையே நொந்துகொண்டார். மறுநாள் நீதிபதி முன்னர் நிறுத்தப்பட்டு சிறைக்காவலில் வைக்கப்பட்டார். மண்டேலாவுடன் பழகிய வழக்கறிஞர்கள் நீதிமன்றத்தில் அவரை வரவேற்றனர். அவரின் வழக்கறிஞர் யார் எனக் கேட்டபோது தன் வழக்கைத் தானே வாதாடப்போவதாகவும் ஜோஸ்லோவை ஆலோசகராக வைத்துக்கொள்ளப் போவதாகவும் கூறினார். இப்படிச் செய்வதன் மூலம் நிறவெறி அரசுக்கு எதிரான ஆ.தே.கா.வின் கொள்கைகளை நீதிமன்றத்தின் மூலம் நாடறிய, உலகறிய எடுத்துக்கூறலாம் என்று கருதினார்.

மண்டேலா மீது இரு குற்றச்சாட்டுகள் பதியப்பட்டன. வேலை நிறுத்தத்தைத் தூண்டிவிட்டது ஒரு குற்றம்; அரசு அனுமதியின்றி நாட்டைவிட்டு வெளியேசென்றது இரண்டாவது குற்றம். 'தேசத்தின் ஈட்டி முனை' என்ற இரகசியப்

படையை நிறுவியதற்கான தடயங்கள் கிடைக்காததால் அது குற்றப்பட்டியலில் சேர்க்கப்படவில்லை. ஆனால் முதல் இரண்டு குற்றங்களுக்காக மட்டும் தென்னாப்பிரிக்க சட்டப்படி பத்தாண்டு கடுங்காவல் தண்டனை விதிக்க அதிகாரம் இருந்தது.

நீதிமன்றத்திலிருந்து வெளியே வந்தபோது பார்வையாளர் பகுதியில் வின்னி அமர்ந்திருப்பதைக் கண்டார். வின்னியின் முகத்தில் கவலை ரேகைகள் கவ்வி இருந்தன. மனைவியை உற்சாகப் படுத்த மண்டேலா புன்னகை ஒன்றை வீசி அங்கிருந்து புறப்பட்டார். சில நாட்களுக்குப்பிறகு மண்டேலாவைச் சந்தித்துப்பேச வின்னிக்கு அனுமதி கிடைத்தது. இம்முறை வரும்போது கவலையைத் துறந்து புன்னகையுடன் சந்தித்தார். புதிதாகத் தைக்கப்பட்ட இரு பைஜாமாக்களையும், பட்டாடைகளையும் மண்டேலாவுக்கு அன்புப் பரிசாக அளித்தார். இருவரும் சிறிதுநேரம் தனிமையில் பேச சிறை அலுவலர் அனுமதித்தார். வீடு திரும்பும்போது சிறைவாயில்வரை வின்னியை விட்டுவர மண்டேலா உடன்சென்றார். இதன் பின்னர் இருவரும் நீண்ட காலம் பிரிந்து இருக்க நேர்ந்தது.

மண்டேலாவின் மீதான வழக்கு பிரிட்டோரியாவிலுள்ள சினகாக் (திருச்சபைக் கட்டடம்)கில் 1962 அக்டோபர் 15 முதல் நவம்பர் முதல் வாரம் வரை நடைபெற்றது. இதே கட்டடத்தில்தான் ஓராண்டுக்கு முன்பு மண்டேலா மற்றும் இருபத்தெட்டு பேர் மீதும் அரசு துரோக வழக்கு நடைபெற்று இறுதியில் குற்றமற்றவர்கள் என்று விடுவிக்கப்பட்டனர்.

தற்போது வேலை நிறுத்தத்தைத் தூண்டிவிட்டது, அரசு அனுமதியின்றி வெளிநாடு சென்றது ஆகிய இரு குற்றச்சாட்டுகளின் மீது மண்டேலா தானே வாதாடினார்.

மண்டேலாவின் வாதத்தில் முக்கிய அம்சங்கள்:-

இந்த வழக்கு ஆப்பிரிக்க மக்களின் இலட்சியங்கள், விருப்பங்கள் பற்றிய வழக்கு என்பதால் எனது பிரதிவாதத்தை நானே நடத்துவது சரியானது என்று எண்ணுகிறேன்.

முதலாவதாக இந்த வழக்கு விசாரணை நியாயமானதாகவும், நடுநிலையானதாகவும் இருக்காது என்பதால் இதை எதிர்க்கிறேன்.

இரண்டாவதாக கறுப்பர்களுக்கு பிரதிநிதித்துவம் இல்லாத நாடாளுமன்றத்தால் நிறைவேற்றப்பட்ட சட்டத்திற்கு நான் சட்டரீதியாகவோ, தார்மீகரீதியாகவோ கீழ்ப்படிய வேண்டியவன் அல்லன் என்று எண்ணுகிறேன்.

இதைப் போன்ற அரசியல் வழக்குகளில் ஆப்பிரிக்க மக்களின் இலட்சியங்களுக்கும் வெள்ளையரின் விருப்பங்களுக்கும் இடையே மோதல் நிலவுகிறது. எனவே இதைப்போன்ற சூழ்நிலையில் நிறுவப்பட்ட நீதிமன்றங்கள் நியாயமாகவும் நடுநிலையாகவும் செயல்படாது.

உலக மனித உரிமைப் பிரகடனம் (1948), சட்டத்தின் முன் அனைவரும் சமம் என்றும் அனைவரும் சமமான சட்டப் பாதுகாப்புக்குத் தகுதி பெற்றவர்கள் என்றும் அறிவிக்கிறது. 1951 மே மாதம் பிரதமர் மலான் நாடாளுமன்றத்தில் பேசும்போது இப்பிரகடனம் தென் ஆப்பிரிக்காவுக்கும் பொருந்தும் என்று அறிவித்தார்.

ஆனால் நடைமுறை உண்மை என்னவென்றால் எங்கள் மக்களைப் பொருத்தவரை சட்டத்தின் முன் அனைவரும் சமம் என்று சொல்லமுடியாது.

இந்த நீதிமன்றத்தில் நான் ஒரு வெள்ளைக்கார நீதிபதியை எதிர்கொண்டு, ஒரு வெள்ளைக்கார அரசு வழக்குரைஞருக்குப் பதில் அளித்து, குற்றவாளிக் கூண்டில் ஒரு வெள்ளைக்காரக் காவலரால் காக்கப்பட வேண்டிய காரணம் என்ன? இத்தகைய சூழ்நிலையில் நீதியின் தராசு முள் சமமாக நிற்கிறது என்று எவராவது உண்மையாகவும் பொறுப்பாகவும் கூறமுடியுமா?

1961 மார்ச் 25-இல் பீட்டர்மாரிஸ்பர்க்கில் கூடிய மாநாட்டில் போராட்டம் நடத்த செயற்குழு ஒன்று நியமிக்கப்பட்டது. செயற்குழுவின் செயலாளர் என்ற முறையில் நான் பிரதமர் வெர்வெயர்டுக்குக் கடிதம் எழுதினேன். 1961 மே 31-ஆம் தேதி தென் ஆப்பிரிக்காவை ஒரு குடியரசாகப் பிரகடனம் செய்வதாக சிறுபான்மை வெள்ளையர்களால் முடிவு செய்யப்பட்டுள்ளது. இதை எதிர்த்து மாநாட்டில் பல இன மக்களின் பிரதிநிதிகளைக் கொண்ட மாநாடு மே 31-க்கு

முன்பாக நடத்தி அதன் மூலம் ஜனநாயக அரசியல் அமைப்பை உருவாக்கப் பிரதமருக்குக் கடிதம் எழுதினேன்.

மண்டேலா நீதிமன்றத்தில் பிரதமரின் செயலாளர் பர்னார்டைக் குறுக்கு விசாரணை செய்கிறார்.

மண்டேலா : என் கடிதத்தைப் பிரதமரிடம் கொடுத்தீர்களா?

பர்னார்ட் : ஆம்

மண்டேலா : என் கடிதத்திற்குப் பிரதமர் பதில் அனுப்பினாரா?

பர்னார்ட் : இக்கடிதத்திற்குப் பிரதமர் பதில் அனுப்பவில்லை.

மண்டேலா : இக்கடிதம் நாட்டின் மிகப் பெரும்பாலான குடிமக்களின் மனித உரிமைகளைப் பற்றிய, வாழ்வுரிமைகளைப் பற்றிய பிரச்சினை என்பதை ஒப்புக்கொள்கிறீர்களா?

பர்னார்ட் : நான் அப்படி எண்ணவில்லை (!)

(பெரும்பாலான கறுப்பர்களின் மனித உரிமைகளை இனவெறி ஆட்சி துச்சமாக மதிக்கிறது என்பதை பர்னார்டின் இந்த பதில் தெளிவாக்குகிறது)

வழக்கு விசாரணையின் இரண்டாவது நாளன்று 'ரேண்ட் டெய்லி மெயில்' பத்திரிகையின் நிருபர் பீடர் ஹேஸல்ஹர்ஸ்ட்டை மண்டேலா குறுக்கு விசாரணை செய்தார். குறுக்கு விசாரணையின் போது "வெள்ளைத் தொழிலாளர்கள் எங்கு வேண்டுமானாலும் வேலை தேடிக்கொள்ளலாம். அவர்கள் வேலை செய்யும் இடத்திற்கு அருகிலேயே உறைவிடம் தேடி வாழலாம். ஆனால் கறுப்பர்கள் அவர்களுக்கென்று ஒதுக்கப்பட்ட இடத்தில்தான் வாழவேண்டும்; வேலை செய்ய வேண்டும்" என்று பீடர் பதில் அளித்தார். வெள்ளையர்கள் நாட்டில் எங்கு வேண்டுமானாலும் தாங்கள் விரும்பிய தொழில், வாணிபம் செய்யலாம். ஆனால் ஆப்பிரிக்கருக்கு இந்த உரிமையும் வாய்ப்பும் கிடையாது என்று விசாரணையின் போது பீடர் பதில் கூறினார்.

மனித நேய அடிப்படையில் தங்களுக்குச் சம உரிமை வழங்கும் ஓர் அரசியல் அமைப்பை ஆப்பிரிக்கர்கள்

கோருவது முற்றிலும் நியாயமே என்று பீடர் நீதிமன்றத்தில் வாக்குமூலம் அளித்தார்.

சிறப்புக் காவல்துறையின் உளவுத்துறை அலுவலர் பார்ட்மென் என்பவரை 1909 - இல் நடைபெற்ற தேசிய மாநாடு பற்றி மண்டேலா குறுக்குவிசாரணை செய்தார்.

மண்டேலா : தற்போதைய தென் ஆப்பிரிக்க அரசியல் சட்டம் 1909-இல் வெள்ளையர் மட்டுமே பிரதிநிதித்துவம் பெற்ற தேசிய மாநாட்டால் உருவாக்கப்பட்டது என்பது உண்மை அல்லவா?

பார்ட்மென் : எனக்குத் தெரியாது. நான் மாநாடு நடந்த இடத்தில் இல்லை.

மண்டேலா : உங்களுக்குத் தெரியாது என்பதை இந்த நீதிமன்றம் நம்பவேண்டுமா?

பார்ட்மென் : எனக்குத் தெரியாது. நான் அங்கு இல்லை.

சிறப்புக் காவல் துறையைச் சேர்ந்த உளவுத்துறை அலுவலர்கள் பலர் நீதிமன்றத்தில் விசாரிக்கப்பட்டனர். அவர்களில் தென்னாப்பிரிக்க இந்தியர் இனத்தைச் சேர்ந்த அப்துல் முல்லா என்ற அலுவலர் ஒருவர். அவரிடம் குழு இடப்பகுதிச் சட்டம் (Group Areas Act) தென்னாப்பிரிக்க இந்தியர்களிடம் ஏற்படுத்திய தாக்கத்தைப் பற்றி மண்டேலா விசாரணை செய்தார்.

மண்டேலா : குழு இடப்பகுதி சட்டம் பற்றி உங்களுக்குத் தெரியுமா?

முல்லா : தெரியும்.

மண்டேலா : இச்சட்டம் நம் நாட்டிலுள்ள வெவ்வேறு இன மக்கள் அவர்களுக்கென்று இட ஒதுக்கீடு செய்யப்பட்ட இடத்தில் வாழ இயற்றப்பட்டது என்று உமக்குத் தெரியுமா?

முல்லா : பெரும்பாலான (தென்னாப்பிரிக்க) இந்தியர்கள் இதில் திருப்தி அடைந்திருக்கிறார்கள்.

மண்டேலா : இது உமது மனப்பூர்வமான எண்ணமா?

முல்லா : நான் சந்தித்த மக்களின் கருத்துப்படி இது என் உளமார்ந்த எண்ணம்.

மண்டேலா : இந்தச் சட்டத்தைப் பற்றித் தென்னாப்பிரிக்க இந்தியர் காங்கிரசின் நிலை என்ன?

முல்லா : தென்னாப்பிரிக்க இந்தியர் காங்கிரஸ் இந்த சட்டத்தை எதிர்க்கிறது.

* * *

வழக்கு விசாரணையின் நான்காம் நாள் அரசு வழக்கறிஞர் தன் வாதங்களை முடித்துக்கொண்டு மண்டேலாவின் மீது நீதிமன்றத்தில் சுமத்தப்பட்ட இரு குற்றங்களுக்காக அவருக்குத் தண்டனை வழங்கவேண்டும் என்று கூறினார்.

நீதிபதி தன் தீர்ப்பை 1962 நவம்பர் 7-ஆம் தேதிக்கு ஒத்தி வைத்தார். தீர்ப்புக்கு முன் மண்டேலா தன் இறுதி உரையை ஆற்றினார்.

நீதிமன்றத்தின் முன் மண்டேலா ஆற்றிய உரையின் சில முக்கிய பகுதிகள்:

எனக்கு எதிரான இவ்வழக்கின் தொடக்கம் 1961 மார்ச் 25, 26-இல் பீட்டர்மாரிஸ்பர்க்கில் அனைத்து ஆப்பிரிக்க மாநாட்டை நடத்திய குற்றச்சாட்டிலிருந்து தொடங்குகிறது.

வயது வந்த அனைத்துத் தென்னாப்பிரிக்க மக்களுக்கும் சமத்துவ அடிப்படையில் மக்களாட்சி உரிமைகள் வழங்கப்பட வேண்டும் என்று மாநாடு தீர்மானித்தது.

மாநாட்டில் ஒரு செயற்குழு தேர்ந்தெடுக்கப்பட்டு அதன் செயலராக நான் நியமிக்கப்பட்டேன். மாநாட்டின் தீர்மானங்களைப் பொதுமக்களுக்கு விளம்பரப்படுத்துவது செயலர் என்ற முறையில் என் கடமை.

பல்லாண்டுகளுக்கு முன்பு நான் எனது ஊரான டிரான்ஸ்கெய்யில் சிறுவனாக இருந்தபோது வெள்ளையர் இங்கு காலடி ஊன்று முன்பு இருந்த இனிய தொன்மைக்

காலத்தைப் பற்றிய கதைகள் எங்கள் பழங்குடி இன முதியோர் கூறக் கேட்டிருக்கிறேன்.

அப்போது உற்பத்தியின் முக்கிய காரணியாக அமைந்த நிலம் பழங்குடி இன மக்கள் அனைவருக்கும் சொந்தமாக இருந்தது. நிலம் தனிப்பட்டவருக்குச் சொந்தமாக இல்லை. இன வேறுபாடு இல்லை. ஏழை செல்வர் என்ற வேறுபாடு இல்லை. மனிதனை மனிதன் சுரண்டி வாழ்வது இல்லை.

ஒரு வழக்குரைஞராக என் வாழ்க்கையைத் தொடங்கும் போது தோலின் நிறம் காரணமாக எனக்குப் பல இடையூறுகள் கொடுக்கப்பட்டன.

ஒன்பது ஆண்டுகளுக்கு முன்பு டிரான்ஸ்வால் வழக்கறிஞர் சங்கம், வழக்கறிஞர் பட்டியலில் இருந்து என் பெயரை நீக்க வேண்டும் என்று உச்ச நீதிமன்றத்திற்கு விண்ணப்பித்தது.

டிரான்ஸ்வால் வழக்கறிஞர் சங்க மனுவை உச்ச நீதிமன்றம் தள்ளுபடி செய்தது.

இந்த நாட்டில் வாழும் அனைத்து மக்களுக்கும், இந்தத் தலைமுறை மட்டுமின்றி இனி வரும் சந்ததிகளுக்கும் நல்லது என்று நாங்கள் நினைப்பதைச் செய்வது சட்டத்தை மீறுவதா?

நான் இப்போது இரண்டாவது குற்றச்சாட்டுக்கு வருகிறேன். "கிழக்கு மற்றும் மத்திய ஆப்பிரிக்காவின் அனைத்து ஆப்பிரிக்க விடுதலை இயக்கத்தின்" மாநாடு எதியோபிய தலைநகர் அடிஸ் அபாபாவில் நடைபெற்றது. நானும் என் குழுவும் அதில் கலந்துகொள்ளவேண்டும் என்று தீர்மானிக்கப்பட்டது. ஆப்பிரிக்காவில் நான் சுற்றுப்பயணம் செய்து அனைத்து ஆப்பிரிக்கத் தலைவர்களுடன் நான் உறவுகொள்ள வேண்டும் என்பது எனக்கு இடப்பட்ட மக்கள் கட்டளை.

நேற்று இரவு ஐ.நா.சபையின் பொதுக்குழு நிறைவேற்றிய தீர்மானத்தின் விளைவாக தென் ஆப்பிரிக்கா நாகரிக உலகின் ஏனைய நாடுகளிலிருந்து விலக்கப்பட்டுவிடும்.

ஆப்பிரிக்க மாநிலங்களில் வெள்ளையர்களும், நிறத்தவர்களும், கறுப்பர்களும் உணவுவிடுதிகளிலும், திரையரங்குகளிலும், அமைதியாக வேற்றுமையின்றி கலப்பதையும், ஒரே இடத்தில்

வாணிகம் நடத்துவதையும் ஒரே பொது போக்குவரத்து வாகனங்களில் பயணம் செய்வதையும், ஒரே குடியிருப்புப் பகுதியில் வாழ்வதையும் என் மனக்கண்ணால் காண்கிறேன்.

வருங்காலத் தலைமுறையினர் என்னைக் குற்ற மற்றவன் என்று அறிவிப்பதுடன் இந்த நீதிமன்றத்தின் முன் குற்றவாளிகளாகக் கொண்டுநிறுத்தப்படவேண்டியவர்கள் வெர்வொர்டு அரசின் உறுப்பினர்களே என்று தீர்மானிப்பார்கள் என்பதில் எனக்கு ஐயமில்லை".

* * *

மண்டேலாவின் நீண்ட உரைக்குப்பின் நீதிபதி தன் தீர்ப்பை அறிவித்தார். வேலை நிறுத்தத்திற்கு மக்களைத் தூண்டியதற்காக மூன்று ஆண்டுகளும், அனுமதியின்றி நாட்டை விட்டு வெளி நாடுகள் சென்றதற்காக இரு ஆண்டுகளும் ஆக ஐந்து ஆண்டுகள் மண்டேலாவிற்கு சிறைத்தண்டனை விதிக்கப்பட்டது. மக்கள் விடுதலை கீதங்களை முழங்கினார்கள். 'மண்டேலா வாழ்க' என்ற முழக்கங்கள் எழுந்தன. நீதிமன்ற வாயிலில் வின்னியிடமிருந்து விடைபெற்றுச் சிறை சென்றார்.

ரோபென் தீவுச்சிறை

பிரிட்டோரியா நீதிமன்றத்தால் ஐந்தாண்டு சிறைத்தண்டனை அளிக்கப்பட்டவுடன் பிரிட்டோரியா சிறையில் மண்டேலா காவலில் வைக்கப்பட்டார். சிறைச் சாலையில் அரைக்கால் சட்டையும் ஆறிய கஞ்சியும் மண்டேலாவுக்கு கொடுத்தார்கள். முழு நீளக் கால்சட்டை வேண்டும் என்று மண்டேலா வற்புறுத்தினார். தனி அறையில் அடைக்கப்பட ஒப்புக்கொண்டால் நீளக்கால் சட்டையும் சுடு கஞ்சியும் வழங்கப்படும் என்று சிறை அலுவலர் தெரிவித்தார்.

மண்டேலா முதலில் இதற்கு இசைவு தந்தார். ஆனால் சில நாட்களில் அவருக்குத் தனிமைச் சிறை தாங்க முடியாததாக இருந்தது. மீண்டும் தனிமையை விட்டு மற்றக் கைதிகளோடு சேர்ந்து இருக்க முடிவு செய்தார். அடிஸ் அபாபா மாநாட்டில் கலந்துகொண்டு பெற்ற அனுபவம், மற்ற நாடுகளிடம் பெற்ற உதவிகள், போர்ப்பயிற்சி அனைத்தும் விழலுக்கு இறைத்த நீராகிவிட்டதே என்று வருந்தினார்.

அதே சிறையில் அனைத்து ஆப்பிரிக்க காங்கிரஸ் தலைவர் சோபுக்வேவும், கம்யூனிஸ்ட் தொழிற்சங்கவாதி டெபுவும்

இருந்தனர். சோபுக்வேயிடம் மண்டேலா தனது ஆப்பிரிக்கப் பயண அனுபவத்தை எடுத்துக்கூறினார்.

சில நாட்கள் கழித்து வால்டர் சிசுலுவும் மண்டேலாவின் சிறைக்கு வந்து சேர்ந்தார். தொழிலாளர்களை வேலை நிறுத்தத்திற்குத் தூண்டியதாக சிசுலுவுக்கு ஆறு ஆண்டு தண்டனை விதிக்கப்பட்டது. சிசுலு ஜாமீன் பெற்று வெளியே வந்து தலைமறைவு வாழ்க்கை நடத்தி விடுதலைப்போரைத் திறம்பட நடத்தினார்.

மண்டேலாவுக்குச் சிறையில் இரத்த அழுத்த நோய்க்கான மாத்திரைகள் கொடுக்கப்பட்டன. திடீரென்று ஒரு நாள் அவருக்கு இடது கண் இருண்டு பார்வை அற்றுப் போனது. மருத்துவர்கள் இடது கண்ணுக்குச் சிகிச்சை அளித்தார்கள். கண்களில் கட்டுப் போடப்பட்டிருந்த மண்டேலாவைச் சிறையில் சந்தித்தார் வின்னி. அவரின் உள்ளம் கவலையில் ஆழ்ந்தது. சில நாட்களில் கண்ணில் ஏற்பட்ட வலி நீங்கிப் பழையபடி கண் பார்வையைப் பெற்றார்.

சிறைக்கு வெளியே சில அரசியல் மாற்றங்கள் ஏற்பட்டன. வெள்ளை அரசு இனவாரி மாநிலங்களுக்கு தன்னாட்சி அளிப்பதாக அறிவித்து டிரான்ஸ்கெய் மாநிலத்தை மாதிரி மாநிலமாகத் தேர்வு செய்தது. 1963-இல் டிரான்ஸ்கெய்க்குத் தேர்தல் நடத்தப் பட்டது. வாக்காளர்களில் பெரும்பாலானவர்கள் எதிர்த்து வாக்களித்தார்கள். பாண்ட்டு அலுவலர்களுக்கு எதிராகத் தீவிர வாதிகளின் தாக்குதல் அதிகமாயிற்று. அரசு இதை ஒடுக்கச் சட்டத்திருத்தம் ஒன்று கொண்டுவந்தது. சந்தேகப்படும் நபர்களைக் கைது செய்து நீதிபதி முன் கொண்டுவராமல் 90 நாட்கள் போலீஸ் காவலில் வைத்திருக்க இக்கறுப்புச் சட்டம் வழி செய்தது.

1963 மே மாத இறுதியில் ஒரு சிறை வார்டர் வந்து மண்டேலாவைப் பார்த்து அவருடைய பொருள்களை மூட்டை கட்டிக் கொண்டு வேறு இடத்திற்குப் புறப்படத் தயாராகும்படி சொன்னார். சிறை அலுவலரிடம் சென்றபோது அங்கு வேறு மூன்று அரசியல் கைதிகள் இருந்தனர். அலுவலர் 'புறப்படுங்கள்' என்று சொன்னபோது டெபு 'எங்கே' என்று வினவினார். அவர்களைத் தீவுக்கு மாற்றுவதாகக் கூறினார். தீவு

என்றால் ‘ரோபன் தீவு’ என்று அவர்களுக்குப் புரிந்துவிட்டது. சன்னலே இல்லாத ஒரு வண்டியில் நால்வரையும் சங்கிலியால் பிணைத்து இரவு முழுதும் பயணம் செய்து கேப் நகரம் சென்றடைந்தனர். ஒரு படகில் சங்கிலியோடு ஏற்றினார்கள். கேப் நகரிலிருந்து 15 கிலோ மீட்டர் தொலைவிலுள்ள ரோபன் தீவுக்கு வந்து சேர்ந்தனர்.

ரோபன் என்பது ‘சீல்’ என்ற கடல் மீன் வகையைக் குறிக்கும். அவை இந்தத் தீவில் ஆயிரக்கணக்கில் வாழ்ந்து வந்ததால் அதை வைத்தே இதற்கு ரோபன் தீவு என்ற பெயர் வந்தது. இந்தத் தீவைப் பற்றி இளமையிலேயே மண்டேலா பெரியவர்களிடம் கேள்விப்பட்டிருந்தார். 1658-இல் வான் ரீபக்கால், ஆட்சுமோ என்ற கோய்கோய் இனத் தலைவர் இத்தீவில் சிறை வைக்கப்பட்டார். சிறைக் காவலாளி ஒருவரின் படகில் அவர் தீவிலிருந்து தப்பித்துவிட்டார். 1819-இல் பத்தாயிரம் வீரர்களுடன் மக்கானா என்ற சோசா தளபதி கிரகாம் என்ற வெள்ளைத் தளபதியுடன் போரிட்டார். போரில் தோற்ற மக்கானா இதே தீவில் சிறை வைக்கப்பட்டார். 1963-இல் இனவெறி அரசால் மண்டேலாவும் தோழர்களும் இதே தீவில் சிறைவைக்கப்பட்டனர்.

மண்டேலாவும் தோழர்களும் சிறையில் ஓர் அறையில் நுழைந்தார்கள். அங்கே தரையில் சிறிது தண்ணீர் தேங்கி இருந்தது. சிறை அலுவலர் அரசியல் கைதிகளின் சட்டைகளைக் கழற்றச் சொன்னார். சட்டைகளில் ஏதாவது இருக்கிறதா என்று சோதித்து அப்படியே தரையில் போட்டார்கள். பிறகு தண்ணீரில் நனைந்த ஈர உடைகளை அணிந்துகொண்டார்கள். ஒரு கைதி நீண்ட தலைமுடியுடன் இருந்தார். “இவ்வளவு நீண்ட முடியுடன் ஏன் வந்தாய்?” என்று அலுவலர் கத்தினார். “எங்கள் தலைமுடி சிறை விதிகளின் படிதான் இருக்கிறது” என்று மண்டேலா பதில் கூறினார். இதைக் கேட்டவுடன் ஒரு அதிகாரி மண்டேலாவை அடிக்கப் பாய்ந்தான்! அதற்குள் மறறொருவன் அவனைத் தடுத்து காதில் ஏதோ சொன்னான். அத்துடன் இருவரும் அங்கிருந்து அகன்று விட்டனர்.

ரோபன் தீவில் ஆயிரத்திற்கும் அதிகமான கறுப்பர்கள் சிறையில் கைதிகளாக இருந்தனர். மற்ற கைதிகள் வேலை செய்வதைப் போல் நாங்களும் உடல் உழைப்பு தருகிறோம் என்று மண்டேலாவும் டெபுவும் அதிகாரியிடம் தெரிவித்தனர். இருவருக்கும் நிலத்தில் குழாய் பதிக்கும் வேலை கொடுக்கப் பட்டது. சில நாட்கள் கழித்து அதிகாரி வேலையை விரைவாகச் செய்யுமாறு அதட்டினான். வயதில் மூத்த டெபு ஆப்பிரிக்க கம்யூனிஸ்ட் கட்சி உறுப்பினர். ஆசிரியராகப் பணி புரிந்தவர். டெபு மண்வெட்டியை கீழே வைத்துவிட்டு நிமிர்ந்து நின்றவாறு பேசினார். "எங்களுக்கு வேலையை எப்படிச் செய்ய வேண்டும் என்று தெரியும். நீ அதட்டுவதை நிறுத்திக்கொள்," என்றார். அதிகாரி அங்கிருந்து அகன்றுவிட்டார்.

ஒரு நாள் சிறையின் உயர் அலுவலர் இவர்கள் இருவரையும் பார்க்க வந்தார். மண்டேலா அவரிடம் அங்குள்ள குறைபாடுகளை எடுத்துக் கூறினார். குறைகளைப் போக்குவதாகக் கூறி டெபு பக்கம் திரும்பி "உனக்கு தொப்பை விழுந்திருக்கிறது. இங்கே சிறையில் வாடி வதங்கி சரியாகிவிடும்" என்றார். டெபு ஆத்திரம் பொங்க "நான் புரட்சிகர பொதுவுடைமைக் கட்சிக்காரன். உலகத்தையே உலுக்கிக்கொண்டிருக்கும் கட்சியைச் சேர்ந்தவன். நாங்கள் வெற்றி பெறப் போவது உறுதி. அதன்பின் நீயும் உன் எசமானர்களும் வாடி நிற்பீர்கள்" என்று ஆவேசக்குரல் எழுப்பினார். அந்த அலுவலர் பதில் பேசாமல் அங்கிருந்து நகர்ந்து விட்டார்.

மண்டேலா ரோபன் தீவில் இருந்தபோது 'தேசத்தின் ஈட்டி' எனும் புரட்சிப் படை ஒரு பெரும் அதிர்ச்சியைச் சந்திக்க நேர்ந்தது. ரிவோனியாவில் இருந்த லிலீஸ்லீவ் பண்ணைதான் புரட்சிப்படையின் தலைமையகமாகச் செயல்பட்டது என்பது காவல்துறையின் உளவுப் பிரிவிற்குத் தெரிந்துவிட்டது. 1963 சூலை 11-ஆம் நாள் காவல்துறை பண்ணையைக் கைப்பற்றியது. அங்கிருந்த நூற்றுக்கணக்கான ஆவணங்களைக் கைப்பற்றினார்கள். அங்கிருந்த வால்டர் சிசுலு உள்பட ஏழு தலைவர்கள் கைதானார்கள். புரட்சிப்படையை நிறுவியது, அதைத் தலைமை தாங்கி நடத்தியது, வெளி நாட்டில் வீரர்கள்

படைப் பயிற்சி பெற்றது ஆகியவற்றில் மண்டேலாவின் முக்கிய பங்கு காவல்துறைக்குத் தெரிந்துவிட்டது.

மண்டேலாவை ரோபன் தீவிலிருந்து மாற்றி பிரிட்டோரியாவிற்குக் கொண்டுவந்தார்கள். மண்டேலாவின் பல தோழர்களும் கைதாகி அங்குச் சிறை வைக்கப்பட்டனர். 1963 அக்டோபர் 9-ஆம் நாள் பிரிட்டோரியா தலைமை நீதிமன்றத்தின் முன் மண்டேலா நிறுத்தப்பட்டார். அரசுக்கு எதிராக 'நெல்சன் மண்டேலாவும் மற்றவர்களும்' என்று அந்த வழக்கு பெயரிடப்பட்டது.

சிறையில் அளிக்கப்பட்ட காக்கி கால் சட்டையுடன் மண்டேலா நீதிமன்றத்தில் வந்து நின்றார். பார்வையாளர் பகுதியில் கட்சித் தொண்டர்கள் திரளாகக் குழுமியிருந்து விடுதலைப் போர் முழக்கங்கள் எழுப்பினர். 'ரிவோனியா வழக்கு' என்று வரலாற்றில் இடம் பெற்ற இவ்வழக்கை குவார்ட்டஸ் டிவெட் என்ற நீதிபதி விசாரித்தார். அரசு வழக்கறிஞராக டாக்டர் யுத்தார் வாதாடினார். அவர் குற்றச்சாட்டின் நகலை நீதிபதியிடம் சமர்ப்பித்தார். 'ராண்ட் டெய்லி மெயில்' என்ற செய்தித்தாளிலும் குற்றச்சாட்டுகள் வெளியாகியிருந்தன. மண்டேலா உள்பட 11 பேர்கள் வன்முறைப் புரட்சி மூலம் அரசைக் கவிழ்க்கச் சதித்திட்டம் தீட்டியதாகக் குற்றம் சாட்டப்பட்டது. மண்டேலாவின் வழக்கறிஞர் பிராம் பிஷர் வழக்குக்குத் தேவையான ஆதாரங்களைத் திரட்ட கால அவகாசம் வேண்டினார். வழக்கு அக்டோபர் 29 ஆம் நாள் தள்ளிவைக்கப்பட்டது.

மண்டேலாவும் தோழர்களும் விசாரணைக் கைதிகள் என்பதால் ஒரு வேளை உணவை அவர்கள் சிறைக்கு வெளியில் இருந்து எடுத்துவர அனுமதிக்கப்பட்டது. தமிழ்ப் பெண்மணியான திருமதி பிள்ளை மண்டேலாவுக்கும் நண்பர்களுக்கும் ஒரு வேளை சுவைமிக்க உணவைப் பரிமாறினார். அக்டோபர் 29 அன்று குற்றம் சாட்டப்பட்டவர்கள் நீதிமன்றத்திற்குள் நுழைந்ததும் ஆதரவாளர்கள் திரளாகக் குழுமி ஆரவாரம் செய்தார்கள்.

குற்றச்சாட்டை அரசு வழக்கறிஞர் நீதிமன்றத்தில் சொல்லும் போது அதை நாடு முழுதும் ஒலிபரப்ப அரசு தென்னாப்பிரிக்க

வானொலி மூலம் ஏற்பாடு செய்து, ஒலி பெருக்கிக் கருவிகள் மன்ற மேசையில் பொருத்தப்பட்டிருந்தன. வழக்கறிஞர் பிராம் பிஷர் எழுந்து நீதிமன்ற நடவடிக்கைகளை வானொலி மூலம் ஒலிபரப்புவது மன்றத்தின் கண்ணியத்திற்குக் களங்கம் ஏற்படுத்துவதுடன், வழக்கினை நடுநிலைமை அற்றதாக ஆக்கிவிடும் என்று கூறினார். நீதிபதி பிஷரின் கூற்றை ஏற்று வானொலிக் கருவிகளை அகற்றி விடுமாறு ஆணையிட்டார்.

அரசு வழக்கறிஞர் தனது குற்றச்சாட்டில் மண்டேலாவும் அவர் நண்பர்களும் 'தேசத்தின் ஈட்டி' என்ற புரட்சிப் படை நிறுவியதாகவும், கொரில்லா போர் மூலம் நாட்டை ஆயுதந்தாங்கிய படையெடுப்புக்கு ஆட்படுத்தித் தற்கால அரசைக் கவிழ்த்து விட்டுப் புதிய புரட்சி அரசு அமைக்கத் திட்டமிட்டிருந்தார்கள் என்று வாதாடினார். நாட்டில் நிகழ்ந்த 222 வன்முறை நாச வேலைகளுக்கும் இவர்களே காரணம் என்று குற்றம் சாட்டினார். அரசு தரப்பில் 173 சாட்சிகள் மன்றத்தில் நிறுத்தப்பட்டனர். லிலீஸ் லீப் பண்ணையில் காவல் துறை நுழைந்தபோது புரட்சிப் படை விவாதித்துக் கொண்டிருந்த "செயல் திட்டம்" ஒரு முக்கிய சாட்சியாக விளங்கியது.

அரசு தரப்பு வாதங்கள் 1964 பிப்ரவரி 29-ஆம் தேதி முடிவுற்றது. குற்றச்சாட்டுகளை நீதிமன்றத்தில் மறுக்காமல் ஆ.தே.கா.வின் கொள்கைகளை ஆப்பிரிக்காவுக்கும், உலகுக்கும் அறிவிக்க இந்த வழக்கை ஒரு வாய்ப்பாகப் பயன்படுத்திக் கொள்ள முடிவு செய்தனர்.

1964 ஏப்ரல் 20-ஆம் நாள் பிரிட்டோரியா உச்ச நீதிமன்றத்தில் மண்டேலா வாக்குமூலம் அளித்தார்.

ரிவோனியா வழக்கு விசாரணை

மண்டேலா தன் மீதும் நண்பர்கள் மீதும் சாட்டப்பட்டுள்ள குற்றச்சாட்டுகள் தீவிரமானவை என்று உணர்ந்தபோதிலும் அக்குற்றங்களுக்கு மரண தண்டனை விதிக்கப்படுவது உறுதி என்று தெரிந்தும், அவர் அக்குற்றச்சாட்டை மறுக்கவில்லை. தன் வாக்கு மூலத்தின் இறுதியில் அவர் கூறியிருப்பதைப் போல் தன் இலட்சியங்களுக்காக அவர் உயிர்த் தியாகம் செய்வதற்கும் தயாராய் இருந்தார்.

நீதிமன்றத்தில் 20-4-1964 அன்று மண்டேலா அளித்த வாக்குமூலத்தின் முக்கியப் பகுதிகள் மட்டும் கீழே தரப்படுகிறது.

“நான் வழக்கில் குற்றம் சாட்டப்பட்ட முதல் நபர். நான் கலைத்துறையில் இளங்கலைப் பட்டம் பெற்றவன், ஜோகன்னஸ்பார்க் நகரில் ஆலிவர் டாம்போவுடன் கூட்டாகச் சேர்ந்து பல ஆண்டுகள் வழக்குரைஞராகப் பணி ஆற்றியுள்ளேன். நான் தற்போது ஐந்தாண்டுச் சிறைத் தண்டனை அனுபவிக்கும் கைதியாக உள்ளேன்.

வெளி நாட்டினர் அல்லது பொதுவுடைமைக் கட்சியின் தூண்டுதலால் போராட்டம்

நடத்தப்பட்டது என்ற குற்றச் சாட்டை நான் முதலிலேயே மறுக்க விரும்புகிறேன்.

என் மக்களின் தலைவர் என்ற முறையில் இவற்றையெல்லாம் நானாகத்தான் செய்தேன்.

ஆப்பிரிக்க மக்களின் உரிமைகளைப் பாதுகாக்க ஆப்பிரிக்க தேசிய காங்கிரஸ் 1912-ல் நிறுவப்பட்டது. 1949 ஆம் ஆண்டு வரை அது அரசியல் சட்ட வரம்புகளுக்குட்பட்டே இயங்கி வந்தது. எங்கள் தலைவர் லுதுலி 1952-இல் ஆ.தே.கா.வின் தலைவராக நியமிக்கப்பட்டார். பிறகு அவருக்கு உலக அமைதிக்குச் சேவை செய்தமைக்கு நோபல் பரிசு வழங்கப்பட்டது. அவர் கவலையுடன் கூறினார்: "என் வாழ்வில் முப்பது ஆண்டுகள் அரசாங்கத்தின் மூடப்பட்ட கதவை அமைதியாக, பொறுமையாக, அடக்கமாகத் தட்டியதன் மூலம் எந்தப் பயனும் இன்றி வீணாகச் செலவழித்துவிட்டேன். அற வழிப்போரின் பயன் என்ன? கடந்த முப்பது ஆண்டுகளில் எங்களின் உரிமைகளையும் வளர்ச்சியையும் தடை செய்யும் மிக அதிகமான சட்டங்கள் நிறைவேற்றப் பட்டன. இன்றைய நிலைமை என்னவென்றால் எங்களுக்கு எவ்வகை உரிமைகளும் இல்லை என்பதே.

1956-இல் ஆ.தே.கா. கூட்டணியைச் சேர்ந்த நான் உள்பட 156 தலைவர்கள் கைது செய்யப்பட்டோம். தேசத்துரோகக் குற்றம், கம்யூனிச ஒடுக்கு முறைச் சட்டம் ஆகியவற்றின் கீழ் நாங்கள் நீதிமன்றத்தின் முன்னால் நிறுத்தப்பட்டோம். ஐந்து ஆண்டுகள் வழக்கு நடந்த பின் நாங்கள் குற்றமற்றவர்கள் என்றும், ஆ.தே.கா. வன்முறை இயக்கமல்ல என்றும் தீர்ப்பு வழங்கப்பட்டது.

'மக்களின் விருப்பமே ஒரு அரசாங்க அதிகாரத்தின் அடிப்படையாக அமைய வேண்டும்' என்று உலக மனித உரிமைகள் பிரகடனம் விளம்புகிறது. ஆ.தே.கா. தடை செய்யப்பட்டதை நாங்கள் ஏற்றுக்கொள்வது ஆப்பிரிக்கர்கள் நிரந்தரமாக அடிமைகளாக ஆக்கப்படுவதை ஏற்றுக்கொள்வதாகும்.

1960-இல் அரசு வாக்கெடுப்பு ஒன்று நடத்தி அதன் மூலம் குடியாட்சி நிறுவப்பட்டது. ஆனால் மொத்த தென்னாப்பிரிக்க மக்கள் தொகையில் 70 சதம் பேராக உள்ள கறுப்பர்களுக்கு வாக்குரிமை வழங்கப்படவில்லை.

எந்த அரசாங்கம் தன் குடிமக்களை அடக்கி ஆள வன்முறையைப் பயன்படுத்துகிறதோ அவ்வரசு அடக்கப்பட்ட மக்கள் தங்களைப் பாதுகாத்துக் கொள்ள வன்முறையைப் பயன்படுத்தக் கற்பிக்கிறது.

* * *

தேசத்தின் ஈட்டி முனை நாட்டின் விடுதலையை இரத்தம் சிந்தாமல் அடையவே விரும்பியது.

* * *

நாங்கள் பொதுமக்களுக்கு உயிர்ச்சேதம் ஏற்படாத வகையிலேயே எங்கள் வன்முறையைப் பயன்படுத்தினோம்.

* * *

மக்கள் படை 1961 டிசம்பர் 16-இல் தன் வன்முறை நடவடிக்கையை முதலில் தொடங்கியது. ஜோகன்னஸ்பர்க், போர்ட் எலிசபெத், டர்பன் ஆகிய நகரங்களில் அரசுக் கட்டிடங்களுக்கு சேதம் விளைவிக்கப்பட்டது.

அரசு வெள்ளையர்கள் அனைவருக்கும் கட்டாய இராணுவப் பயிற்சி அளிக்கிறது. ஆனால் கறுப்பர்களுக்கு அத்தகைய படைப்பயிற்சி அளிக்கப்படவில்லை.

* * *

1962-இல் அடிஸ் அபாபாவில் நடைபெற்ற மாநாட்டில் நான் கலந்து கொள்ள வேண்டும் என்று கட்சி முடிவெடுத்தது. மாநாட்டிற்குப் பிறகு ஆப்பிரிக்க நாடுகளுக்குச் சுற்றுப் பயணம் செய்து எமது மக்கள் படை வீரர்களுக்குப் படைப் பயிற்சியும், கறுப்பின மாணவர்களின் உயர்கல்விக்கு நிதி உதவியும் பெற வேண்டும் எனத் தீர்மானிக்கப்பட்டது.

ஆப்பிரிக்கா முழுதும் தென்னாப்பிரிக்க இனவெறி வெள்ளையர் ஆட்சிக்கு எதிராக நின்றது. இலண்டனில் கூட திரு. கெயிட்ஸ்கெல் மற்றும் திரு. கிரிமாண்ட் போன்ற அரசியல் தலைவர்கள் என்னை அன்புடன் வரவேற்று ஆதரவு காட்டினர்.

* * *

1962 சனவரி 11-இல் நான் வெளிநாட்டுப் பயணம் மேற்கொண்டேன். 62 சூலையில் தாயகம் திரும்பினேன். 62 ஆகஸ்ட் 5-ஆம் நாள் நேட்டாலில் நான் கைது செய்யப்பட்டேன்.

* * *

ஆ.தே.கா.வால் ஏற்றுக்கொள்ளப்பட்ட மிக முக்கிய அரசியல் கொள்கை விடுதலைப் பிரகடனமே ஆகும். சமதர்ம அரசை நிறுவுவதற்கான வரைவு அல்ல அது. நிலத்தை நாட்டுடைமை ஆக்கப் பிரகடனம் விரும்பவில்லை; ஆனால் மறு விநியோகம் செய்ய விரும்புகிறது. நாட்டின் சுரங்கங்கள், வங்கிகள், ஏகபோகத் தொழில்கள் இவற்றை நாட்டுடைமை ஆக்க வேண்டுகிறது. ஏகபோகத் தொழில்கள் வெள்ளையர் ஆதிக்கத்தில் உள்ளன.

விடுதலைப் பிரகடனம் எங்களின் தொடக்கம்; அதுவே முடிவான குறிக்கோள் அல்ல.

ஆ.தே.கா.வும் கம்யூனிஸ்ட் கட்சியும் ஒரு பொதுவான இலட்சியத்தை அடைய ஒருங்கிணைந்து செயல்படுகின்றன. வெள்ளையர் மேல் ஆதிக்கத்தை ஒழிப்பது என்பதே அக்குறிக்கோள்.

மலேசியா, அல்ஜீரியா மற்றும் இந்தோனேசியா நாடுகளின் விடுதலைப் போராட்டத்தில் கம்யூனிஸ்ட் நாடுகள் பெரும் பங்கு வகித்துள்ளன. ஆனால் இந்த நாடுகளில் ஒன்றுகூட கம்யூனிஸ்ட் நாடாக மாறவில்லை.

மார்க்சியக் கொள்கைகளால் நான் கவரப்பட்டேன் என்பது உண்மையே. புதிதாக விடுதலை பெற்ற நாடுகளின் தலைவர்களான காந்தி, நேரு, நிக்ருமா மற்றும் நாசர் போன்ற தலைவர்களும் மார்க்சீய சிந்தனைகளால் ஈர்க்கப்பட்டவர்கள் என்பதை மறுக்க இயலாது.

* * *

வெள்ளையர்கள் செல்வர்களாகவும் கறுப்பர்கள் ஏழைகளாகவும் இருக்கிறார்கள் என்பது மட்டும் அல்ல எங்கள் குற்றச்சாட்டு; இனவெறி அரசால் நிறைவேற்றப்படும் சட்டங்கள் இதை நிரந்தரப்படுத்துகின்றன.

அரசுப் புள்ளி விவரப்படி ஏழு வயதுக்கும் பதினான்கு வயதுக்கும் இடைப்பட்ட ஆப்பிரிக்கக் குழந்தைகளில் 40 சதவீதத்தினர் பாடசாலைக்குச் செல்வதில்லை. 1960-61-இல் ஒரு ஆப்பிரிக்கக் குழந்தையின் கல்விக்காகச் செலவிடப்படும் தொகை ரூ. 12 - 46 ஆக இருந்தது. அதே ஆண்டில் கேப் மாநிலத்தில் ஒரு வெள்ளையர் குழந்தைக்கு அரசு ரூ. 144.57 செலவிட்டது.

ஆ.தே.கா.வின் போராட்டம் என்பது ஆப்பிரிக்கர்களின் வாழ்வுரிமைப் போராட்டமாகும்.

எனது வாழ்க்கையில், ஆப்பிரிக்கர்களின் போராட்டத்திற்கு என்னை அர்ப்பணித்துக்கொண்டுவிட்டேன். நான் வெள்ளையரின் ஆதிக்கத்தை எதிர்த்துப் போராடி இருக்கிறேன். கறுப்பர்களின் ஆதிக்கத்தை எதிர்த்தும் போராடி இருக்கிறேன். அனைத்து மக்களும் நல்லிணக்கத்தோடும் சம வாய்ப்புகளுடனும் வாழ்கின்ற ஒரு சுதந்திர, ஜனநாயக சமுதாயத்தைக் காண விரும்புகிறேன். இந்த இலட்சியத்தை எய்த நான் என் வாழ்வை அர்ப்பணிக்க விரும்புகிறேன். இந்த இலட்சியத்தை அடைய என் உயிரையும் தியாகம் செய்ய நான் தயாராயிருக்கிறேன்.

* * *

மண்டேலாவின் வரலாற்றுச் சிறப்பு மிக்க வாக்குமூலம் தென்னாப்பிரிக்காவிலும் மற்றும் அதன் எல்லைகளைத் தாண்டி உலக நாடுகளிலும் செய்தித்தாள்களில் வெளியாயின. உலகெங்கிலும் உள்ள ஜனநாயகவாதிகள் இனவெறி ஆட்சியின் கொடுங்கோலை அறிந்து பொங்கி எழுந்தனர். ஐ.நா. பாதுகாப்புக் குழுவில் மண்டேலா மீதான விசாரணையைக் கைவிட்டு மன்னிப்பு வழங்கத் தீர்மானம் நிறைவேற்றப் பட்டது. உலகிலுள்ள சமதர்ம நாடுகள் தென்னாப்பிரிக்க இனவெறி ஆட்சியை வன்மையாகக் கண்டித்தன. சோவியத் பிரதமர் பிரஸ்னேவ் தென்னாப்பிரிக்க பிரதமர் வெர்வோர்டுக்கு மண்டேலாவை விடுவிக்கக் கடிதம் எழுதி இருந்தார். ஐ.நா.வின் அமெரிக்கப் பிரதிநிதி அட்லாய் ஸ்டீவன்சன் மரண தண்டனையைத் தடுக்க வேண்டும் என்று தென் ஆப்பிரிக்காவைக் கேட்டுக்

கொண்டார். இங்கிலாந்து நாடாளுமன்ற உறுப்பினர்கள் ஐம்பது பேர் மண்டேலாவிற்கு மரணதண்டனை கூடாது என்று இலண்டன் மாநகரில் ஊர்வலம் நடத்தினார்கள். இலண்டன் பல்கலைக்கழக மாணவர்கள் தங்கள் பேரவைக்கு மண்டேலாவைத் தலைவராகத் தேர்ந்தெடுத்து தங்கள் ஆதரவை வெளிப்படுத்தினர்.

இதே காலத்தில் சட்டப் படிப்பில் பட்டம் பெறத் தேர்வு எழுத மண்டேலா விண்ணப்பம் செய்தார். மண்டேலாவுக்கு மரண தண்டனை கிடைக்கும் என்ற எண்ணத்தில் சிறை அலுவலர் "மண்டேலா! எதற்காக நேரத்தை வீணாக்குகிறாய்?" என்று சொல்லி கேலி செய்தார். மண்டேலா அனுமதி பெற்று தேர்வும் எழுதினார்! அவருக்கு ஆயுள் தண்டனை வழங்கப் பட்டபோது சட்டத் தேர்வில் வெற்றி பெற்ற செய்தியும் வந்தது. குற்றவாளி ஒரு வழக்குரைஞராக சிறையில் நுழைந்தார்.

1964 ஜூன் 12-ஆம் நாள் நீதிபதி தன் தீர்ப்பை வழங்கினார். உலக நாடுகளில் இருந்து வந்த கண்டனங்களும், கோரிக்கைகளும் தென் ஆப்பிரிக்க அரசின் மனதை மாற்றி நீதிபதியின் மூலம் மண்டேலாவின் தண்டனையைக் குறைக்கச் செய்திருக்கும். நீதிபதி மெல்லிய குரலில் மண்டேலாவுக்கும் மற்றத் தோழர்களுக்கும் "ஆயுள் தண்டனை விதிக்கிறேன்" என்று தீர்ப்பு வழங்கினார்.

அடுத்த சில நாட்கள் மண்டேலாவும், அவர் தோழர்களும் பிரிட்டோரியா சிறையில் வைக்கப்பட்டனர். ஒவ்வொரு நாள் இரவும் சிறையில் விடுதலை கீதங்கள் முழங்கிய வண்ணம் இருந்தனர். ஒரு நாள் நள்ளிரவு மண்டேலாவையும் அவர் தோழர்களையும் எழுப்பினார்கள். அனைவரையும் முன்பு இருந்த ரோபன் தீவுக்கு அழைத்துச் சென்றார்கள். அவர்களை அனுப்பும் போது சிறை அலுவலர் வேன்வைக் "நீங்கள் ஓரிரு ஆண்டுகளில் மாவீரர்களாக ஊருக்குத் திரும்பிவிடலாம்" என்று கூறினார். ஆனால் மண்டேலா 27 ஆண்டுகள் சிறைக்கைதியாக இருக்க வேண்டி வந்தது.

ரோபன் தீவுச் சிறைவாசம்

பிரிட்டோரியா நீதிமன்றத்தில் ஆயுள் தண்டனை பெற்ற மண்டேலா பிரிட்டோரியா சிறையிலிருந்து ரோபன் தீவுக்கு கொண்டுசெல்லப் பட்டார். ரோபன் தீவில் தானும் நண்பர்களும் அனுபவித்த கொடுமைகளை, இழிவுகளை அவர் தன் சுயசரிதையில் விவரிக்கிறார்.

ரோபன் தீவுக்குக் கொண்டு சென்றதும் மண்டேலாவையும் மற்றத் தோழர்களையும் ஆடைகளை அவிழ்க்கச் சொல்கிறார்கள். ஒரு சிறையிலிருந்து வேறொரு சிறைக்கு மாற்றும் பொழுது பழைய சீருடையை மாற்றிப் புதிய சீருடையை அணிந்துகொள்ள வேண்டும். ரோபன் சிறையில் காக்கிச் சீருடை வழங்கப்பட்டது. சிறையில் கூட இன ஒதுக்கல் விதி விட்டபாடில்லை. கறுப்பர்களுக்கு அரைக்கால் சட்டை, கென்வாஸ் சட்டையும் கொடுக்கிறார்கள். அகமத் காத்ரடா என்ற இந்திய வம்சா வழியினருக்கு முழுக்கால் சட்டை கொடுக்கப்பட்டது. உணவில் கூட ஆப்பிரிக்கர்களுக்குக் கூழும் இந்தியக் கைதிகளுக்கு ஓரளவு நல்ல உணவும் வழங்கப்பட்டது. எவ்வகையான

பெரிய குற்றம் செய்திருந்தாலும் வெள்ளையர்கள் ரோபன் தீவில் அடைக்கப் படுவதில்லை.

அரசியல் கைதிகளுக்குக் கொடுக்கப்பட்ட அறைகளின் நீளம் 6 அடிதான். அறையின் ஒரு பக்கம் தலைவைத்து மறுபக்கம் காலை நீட்டினால் எதிர் பக்க சுவரைத் தொட முடியும். ஒவ்வொரு அறையின் வெளிப்புறத்தில் ஒரு அஞ்சல் அட்டை சொருகப்பட்டு அதில் கைதியின் பெயர், எண் எழுதப் பட்டிருக்கும். மண்டேலாவின் அறைக்கு வெளியே இருந்த அட்டையில், "என். மண்டேலா, 466/64" என்று எழுதப்பட்டிருந்தது. 1964-ஆம் ஆண்டு இந்தத் தீவுச் சிறையில் அடைக்கப்பட்ட கைதிகளில் மண்டேலா 466-வது ஆள் என்பதாகும். சிறையின் சிறிய அறையில் நுழையும்போது மண்டேலாவின் வயது 46.

சிறைக் கொட்டடிக்குள் ஒரு தகரப் பாத்திரம் இருக்கும். அதில்தான் சிறுநீர், கழிவு அனைத்தும் முடிக்க வேண்டும். காலையில் எழுந்தவுடன் கைதிகள் அவற்றை எடுத்துச் சென்று கழுவி விடவேண்டும். சிறைக்குள் அவர்களின் வாழ்க்கை ஒரு குறிப்பிட்ட வட்டத்திற்குள் அடங்கிவிட்டது. சிறைக்குள் மாதம், வாரம், கிழமை, மணி ஆகியவற்றைத் தெரிந்துகொள்ள முடியாத ஒரு மன உளைச்சலை உண்டாக்கும் சூழ்நிலை நிலவியது. கடிகாரம் சிறைக்குள் வைக்கப்படவில்லை. மண்டேலா செய்த முதல் வேலைகளில் ஒன்று, அவர் அறையின் சுவற்றில் ஒரு நாட்காட்டியைத் தயார் செய்துகொண்டதுதான். மாதத்தையும் தேதியையும் அறிய முடியாமல் இருப்பது ஒருவருக்கு வாழ்க்கையின் மீதுள்ள பிடிப்பை மட்டுமின்றி மனநலத்தையும் பாதிக்கும்.

சிறையில் அரசியல் கைதிகளுக்கு கல் உடைப்பது, சுண்ணாம்பு வெட்டுவது, சாலை அமைப்பது, கடலோரப் பாசிகளை எடுத்துச் சேர்ப்பது போன்ற பல வேலைகள் கொடுக்கப்பட்டன. சிறையில் 'எசமான் - வேலைக்காரன்' என்ற உறவு முறையை நிலை நாட்டினார்கள்.

ஒவ்வொரு நாளும் காலைச் சிற்றுண்டி முடித்தபின் வேலைக்காக அழைத்துச்செல்வார்கள். ஆறடிக்கு ஒருவராக வரிசையில் உட்கார வைத்துப் பெரிய

பாறாங்கற்களை முன்னால் குவித்து ஒரு கொட்டாப்புளியைக் கையில் கொடுத்து சிறு சரளைகளாக உடைக்கச் சொல்வார்கள். சரளைகள் சிதறி ஓடக்கூடாது என்பதற்காக கார் டயர்களைப் போட்டு அதற்குள் கல்லை உடைக்கச் சொல்வார்கள். கல்லின் சிதறல்கள் கண்ணில்படாமல் இருக்க ஒரு கண்வலை தரப்படும். இந்தக் கடுமையான வேலை வருடக் கணக்கில் நீண்டுகொண்டே இருந்தது. மதிய உணவு முடித்த பின் மீண்டும் மாலை 4 மணி வரை கல் உடைக்க வேண்டும். விசில் சத்தம் கேட்டதும் வேலையை நிறுத்திவிட்டுக் கைதிகள் வரிசையாக நிற்கவேண்டும். கைதிகள் அனைவரும் இருக்கிறார்களா என்று எண்ணுவார்கள். மாலை 4.30 மணிக்கு இரவு உணவு - சோளக் கஞ்சி கொடுப்பார்கள். இரவு 8 மணிக்கு அறைகளில் அடைத்துவிடுவார்கள் தூங்குவதற்கு.

ஒரு நாள் இந்த வேலையை மாற்றிக் கடற்கரைக்குக் கொண்டுபோய் கடற்பாசிகளை எடுக்கச்சொன்னார்கள். இந்தப் பாசிகளை எடுக்கும்போது தூரத்தே மிதந்த கப்பல் களையும், பரந்து விரிந்த கடலையும் கண்டுகளிக்க முடிந்தது.

சுண்ணாம்புப் பாறைகளில் சுண்ணாம்பை வெட்டி எடுக்கும் வேலை மிகக் கொடுமையானது. கைதிகளிடம் கடப்பாரையையும், மண்வெட்டியையும் கொடுத்துப் பாறையை வெட்டிச் சுண்ணாம்புக் கற்களைப் பிரித்து எடுக்கச் சொன்னார்கள். அதை வெட்டி எடுக்கும்போது பறந்துவரும் தூசிகள் வியர்வை சொட்டும் உடலில் பட்டுக்கொதிக்கும். கைதிகளில் கொப்பளமும், இரத்தமும் பொங்கிவரும். கண்கள் எரியும். இந்த வேலை செய்து திரும்பிய நாட்களில் இரவில் தூக்கம் வராது. 'கறுப்புக் கண்ணாடி' வேண்டும் என்று வேண்டுகோள் விடுத்தனர். தீவுக்கு வந்த கருணை உள்ளம் படைத்த ஒரு மருத்துவர் கண்ணாடி அணியாமல் கைதிகள் தொடர்ந்து வேலை செய்தால் அவர்களின் கண் பார்வை போய்விடும் என்று எச்சரித்தார். அதன்பின் அவர்களுக்குக் 'கறுப்புக் கண்ணாடி' கொடுக்கப்பட்டது. சுண்ணாம்புப் பாறைகளில் கற்களை உடைத்து அவர்கள் 13 ஆண்டுகளைக் கழித்தார்கள்.

சிறைக் கைதிகளுக்கு மதபோதனை செய்ய ஞாயிறு தோறும் கிறிஸ்தவப் பாதிரியார்கள் வருவார்கள். அவர்கள் பைபிளைப்

படித்துவிட்டு, "மனந்திறந்து பாவ மன்னிப்புக் கேள். ஆண்டவனிடம் முறையிடு; தேவன் கைவிடமாட்டார்", என்று தொடர்ந்து உபதேசம் செய்து வந்தார்கள். இதைக்கேட்டு பொறுமையிழந்த ஒரு கிறிஸ்தவக் கைதி "பாதிரியார் அவர்களே! எழுபத்தி ஐந்து ஆண்டுகளாக இப்படித்தான் ஜெபிக்கிறேன். சிறைக்கு வந்து சேர்ந்துள்ளேன். எங்களை மனம்திருந்தச் சொல்கிறீர்கள். கொஞ்சம் நமது ஆட்சியாளர்களிடம் இதைச் சொல்லுங்கள். இடம் மாறிப் பேசுகிறீர்கள்" என்று மடை திறந்தாற்போல் பேசினார். பாதிரியார் அதிர்ச்சி அடைந்து பைபிளை எடுத்துக்கொண்டு போய்விட்டார். மீண்டும் திரும்பவே இல்லை.

மண்டேலாவுக்கு சிறையில் கடைசியானதும், குறைந்த சலுகைகளை உடைய 'டி பிரிவு' கைதிக்கான இடமே அளிக்கப்பட்டது. அதன்படி ஒரே ஒரு பார்வையாளர் வந்து பார்க்கவும், 6 மாதத்திற்கு ஒரு முறை ஒரு கடிதம் எழுதவும், பெற்றுக்கொள்ளவும் மட்டுமே வாய்ப்பு அளிக்கப்பட்டது. தீவுக்கு வந்த மூன்றாவது மாதத்தில் அவரைப் பார்க்க வின்னி வந்தார். சன்னல் கண்ணாடியின் வழியாகத்தான் மண்டேலா பார்த்தார். மனைவியைத் தொடவோ, தனியாகப் பேசவோ உரிமை கிடையாது. சந்திப்புக்கு 30 நிமிடம் கொடுக்கப் பட்டாலும் வார்டர்கள் அதற்குள் வின்னியை வெளியே அழைத்துச்செல்வார்கள்.

ஒரு முறை வின்னி தன் இளம் மகளையும் அழைத்து வந்து தந்தையை அறிமுகம் செய்துவைத்தார். மகள் தந்தையைக் கட்டித் தழுவிக்கொண்டாள். அண்மையில் ஜோகன்னஸ்பர்க்கை விட்டு வெளியே செல்லக்கூடாது, எந்த கூட்டத்திலும் கலந்துகொள்ளக் கூடாது என்று வின்னி மண்டேலாவுக்கு தடைகள் விதிக்கப்பட்டன. இதன் விளைவாகக் குழந்தைகள் நல அலுவலகத்தில் அவர் வகித்து வந்த அரசு வேலையிலிருந்து வெளியேற்றப்பட்டார்.

சிறையில் அரசியல் கைதிகளுக்கு செய்தித்தாள்கள் பெறவோ, படிக்கவோ அனுமதி கிடையாது. ஒரு நாள் பலகை ஒன்றில் இருந்த செய்தித்தாளை யாருக்கும் தெரியாமல் தன் அறையில் படித்துக்கொண்டிருந்தார். சிறையைச் சுற்றிப் பார்க்க வந்த அலுவலர் அதைப் பார்த்துவிட்டார். அதற்குத்

தண்டனையாக மண்டேலா மூன்று நாட்கள் உணவு இல்லாமல் தனிமைச் சிறையில் அடைத்து வைக்கப்பட்டார். பட்டினிகிடப்பது என்பது மண்டேலாவுக்குப் பழக்கம் இல்லாத ஒன்று அல்ல. அவரே இதைப் பற்றிக் கூறுகிறார். "ஆப்பிரிக்கர்களுக்கு அன்றாட வாழ்வில் இத்தகைய இல்லாமை வழக்கமானதுதான். ஜோகன்னஸ்பர்க்கில் எனது இளமைக் காலத்தில் ஒரே சமயத்தில் பல நாட்கள் உணவு இல்லாமல் கடும் பட்டினி இருந்திருக்கிறேன்".

ரோபன் சிறைக்கு வந்ததிலிருந்து சிறையின் முற்றப் பகுதியில் ஒரு தோட்டம் அமைப்பதற்கு சிறை அலுவலர்களிடம் அனுமதி கேட்டார். பல ஆண்டுகளுக்குப் பின் அனுமதி அளித்தார்கள். செடிகள் பயிரிட விதைகளையும் கொடுத்தார்கள். தக்காளி, மிளகாய், வெங்காயம் ஆகிய பல செடிகளை வளர்த்தார். "பூமியின் இந்த ஒரு பகுதிக்காவது உரிமையாளனாக இருப்பது விடுதலையின் மணத்தை அவருக்குக் கொடுத்தது. தோட்டக் காரனுக்கும் தலைவருக்கும் உள்ள ஒற்றுமையை விளக்குகிறார். "தோட்டக்காரனைப் போலவே ஒரு தலைவரும் தான் எதை விளைவிக்கிறாரோ அதற்குப் பொறுப்பு ஏற்க வேண்டும். தன் வேலையில் கவனம் செலுத்தி எதிரிகளை ஒழித்துப் பாதுகாக்கக் கூடியவைகளைப் பாதுகாத்து வெற்றி அடைய முடியாதவைகளை விலக்கிவிட வேண்டும்".

1969-இல் தீவுக்கு ஓர் இளைஞன் புதிதாக வார்டராக வந்து சேர்ந்தான். அவன் மண்டேலாவின் வாழ்வில் மிகுந்த அக்கறை உள்ளவன் போல் காட்டிக் கொண்டான். மண்டேலா தீவிலிருந்து தப்பி வெளிநாட்டிற்குச் செல்ல உதவுபவன் போல் நடித்தான். மண்டேலா இது பற்றி வால்டேருடன் கலந்து பேசினார். இருவரும் புதிய வார்டரை நம்பக்கூடாது என்று தீர்மானித்தனர். அந்த வார்டர் விரைவில் மாற்றலாகி வேறு இடத்திற்குச் சென்றுவிட்டான். அந்த வார்டர் அரசு உளவுத்துறையின் கையாள் என்பது தெரியவந்தது. மண்டேலா வெளிநாட்டிற்குத் தப்பிச் செல்லும்போது அவரைக் கொல்வதற்கான சதித்திட்டமே அது. இனவெறி அரசு எந்த கொலைபாதகச் செயலுக்கும் துணிந்துவிட்ட பாசிச அரசே ஆகும்.

தீவுச் சிறையில் ஒரு நாள் மண்டேலாவின் நண்பர்களான வால்டர் சிசுலு, அகமத் காத்ரடா ஆகியோர் அவரைச் சுயசரிதை

எழுதுமாறு அறிவுரை கூறினார்கள். மண்டேலாவின் 60-வது பிறந்த நாளில் சுயசரிதை வெளிவர வேண்டும் என்று எண்ணினார்கள். ஆப்பிரிக்க இனவெறி ஆட்சிக்கு எதிராக நடத்தப்படும் போராட்ட வரலாறும், மண்டேலாவின் வாழ்க்கை வரலாறும் ஒன்றோடொன்று பின்னிப் பிணைந்தவை அல்லவா? இந்தியாவில் ஆங்கில ஏகாதிபத்தியத்தை எதிர்த்துக் காங்கிரஸ் நடத்திய நெடிய போராட்டமும் நேருவின் வாழ்க்கை வரலாறும் இரண்டறக் கலந்தது என்பதை நேருவின் சுயசரிதையைப் படிப்பவர்களுக்கு எளிதில் விளங்கும். இருவரின் சுயசரிதையைப் படிக்கும்போது வருங்காலச் சந்ததிகளுக்கு நாட்டுப்பற்றை ஊட்டும்.

தற்போது உடல் நிலை சரியில்லாததால் கல் உடைக்க முடியவில்லை என்று மண்டேலா அலுவலர்களிடம் தெரிவித்தார். அலுவலர்களும் அவரைக் கட்டாயப்படுத்தவில்லை. எனவே பகல் வேளையில் தூக்கத்திலும் இரவு நேர அமைதியில் சுயசரிதை எழுதுவதிலும் ஈடுபட்டார். மண்டேலா பிறந்தது முதல் தற்போதைய ரோபன் தீவு சிறைவாசம் வரை நான்கு மாதங்களில் எழுதி முடித்துவிட்டார்! மண்டேலா எழுதிய சுயசரிதையை மற்றொரு அரசியல் கைதியான மேக் மகராஜ் தனது தாள்களுக்கிடையே மறைத்து வைத்து 1976-இல் அவர் விடுதலை பெற்று வெளியே வரும்போது தன்னுடன் எடுத்து வந்தார். மேக் மகாராஜ் 'சுயசரிதையை' இலண்டன் எடுத்துச்சென்று அதைத் தனித்தனிப் பகுதிகளாக ஒழுங்குபடுத்தி திரும்பி வந்து ஆலிவர் டாம்போவிடம் ஒப்படைத்தார். மண்டேலா அதை டாம்போவிடம் இருந்து வாங்கி விடுதலை பெற்று வெளியே வந்ததும் நூலாக வெளியிட்டார்.

இரண்டாண்டுக்கு ஒரு முறை அனுமதி பெற்று குழந்தைகளுடன் வின்னி மண்டேலாவை சிறையில் சந்தித்தார். ஒரு முறை மண்டேலாவின் வயதான தாயாரையும் அழைத்து வந்தார். தாயார் மூப்பு காரணமாக மிகவும் தளர்ந்து இருந்தார். மண்டேலாவைச் சிறையில் சந்தித்த தாயார் தேம்பிக் கண்ணீர் வடித்துக் கொண்டே இருந்தார். இதுவே தாயாரின் கடைசி சந்திப்பு. மண்டேலாவுக்குத் தன் தாயைக் கடைசியாகப் பார்க்கிறோம் என்று அன்று தெரியாது. கூடிய விரைவில்

மண்டேலாவின் தாயார் இயற்கை எய்திவிட்டார். தந்தை இறந்த பின் தாயைப் பாதுகாக்க வேண்டிய தான் அவரைத் தனிமைத் துன்பத்தில் வாட விட்டுவிட்டதை எண்ணி மண்டேலா மிக்க வேதனைப்பட்டார்.

தாயாரின் நிலை இப்படி என்றால், தான் காதலித்துக் கரம் பற்றிய வின்னியின் நிலை என்ன? அவள் தனிமையில் பாடுபட்டுக் குழந்தைகளை வளர்த்துப் படிக்க வைக்கிறாள். அவள் குடியிருந்த வீட்டில் குண்டு வைத்து அழித்தார்கள். தெருவிலே நின்றவளை நண்பர்கள் தங்கள் வீடுகளுக்கு அழைத்துச்சென்று பாதுகாப்புக் கொடுத்தால், அங்கே தங்க அனுமதிச் சீட்டு இல்லை என்று வழக்குத் தொடுத்தார்கள். மண்டேலாவின் குடும்பமே விடுதலைப்போர் வேள்வியில் மூழ்கி உள்ளது. இப்படி ஆயிரக்கணக்கான குடும்பங்கள் தியாகத் தீயில் புடம் போடப்படுகின்றன. நாடு விடுதலை பெறுவது ஒன்றே இதற்கெல்லாம் விடிவு காலம்.

மண்டேலா 18-வது ஆண்டைச் சிறையில் கழித்துக் கொண்டிருந்தார். இவரின் மகள் ஜெனி அரசால் அங்கீகரிக்கப்பட்ட இளவரசன் ஒருவனைக் காதலித்துத் திருமணம் செய்து கொள்ளப்போவதாகச் செய்தி வந்தது. இன வழக்கப்படி தந்தையின் அனுமதி வேண்டும். மண்டேலா மகளுக்குப் பரிசப் பணமும் தர வேண்டும். மண்டேலா சிறையில் இருப்பதால் தன் நண்பர் ஒருவரைப் பிரதிநிதியாக இருந்து மணவிழாவை நிறைவேற்றச் சொன்னார். ஜெனியின் திருமணம் இனிது நடந்து முடிந்தது. ஆப்பிரிக்க அரசு சட்டப்படி ஜெனி தற்போது இளவரசி ஆகிவிட்டாள். ஆங்கிலேயர்கள் அரசு மரபை மதிப்பவர்கள். ஜெனி தாயாருடன் மண்டேலாவைப் பார்க்க சிறைக்கு வந்தாள். சிறை அலுவலர் உட்பட அனைவரும் அணிவகுத்து நின்று இளவரசி ஜெனியைத் தந்தையிடம் அழைத்து வந்தனர். மண்டேலாவும் நண்பர்களும் மகிழ்ச்சிப் பெருக்கில் திளைத்தனர். புயலுக்கு இடையே தென்றல் வீசுவதுபோல் இருந்தது இந்நிகழ்ச்சி.

சிறையில் தன் மகனைக் கைதியாகப் பார்த்துவிட்டுக் கண்ணீரோடு திரும்பிய மண்டேலாவின் தாயார் நோஸ்கெனி 1968-இல் ஒரு நாள் மாலை மாரடைப்பால் இயற்கை எய்தினார்

என்ற துயரச் செய்தி மண்டேலாவுக்கு வந்தது. தாய்க்குத் தலைமகன் என்ற முறையில் இறுதிச் சடங்கினைச் செய்ய அனுமதி கேட்டபோது மனிதநேயம் சிறிதும் இல்லாத சிறை அதிகாரிகள் அனுமதி மறுத்தனர். செய்தி அறிந்த நண்பர்கள் மண்டேலாவைச் சுற்றி துயரமே உருவாக அமர்ந்திருந்தனர். தலைவராக இருப்பவர் மற்றவர்களுக்குத் தேறுதல் கூறுபவர். மண்டேலா தன் நண்பர்களைத் தேற்றிவிட்டுத் தன் கடமையில் மூழ்கலானார்.

துன்பம் தொடர்ந்து வரும் என்பதற்கிணங்க சில மாதங்களுக்குப் பின், மண்டேலாவின் தலைமகன் தெம்பு கார் விபத்தில் கொல்லப்பட்டான் என்று தந்தி வந்தது. இருபத்தைந்து வயதான தெம்பு திருமணம் ஆகி இரு குழந்தைகளுக்குத் தந்தை ஆனவன். மகனின் இறுதிச்சடங்கில் கலந்து கொள்ள அனுமதி கேட்டார். மீண்டும் மறுக்கப்பட்டது. சிறையில் மண்டேலாவின் நொந்துபோன உள்ளத்திற்கு காலம் மருந்தாக உதவியது.

இந்தத் துயர நிகழ்ச்சிகளை அடுத்து சில மாதங்கள் கழித்து ஆருயிர் நண்பர் வழக்கறிஞர் பிராம் பிசர் தீவுச் சிறைக்கு வந்து மண்டேலாவைச் சந்தித்தார். பிசர் வெள்ளையர் கம்யூனிஸ்ட் கட்சித் தலைவர். ஆரஞ்சு பிரீ ஸ்டேட் மாநிலப் பிரதமரின் முதல் மகன். நிறவெறி அரசை எதிர்த்துப் போராடிப் பல முறை சிறை சென்றவர். மண்டேலா பிராம் பிசரின் துணைவியாரின் நலம் பற்றி விசாரித்தார். பிசர் துக்கம் தொண்டையை அடைக்க பதில் கூறாமல் ஒரு ஓரமாகச் சென்று விட்டார். மண்டேலாவுக்குத் திகைப்பு மேலோங்கியது. சில நாட்களுக்கு முன்னர் பிசர் துணைவியாருடன் ஒரு பொதுக்கூட்டத்திற்குச் சென்று திரும்பிக்கொண்டிருந்தார். ஒரு வளைவில் கார் சறுக்கி அருகில் குளத்திற்குள் விழுந்துவிட்டது. பிசர் தப்பிவிட்டார். ஆனால் அவர் துணைவியார் நீரில் மூழ்கி இறந்துவிட்டார். இத்துயர நிகழ்ச்சி பிசரின் உள்ளத்தை உலுக்க அவர் பதில் கூறாமல் நகர்ந்துவிட்டார். இதே போன்று பல துயர நிகழ்ச்சிகளைச் சந்தித்த மண்டேலாவால் பிராம் பிசரின் ஆழ்ந்த துயரத்தை உணர முடிந்தது.

ஓராண்டு கழித்து ஒரு வழக்கில் பிசருக்கு இரண்டு ஆண்டுகள் தண்டனை அளிக்கப்பட்டுச் சிறையில் இருப்பதாகச் செய்தி வந்தது. அவரைச் சோதித்த மருத்துவர்கள் அவரைப் புற்று நோய் தாக்கியிருப்பதாகத் தெரிவித்தார்கள். அவரை விடுதலை செய்ய வேண்டும் என்று ஆப்பிரிக்கா மற்றும் பல நாடுகளிலும் இருந்து கோரிக்கை எழுந்தது. மக்கள் மன்றத்தின் வற்புறுத்தலுக்குப் பணிந்து பிசர் வீட்டுக் காவலில் வைக்கப்பட்டார். சில மாதங்கள் கழித்து பிசர் மறைவு எய்தினார் என்ற துயரச் செய்தி தீவுக்கு எட்டியது. அரசியல் கைதிகள் ஓர் இடத்தில் கூடி இறுதி அஞ்சலி செலுத்தினர். பிசரின் மறைவு மண்டேலாவை மிகவும் வாட்டியது.

ஜோகன்னஸ்பர்க் நகருக்கு வெளியே கறுப்பர்களை ஒரே இடத்தில் குடியமர்த்த தென்மேற்கு நகரியம் (South West Township) என்ற பெரிய குடியிருப்பை அரசு உருவாக்கியது. சுருக்கமாக நகரியத்தை சொவெட்டோ (Soweto) என்று அழைக்கப்பட்டது. நகரியப் பள்ளிகளில் வெள்ளையரின் மொழியான ஆப்ரிக்கான்ஸ் மொழியே பயிற்று மொழியாக்கப்பட்டது. இதை எதிர்த்தும், தங்களுக்கும் சம உரிமை வழங்க வேண்டும் என்ற கோரிக்கையை வைத்தும் 1976 ஜூன் 16-ஆம் நாள் சொவெட்டோ மாணவர்கள் ஒரு பேரணி நடத்தினார்கள். ஆயிரக்கணக்கான மாணவர்கள் பேரணியில் திரண்டனர். வன்முறை இன்றி நடந்த பேரணியின் மீது இனவெறி அரசின் காவல்துறை மிருகத்தனமாகத் தாக்கித் துப்பாக்கிச்சூடு நடத்தியது. முந்நூறுக்கும் மேற்பட்ட மாணவர்கள் கொல்லப்பட்டனர். தென்னாப்பிரிக்க விடுதலைப் போர் வரலாற்றில் அதி முக்கிய அத்தியாயமாகச் சொவெட்டோ மாணவர் போராட்டம் விளங்குகிறது.

மாணவர் போராட்டத்தைத் தொடர்ந்து நாடு முழுதும் "மண்டேலாவை விடுதலை செய்" என்ற பொதுமக்களின் கிளர்ச்சி பரவியது. இந்தக் கிளர்ச்சியின் போது 618 பேர்கள் கொல்லப்பட்டனர்; 1500 பேர் படுகாயமடைந்தனர். மாணவர் போராட்டத்தின் போது வின்னி மண்டேலா 'கறுப்புப் பெற்றோர் சங்கம்' என்ற அமைப்பை நிறுவி ஆட்சிக்கு எதிராகச் சில போராட்டங்களை நடத்தினார். அரசு வின்னியையும் சிறையில் அடைத்தது.

சொவெட்டே கிளர்ச்சியின் போது கைது செய்யப்பட்ட துடிப்பு மிக்க பல இளைஞர்கள் தீவுச் சிறைக்கு வந்து சேர்ந்தார்கள். அங்கு நிலவிய மனிதாபிமானமற்ற காட்டு மிராண்டித்தனமான சூழ்நிலையைக் கண்டு அவர்கள் அதிர்ச்சியும் வேதனையும் அடைந்தார்கள். இதை எப்படிப் பொறுத்துக் கொண்டிருக்கிறீர்கள் என்று ஆவேசத்துடன் கேட்டார்கள். அவர்கள் மண்டேலாவை 'மிதவாதி' என்று குறை கூறினார்கள். துடிப்பு மிக்க 'மூத்த தலைவராக' நின்று செயல்பட மண்டேலா முடிவெடுத்தார்.

பதினெட்டு ஆண்டுகள் அரசியல் கைதிகளை உடலுழைப்பில் ஈடுபடுத்திய சிறை நிர்வாகம் 1977-இல் உடலுழைப்பு வேண்டாம் என்று தீர்மானித்தது. மண்டேலா ஓய்வு நேரத்தைப் படிப்பது, எழுதுவது, நண்பர்களுடன் உரையாடுவது ஆகியவற்றில் செலவிட்டார். சிறையில் அரசின் செய்திகளை மட்டும் அறிவிக்கும் வானொலி நிறுவப்பட்டது. சில திரைப்படங்களும் காண்பிக்கப்பட்டன.

இந்திரா காந்தி இந்தியாவின் பிரதமராக இருந்தபோது மண்டேலாவுக்கு மனித உரிமைகளுக்குப் போராடி வருவதற்காக இந்திய அரசு 1979-இல் 'நேரு அமைதிப் பரிசை' வழங்கி சிறப்பித்தது. விருதைப் பெற்றுக்கொள்ள மண்டேலா வர முடியவில்லை. அவரது பிரதிநிதி பெற்றுக்கொண்டார்.

1982 மார்ச் மாதம் ஒரு நாள் சிறையின் தலைமை அலுவலர் மண்டேலாவின் அறைக்குத் திடீரென வந்தார். "மண்டேலா! உங்களுடைய பொருள்களை மூட்டை கட்டிக் கொள்ளுங்கள். உங்களை வேறு இடத்திற்கு மாற்றுகிறோம்" என்றார். வண்டிக்குப் போனபோதுதான் மற்றும் நண்பர்கள் ஐவரும் வண்டிக்குள் ஏற்றப்படுவது தெரிந்தது. அங்கிருந்து போல்ஸ்மூர் சிறைக்குக் கொண்டுபோகப்பட்டார்.

போல்ஸ்மூர் சிறை

மண்டேலா இருபது ஆண்டுகளாகக் கொடுமைகளை அனுபவித்த ரோபன் சிறையிலிருந்து போல்ஸ்மூர் சிறைக்கு வந்து சேர்ந்தார். போல்ஸ்மூர் சிறை கேப்நகரிலிருந்து தென்கிழக்கே சில கிலோ மீட்டர்கள் தொலைவில் அமைந்துள்ளது. வால்டர் சிசுலு, ரோமண்ட் லாங்கினி ஆகியோரும் மண்டேலாவுடன் இச்சிறையில் அடைக்கப்பட்டனர். சிறை உயர்ந்த கனத்த சுவர்களைக் கொண்ட தனி வளாகம். ஒவ்வொருவருக்கும் தனித்தனி அறைகள் கொடுக்கப்பட்டன. கடந்த 20 ஆண்டுகளாகத் தரையிலும் பாயிலும் படுத்துத் தூங்கியவர்களுக்கு வசதியான படுக்கைகள், போர்வைகள் மற்றும் துண்டுகள் அளிக்கப் பட்டன. சுவையான உணவுகள் வழங்கப்பட்டன.

சில வாரங்கள் கழித்து அகமத் காத்ரடா மற்றும் பேட்ரிக் மெக்குபெலா போல்ஸ்மூருக்கு வந்து சேர்ந்தனர். செய்தித்தாள் படித்ததற்காக தீவுச் சிறையில் மூன்று நாள்கள் உணவு கொடுக்காமல் தண்டிக்கப்பட்ட மண்டேலாவுக்கு தேவையான செய்தித்தாள்கள் தரப்பட்டன. தீவுச் சிறையில் உள்நாட்டு

வானொலி மட்டும்தான் கேட்க முடியும். இங்கு பிபிசி, உலக சேவை ஒலிபரப்பும் கேட்க முடிந்தது. அவருக்குப் படிப்பதற்கு என்று தனி அறை ஒதுக்கப்பட்டு அங்கு மேசை, நாற்காலி, புத்தக அலமாரிகள் போடப்பட்டிருந்தன.

போல்ஸ்மூருக்கு மண்டேலாவைப் பார்க்க வின்னி வந்தார். இங்கேயும் இருவருக்குமிடையே கண்ணாடித் தடுப்பு உண்டு; ஆனால் தீவுச் சிறைபோல் உருவத்தை முழுதுமாக மறைப்பதல்ல. இடுப்பு வரை தெளிவாகப் பார்க்க முடியும். இருவரும் பேசிக்கொள்வதைக் கேட்க மைக்ரோ ஃபோன்கள் இருந்தன. மண்டேலாவின் குரலைப் பல ஆண்டுகளுக்குப் பின் வின்னியால் நன்றாகக் கேட்க முடிந்தது. 1962-க்குப் பிறகு 22 ஆண்டுகள் கழித்து வின்னி, நெல்சனைத் தழுவிக்கொண்டார். "எங்கள் வாழ்க்கையின் சிறப்பான ஆண்டுகளாய் இருக்க வேண்டிய இத்தனை ஆண்டுகளும் வீணாகிக்கொண்டிருப்பதை எண்ணிப் பார்க்காமலிருக்க என்னால் முடியவில்லை" என்று வின்னி தன் ஆதங்கத்தை வெளிப்படுத்தினார். மண்டேலா விரைவில் சிறையிலிருந்து வெளியே வரத்தான் போகிறார் என்று வின்னி கூறினார். "கறுப்பர் ஆளும் தென்னாப்பிரிக்காவில் தங்களுக்குரிய பங்கை ஆற்றத்தான் போகிறார்" என்று வின்னி நம்பினார்.

போல்ஸ்மூருக்கு வந்தவுடன் மண்டேலாவுக்குத் தோட்டக்கலை ஆர்வம் மீண்டும் துளிர்த்தது. காலையில் இரண்டு மணி நேரம் தோட்ட வேலையில் ஈடுபடுவார். மண்டேலாவின் உழைப்பால் ஒரு கட்டத்தில் 900 செடிகள் சிறைக்கு அழகு சேர்த்தன. ஞாயிறு தோறும் விளைந்த காய்கறிகளைச் சிறையின் சமையல் கூடத்திற்கு அனுப்புவார்.

தன் கணவர் விரைவில் விடுதலை ஆவார் என்று வின்னி கூறியது வெற்றுரை அல்ல. புயல் வேகத்தில் நிகழ்ந்து வரும் அரசியல் மாற்றங்களைக் கருத்தில்கொண்டே அப்படிக் கூறினார். மண்டேலா சிறையில் அடைக்கப்பட்ட கால் நூற்றாண்டில் ஆப்பிரிக்காவின் அரசியல் அரங்கில் வியத்தகு மாற்றங்கள் ஏற்பட்டன. ஆப்பிரிக்காவின் பெரும்பாலான நாடுகள் காலனி ஆதிக்கம் என்ற விலங்கை உடைத்தெறிந்து

விடுதலை பெற்றுவிட்டன. தெற்கு ஆப்பிரிக்காவில் போர்த்துகீசிய ஆதிக்கத்தில் அடிமை நாடுகளாய் இருந்த அங்கோலாவும், மொசாம்பிக்கும் சுதந்திர நாடுகளாயின. வெள்ளைச் சிறுபான்மை அரசின் பிடியில் அவதிப்பட்ட ரொடீஷியா விடுதலை அடைந்து ஜிம்பாப்வே ஆகிவிட்டது. அடிமை நாடாக இருந்த நமீபியாவும் சுதந்திர நாடாகிவிட்டது.

மண்டேலாவை விடுதலை செய்யக் கோரும் இயக்கம் 1970-களில் தொடங்கி விரைவில் தென் ஆப்பிரிக்காவின் எல்லைகளைத் தாண்டி உலகளாவிய இயக்கமாகிவிட்டது. ஏகாதிபத்தியத்தின் சின்னங்களாக விளங்கும் அமெரிக்காவும், இங்கிலாந்தும் கூட மண்டேலாவை விடுதலை செய்ய குரல் கொடுத்தன. அரசாங்கம் வெளிநாட்டு அரசியல் தலைவர்கள் சிறையில் மண்டேலாவைச் சந்திக்க அனுமதித்தது. 1985-இல் இங்கிலாந்து நாடாளுமன்ற பிரபுக்கள் சபை உறுப்பினர் நிக்கொலஸ் பெத்தெல், அமெரிக்காவின் ஜார்ஜ்டவுன் பல்கலைக் கழகப் பேராசிரியர் சாமுவேல் டேஷ் ஆகிய இரு பிரமுகர்கள் சிறையில் மண்டேலாவைச் சந்தித்துப் பேசினார்கள்.

நிறவெறி அரசு மண்டேலாவைச் சில நிபந்தனைகளின் பேரில் விடுதலை செய்ய முன்வந்தது. விடுதலையான பிறகு பாண்டுஸ்தான் எனும் கறுப்பர் பகுதிகளில் ஒன்றான டிரான்ஸ்கெய்யில் தங்கி வசிக்க வேண்டும் என்றது; என் தாய் நாட்டில் எங்கு வேண்டுமானாலும் வாழ உரிமை வேண்டும் என்று சொல்லி மறுத்துவிட்டார். தென்னாப்பிரிக்காவை விட்டு வெளியேறி வேறு நாட்டில் தங்கி வாழ இசைந்தால் விடுதலை செய்வதாகக் கூறியது. இது தன்மானத்திற்கு இழுக்கு என்று கூறி நிராகரித்தார். உலக நெருக்குதல்களைக் கண்டு அஞ்சிய தலைவர் போத்தா புதிய அறிவிப்பை வெளியிட்டார். வன்முறையைக் கைவிடுவதாக இருந்தால் மண்டேலாவை விடுதலை செய்வதாக நாடாளுமன்றத்தில் அறிவிக்கப்பட்டது. வன்முறையில் நம்பிக்கை கொண்ட கம்யூனிஸ்ட் கட்சிக்கும் ஆ.தே.கா.வுக்கும் தொடர்பு இல்லை என்று பகிரங்கமாக அறிவிக்க வேண்டும் என்றும் நிறவெறி அரசு வற்புறுத்தியது. இந்த இரு நிபந்தனைகளையும் நிறைவேற்றினால் தலைவர்களை

விடுவிக்கவும், சீர்திருத்த நடவடிக்கைகளை அமல்படுத்தவும் அரசு தயாராக இருப்பதாக அறிவிக்கப்பட்டது.

ஆப்பிரிக்க அரசு செய்துவரும் பிரச்சாரம் மறுக்கப்படா விட்டால் ஆ.தே.கா. பிரச்சினைகளைத் தீர்க்க முன்வரவில்லை என்றாகிவிடும். எனவே போத்தாவுக்குக் கடிதம் எழுத மண்டேலா முடிவு செய்தார்.

கடிதத்தின் சாரம் பின்வருமாறு:-

"பிரச்சினைகள் தீர இரு தரப்பும் பேசி ஒற்றுமை காண வேண்டும். இரு நிபந்தனைகளை விதித்துள்ளீர். உங்கள் அரசு கடைப்பிடிக்கும் நிறவெறிக் கொள்கையால்தான் நாங்கள் சிறையில் இருக்கிறோம். நிறவெறியை எதிர்த்துத்தான் ஆயுதம் ஏந்தத் தள்ளப்பட்டோம்; சிறைப்பட்டோம்.... பிரச்சினைகள் தீர இரு தரப்பும் சந்தித்துப் பேச வேண்டும். எனவே நிபந்தனை விதிக்காது பேசுவது பற்றிப் பேசலாம்".

'ஆயுதங்களை ஒப்படைத்து வன்முறையைத் தவிர்க்க வேண்டும். ஆ.தே.கா.விலிருந்து கம்யூனிஸ்ட்டுகளை வெளியேற்ற வேண்டும்' என்ற நிபந்தனைகளின் மீதுதான் பேச்சுவார்த்தை என்றார் போத்தா. 'நிபந்தனை இன்றிப் பேச்சு' என்று வற்புறுத்தினார் மண்டேலா.

தன்னுடைய கருத்தை வெளிநாட்டு விவகாரத்துறை அமைச்சருக்குக் கடிதம் மூலம் அனுப்பினார் மண்டேலா. வின்னியும் அவரின் இரண்டாம் மகள் சிண்ட்சியும் மண்டேலாவைப் பார்க்க வந்தனர். அமைச்சருக்கு அனுப்பிய கடிதத்தின் நகலைத் தன் மகள் வசம் கொடுத்தனுப்பி சுவெட்டோ நகரில் நடக்க இருந்த பொதுக்கூட்டத்தில் அதைப் படிக்கு மாறு பணித்தார். 1985 பிப்ரவரி 10-ஆம் நாள் சுவெட்டோ நகரில் நடந்த பொதுக்கூட்டத்தில் தந்தை அனுப்பிய கடிதத்தை மகள் உணர்ச்சி பொங்கப் படித்தாள்.

மண்டேலா அனுப்பிய கடிதத்தின் பொருள் பின்வருமாறு:-

"அரசாங்கம் என் மீது திணிக்க முயலும் நிபந்தனைகளைக் கண்டு நான் வியப்பு அடைகிறேன். நான் வன்முறையில் நம்பிக்கை கொண்டவன் அல்லன். எங்களின் அனைத்து வகை எதிர்ப்பு

களுக்குமான வழிகள் மூடப்பட்ட பிறகே நாங்கள் வன்முறைக்குத் திரும்ப வேண்டியதாயிற்று. இதற்கு முந்தைய மலான், ஸ்ட்ரிஜ்டோம், வெர் வொர்டு இவர்களை விட தான் வேறுபட்டவர் என்பதை பொத்தா நிரூபிக்கட்டும்.

...... என் சுதந்திரத்தை நான் மிகவும் விரும்புகிறேன். நான் சிறை சென்ற பிறகு பலர் உயிர் இழந்தனர். பலர் துன்பங்களை அனுபவித்தனர். அவர்களின் தாய் தந்தையர், அனாதைகள், விதவைகள் ஆகியோருக்கு நான் கடமைப்பட்டிருக்கிறேன்....

என் மக்களுக்கு என்றைக்கு விடுதலை கிடைக்கிறதோ அன்றைக்கு மட்டுமே விடுதலையாகி வருவேன். சிறையிலிருந்து விடுதலையாகி அடிமைகள் நிறைந்த நாட்டில் நானும் ஓர் அடிமையாக வாழ ஒப்புக்கொள்ளமாட்டேன். என்னுடன் இணைந்து, இறுதி வெற்றி கிட்டும்வரை போராட உங்களையும் அழைக்கிறேன்".

இருபது ஆண்டுகளாக சிறையில் அடைக்கப்பட்டிருக்கும் சிங்கத்தின் முழக்கத்தை மகளின் உரை மூலம் கேட்டு மக்கள் உற்சாகமும் ஊக்கமும் பெற்றனர்.

1985-இல் மண்டேலாவை வழக்கமாக அழைத்துச் செல்வதைப் போல் சிறை மருத்துவரிடம் உடல் பரிசோதனைக்கு அழைத்துச் சென்றார்கள். சிறை மருத்துவர் மண்டேலாவை சிறுநீரக மருத்துவரிடம் காண்பிக்கப் பரிந்துரை செய்தார். சிறுநீரக மருத்துவர் சோதனை செய்து மண்டேலாவிற்கு புராஸ்டேட் சுரப்பி வீங்கியிருப்பதாகவும், வீக்கத்தை அகற்ற அறுவை சிகிச்சை செய்யப்படவேண்டும் என்று அறிவுரை வழங்கினார். கேப் நகரில் உள்ள வோக்ஸ் மருத்துவமனைக்கு மண்டேலாவை அழைத்துச் சென்றார்கள். வின்னி மண்டேலா அறுவை சிகிச்சைக்கு முன் தன் கணவரைக் காண மருத்துவமனைக்கு வந்தார். அறுவை சிகிச்சை சாதாரணமானது என்று அறிந்து வின்னி நிம்மதி அடைந்தார்.

ஆனால் மண்டேலா சற்றும் எதிர்பார்க்காத வகையில் மருத்துவமனைக்கு அவரைக் காண இரண்டாவது விருந்தினர் வந்தார். நீதித்துறை அமைச்சர் கோபி கோட்சீ மருத்துவமனைக்கு

வந்து மண்டேலாவை உடல் நலம் விசாரித்தார். சில நாட்களுக்கு முன்பு கோட்சீக்கு மண்டேலா கடிதம் எழுதி ஆ.தே.கா.வுக்கும் அரசுக்கும் இடையே பேச்சுவார்த்தை தொடங்கவேண்டும் என்று வற்புறுத்தியிருந்தார். முன்னறிவிப்பு ஏதுமின்றி அமைச்சர் திடீரென்று மருத்துவமனை வந்தது அரசு ஆ.தே.கா.வுடன் பேச்சுவார்த்தை நடத்த நெருங்கி வருவதற்கான ஓர் அறிகுறியாக அமைந்தது.

மருத்துவமனையில் சிகிச்சை முடிந்து மண்டேலாவை சிறைக்கட்டுப்பாட்டு அலுவலர் பிரிகேடியர் மன்றோ சிறைக்கு அழைத்து வந்தார். சாதாரணமாகக் கட்டுப்பாட்டு அலுவலர் ஓர் அரசியல் கைதியை அழைத்து வரும் பணியைச் செய்யமாட்டார். சிறைக்குத் திரும்பிய மண்டேலா மூன்றாவது மாடியிலிருந்த அவரின் நண்பர்களுடன் பழைய இடத்தில் தங்க வைக்கப்படவில்லை. போல்ஸ்மூரின் தரை தளத்தில் வசதியான மூன்று தனி அறைகள் கொண்ட பகுதியில் தங்க வைக்கப்பட்டார். தூங்குவதற்கு ஓர் அறை, படிப்பதற்கு ஓர் அறை, உடற்பயிற்சி செய்ய மூன்றாவது அறை என்று மூன்று தனி அறைகள் கொடுக்கப்பட்டன. இந்தத் தனிமையைப் பயன்படுத்திக்கொண்டு அவர் அரசுடன் பேச்சுவார்த்தையில் ஈடுபட முடிவெடுத்தார்.

முக்கால் நூற்றாண்டு காலமாக சிறுபான்மை வெள்ளை அரசுடன் கறுப்பின மக்கள் போராடி வருகிறார்கள். இருபது ஆண்டுகளாக ஆயுதம் தாங்கிய போரில் ஈடுபட்டு வருகின்றனர். இருதரப்பிலும் பெருத்த உயிர்ச் சேதம் ஏற்பட்டுள்ளது. கறுப்பர்கள் பக்கம் நியாயம் இருக்கிறது; வெள்ளையர் பக்கம் படைவலிமை உள்ளது. தற்போது இரு தரப்பிலும் பேச்சுவார்த்தைக்கு இணங்கிவரும் சூழ்நிலை ஏற்பட்டுள்ளது. மண்டேலாவின் தனிமைச் சிறை இதற்கான சாதகமான சூழலை ஏற்படுத்தியது.

சில நாட்கள் கழித்து மண்டேலா கோட்சீக்கு அமைதிப் பேச்சுவார்த்தைகள் தொடங்குவது பற்றிக் கடிதம் எழுதினார். இதற்கு அமைச்சரிடமிருந்து எந்தப் பதிலும் வரவில்லை. பேச்சு வார்த்தை தொடங்க ஒரு வாய்ப்பு வரும் என்று மண்டேலா அமைதி காத்திருந்தார். 1985 அக்டோபரில் நாசா என்ற நகரில் பிரிட்டிஷ் காமன்வெல்த் நாடுகளின் கூட்டம்

நடைபெற்றது. ஐ.நா.வின் பரிந்துரையின்படி தென்னாப்பிரிக்காவின் மீது தடைகள் விதிப்பது பற்றிக் காமன்வெல்த் கூட்டத்தில் விவாதிக்கப்பட்டது. இங்கிலாந்தின் பிரதமர் மார்கரெட் தாட்ச்சர் தெ.ஆ. அரசு மீது எந்தத் தடையும் விதிக்கக்கூடாது என்று உறுதியாக நின்றார். இந்தியா போன்ற முற்போக்கு நாடுகள் தெ.ஆ. அரசு மீது தடை விதிக்க வேண்டும் என்று வலியுறுத்தின. இந்தச் சிக்கலைத் தீர்க்க கூட்ட இறுதியில் 'முக்கிய தலைவர்கள்' அடங்கிய குழுவை தென்னாப்பிரிக்காவிற்கு அனுப்புவதெனத் தீர்மானிக்கப்பட்டது. 1986-இல் 'ஏழு உறுப்பினர் குழு' இரு தரப்பையும் சந்திக்கத் தென் ஆப்பிரிக்கா வந்தது.

தெ.ஆ. அரசு மண்டேலா காமன்வெல்த் தலைவர்களைச் சமதளத்தில் சந்திக்கவேண்டும் என்று விரும்பியது. ஒரு தையல்காரரை அனுப்பி மண்டேலாவிற்குப் புதிய காலுறை, சட்டை, கழுத்தணி ஆகியவற்றைத் தைத்துக்கொடுத்தது. புதிய காலணியும் கொடுக்கப்பட்டது. புதிய உடையில் மண்டேலாவைப் பார்த்த சிறை அலுவலர் மன்றோ 'மண்டேலா! நீங்கள் புதிய உடையில் ஒரு பிரதமரைப் போல் தோற்றம் அளிக்கிறீர்; கைதி போல் தோன்றவில்லை' என்று பாராட்டிப் புன்னகை புரிந்தார்.

ஆஸ்ட்ரேலிய முன்னாள் பிரதமர் மால்கம் ஃபிரேசர், நைஜீரிய முன்னாள் படைத்தளபதி ஒப சாஞ்சோ ஆகியோர் அடங்கிய 'தலைவர்கள் குழு' மண்டேலாவைச் சந்தித்து ஆ.தே.கா.வின் கொள்கைகள், எதிர்கால அரசு பற்றி விவாதத்தில் ஈடுபட்டது. மண்டேலா தன்னைப் பற்றியும், ஆ.தே.கா.வின் இலட்சியங்களைப் பற்றியும் குழுவின் முன் தெளிவாக எடுத்து வைத்தார். "நான் ஒரு கம்யூனிஸ்ட் அல்ல; நான் தென் ஆப்பிரிக்க தேசியவாதி. தென் ஆப்பிரிக்காவில் நிற, இன வேற்றுமையற்ற சமுதாயத்தை அமைக்க விரும்புகிறேன். எங்களின் 'விடுதலை சாசனம்' மக்களாட்சி மற்றும் மனித உரிமைகளையே பிரதிபலிக்கிறது. அது பொதுவுடைமை அரசு அமைப்பதற்கான திட்டம் அல்ல. புதிய தெ.ஆ. அரசில் வெள்ளைய சிறுபான்மையினர் பாதுகாப்புடன் வாழலாம்" என்று மண்டேலா தன் கருத்துக்களைக் குழுவின் முன் தெரிவித்தார். அரசாங்கம் நகர்ப்புறங்களிலிருந்து இராணுவத்தை

விலக்கிக்கொண்டால் ஆ.தே.கா.வும் வன்முறையை விலக்கிக்கொள்ளும்; பிறகு இரு தரப்பாரும் பேச்சுவார்த்தையில் ஈடுபடலாம் என்று மண்டேலா தன் எண்ணங்களைக் குழுவிடம் தெரிவித்தார்.

மண்டேலாவைச் சந்தித்த பின் 'தலைவர்கள் குழு' லுசாகாவில் ஆலிவரையும், பிரிட்டோரியாவில் அரசுத் தலைவர்களையும் சந்தித்துப் பேசியது. "பேச்சுவார்த்தைக்கான விதை விதைக்கப் பட்டுவிட்டது", செடி முளைத்து அமைதி ஏற்படும் என்று மண்டேலா நம்பினார். ஆனால் இனவெறி அரசின் ஒரு நடவடிக்கை அந்த நம்பிக்கையைத் தகர்த்துவிட்டது. தலைவர்கள் தென் ஆப்பிரிக்க அமைச்சரவையைச் சந்திக்க இருந்த நாளில் தெ.ஆ.விமானப்படை போஸ்வானா, ஜாம்பியா, ஸிம்பாப்வே ஆகிய நாடுகளில் இயங்கி வந்த ஆ.தே.கா.வின் இராணுவ தளங்கள் மீது திடீர்த் தாக்குதல் நடத்தியது. இதனால் காமன்வெல்த் தலைவர்கள் தங்கள் பயணத்தை முடித்துக் கொண்டு தென் ஆப்பிரிக்காவைவிட்டு நாடு திரும்பினர்.

ஆலிவர் டாம்போவும், ஆ.தே.கா. தலைவர்களும் இனவெறி அரசை எதிர்த்து மக்கள் தீவிரக் கிளர்ச்சியில் ஈடுபட வேண்டும் என்று அறை கூவல் விடுத்தனர். உலக நாடுகளின் நெருக்குதலும் நாளுக்கு நாள் தீவிரமானது. 1986 ஜூன் 12-ஆம் நாள் வெள்ளையர் அரசு 'நெருக்கடி நிலையை' அமல்படுத்தியது.

1987-இல் அரசுடன் பேச்சுவார்த்தை தொடங்க கோட்சீயுடன் மண்டேலா மீண்டும் தொடர்பை ஏற்படுத்திக் கொண்டார். மண்டேலாவுடன் பேச்சுவார்த்தை தொடங்க அரசு மூன்று மூத்த அலுவலர்களைக்கொண்ட குழுவை நிறுவியது. இந்த அலுவலர் குழு குடியரசுத் தலைவர் போத்தாவின் ஒப்புதலுடன் கோட்சீயைத் தலைவராகக்கொண்டு நியமிக்கப் பட்டதாகும்.

அலுவலர் குழுவுடனான மண்டேலாவின் முதல் கூட்டம் போல்ஸ்மூர் சிறையின் ஓர் ஆடம்பர அறையில் நடைபெற்றது. மூன்று முக்கிய பிரச்சினைகள் குறித்து கூட்டத்தில் விவாதிக்கப்பட்டது. ஆ.தே.கா.வின் ஆயுதம் ஏந்திய புரட்சி,

ஆ.தே.கா.விற்கு கம்யூனிஸ்ட் கட்சியுடன் உள்ள உறவு, கறுப்பர்களின் ஆட்சியில் சிறுபான்மை வெள்ளையரின் நிலை. இவற்றிற்கு மண்டேலா தெளிவான விளக்கங்களை அளித்தார். அரசாங்கம் ஆ.தே.கா.வின் மீது வன்முறையைப் பயன்படுத்தாமல் அமைதி வழியில் பிரச்சினைகளைத் தீர்த்தால் ஆ.தே.கா. வன்முறையை விலக்கிவிடும். கம்யூனிஸ்ட் கட்சி ஆ.தே.கா. மீது ஆதிக்கம் செலுத்துகிறது என்பது உண்மைக்கு மாறானது. 'விடுதலை சாசனம்' தான் எங்களின் வழிகாட்டிக் கொள்கை. விடுதலை சாசனம் என்பது பொதுவுடைமை சமுதாயம் அமைப்பதற்கான திட்டம் அல்ல; அது 'ஆப்பிரிக்க மாதிரி முதலாளித்துவம்', என்று மண்டேலா உறுதிபடக் கூறினார். மூன்றாவது பிரச்சினை பெரும்பான்மை கறுப்பரின் ஆட்சியில் வெள்ளைய சிறுபான்மையோர் ஒடுக்கப்படுவார்கள் என்ற அச்சம். "விடுதலை சாசனத்தில் தென் ஆப்பிரிக்கா கறுப்பர், வெள்ளையர் அனைவருக்கும் சொந்தமான நாடு என்று அறிவித்திருக்கிறோம். கறுப்பர் ஆட்சியில் வெள்ளையர் நாட்டைவிட்டு வெளியேற்றப்பட மாட்டார்கள்."

மூவர் குழுவோடு மண்டேலா நடத்திய பேச்சுவார்த்தையில் ஒரு நன்மை ஏற்பட்டது. குடியரசுத் தலைவர் போத்தா மண்டேலாவை 1988 ஆகஸ்ட் இறுதிக்குள் சந்தித்துப் பேச இருப்பதாக மண்டேலாவுக்குத் தெரிவிக்கப்பட்டது. இதற்கிடையில் உலக நாடுகளின் நெருக்குதல் அதிகரித்தது. பல தொழில் நிறுவனங்கள் தெ.ஆ.வை விட்டு வெளியேறின. அமெரிக்கா தெ.ஆ. மீது பல பொருளாதாரத் தடைகளை விதித்தது. உள் நாட்டில் நிலவிய கொந்தளிப்பைச் சமாளிக்க இனவெறி அரசு 1987 மற்றும் 1988-இல் நெருக்கடி நிலையை மீண்டும் கொண்டுவந்தது.

1987-இல் ஆ.தே.கா. தனது 75-வது ஆண்டு விழாவைக் கொண்டாடியது. ஆண்டு இறுதியில் டான்ஸானியாவில் மாநாடு ஒன்று நடத்தியது. ஐம்பது நாடுகளுக்கும் மேற்பட்ட பிரதிநிதிகள் மாநாட்டில் கலந்துகொண்டனர். இன ஒதுக்கலைக் கைவிடாத வரை ஆயுதப் புரட்சி மேலும் தீவிரமடையும் என்று

கட்சித் தலைமை எச்சரித்தது. இரு ஆண்டுகளுக்கு முன் ஜாம்பியாவில் விடுதலை சாசனத்தின் 30-வது ஆண்டு விழாவைக் கொண்டாடிய போது ஆ.தே.வின் தேசிய செயற்குழுவிற்கு மற்ற இனத் தலைவர்களும் உறுப்பினர்களாகத் தேர்ந்தெடுக்கப் பட்டனர்.

தென் ஆப்பிரிக்காவில் 1987-இல் நடந்த வெள்ளையர் பொதுத் தேர்தலில் தேசியக் கட்சி பெரும்பான்மை வலிமை பெற்றது. இதைவிட விநோதம் முற்போக்குக் கட்சி மூன்றாம் இடத்திற்குத் தள்ளப்பட்டு இனவெறி பிடித்த பழைமையாளர் கட்சி இரண்டாம் இடத்திற்கு வந்து அதிகார பூர்வ எதிர்க்கட்சியாக அமர்ந்தது.

அரசுடன் பேச்சுவார்த்தை நடத்திக்கொண்டிருந்த நேரத்தில் மண்டேலாவைச் சிறையில் சந்தித்த வின்னி ஒரு துக்கச் செய்தியைச் சொன்னார். அவர்கள் இருவரும் திருமணம் செய்துகொண்டு இல்லறம் நடத்திய அவர்களின் சொந்த வீடு ஆர்லண்டோ மேற்குப் பகுதியில் 8115 எண் உள்ள வீடாகும். இந்த வீட்டை எதிரிகள் தீயிட்டுக்கொளுத்திவிட்டார்கள். இலட்சியத்தோடு வாழ்கின்ற தம்பதிகளுக்குத்தான் எவ்வளவு இன்னல்கள். அந்த வீட்டில் இருந்த விலை மதிப்பற்ற குடும்ப ஆவணங்கள், நிழற்படங்கள், கடிதங்கள் எரிந்து சாம்பலாயின. வின்னி அந்த வீட்டில் பாதுகாத்து வைத்திருந்த திருமண கேக்கின் ஒரு பகுதியும் எரிந்து போனது. "என் எதிரிகள் என் கடந்த கால வாழ்க்கையின் நினைவுகளைக் கூட அழித்துவிட்டார்கள்" என்று மண்டேலா வேதனைப்பட்டார்.

போல்ஸ்மூர் சிறையில் இருந்தபோது இருமல் மண்டேலாவை பல நாட்களாக வாட்டி வந்தது. ஒரு நாள் சிறையில் பார்வையாளர் அறையில் மண்டேலா தன் வழக்குரைஞர் இஸ்மாயில் அயூப்புடன் பேசிக் கொண்டிருந்தபோது வாந்தி எடுத்தார். சில நாட்கள் கழித்து அவர் ஸ்டெல்லன்போக் பல்கலை வளாகத்தில் உள்ள டைகர்பர்க் மருத்துவமனைக்கு அழைத்துச்செல்லப்பட்டார். பல்கலைக்கழகத்தில் பேராசிரியராக இருந்த ஒரு இளம் மருத்துவர் மண்டேலாவைச் சோதித்துப் பார்த்துவிட்டு உடல் நிலையில் எந்த குறையும் இல்லை என்று கூறினார்! ஆனால்

மறுநாளே அவரை மூத்த மருத்துவர் சோதித்து நுரையீரலில் நீர் கோர்த்திருப்பதால் அறுவை சிகிச்சை செய்ய ஏற்பாடு செய்தார். அறுவை சிகிச்சை செய்ததில் மண்டேலாவின் மார்பிலிருந்து இரண்டு லிட்டர் நீரை வெளியே எடுத்தார்கள். ஆறு வாரங்கள் கழித்து டிசம்பர் மாதம் மண்டேலா கான்ஸ்டான்ட்டியாபர்க் மருத்துவமனைக்கு மாற்றப்பட்டார். நவீன வசதிகளைக்கொண்ட இம்மருத்துவமனை இதற்கு முன் கறுப்பின நோயாளிக்கு சிகிச்சை அளித்ததே இல்லை. கறுப்பின செவிலியர்கள் மருத்துவமனையில் பணியில் இல்லை. ஆனால் வெள்ளை மற்றும் கலப்பின செவிலியர்கள் மண்டேலாவை மிகுந்த அக்கறையுடன் கவனித்துக்கொண்டார்கள்.

1989 டிசம்பர் 9-ஆம் நாள் மண்டேலாவை விக்டர் வெர்ஸ்டர் சிறைக்குக் கொண்டுசென்றார்கள். அவரைச் சிறையில் தனி அறையில் தங்க வைக்கவில்லை. அனைத்து வசதிகளும் கொண்ட தனிவீட்டில் தங்கவைக்கப்பட்டார். அவரைப் பார்க்க வந்த அமைச்சர் கோட்சீ "நீங்கள் விடுதலை பெற்றுச் செல்வதற்கு முன்னால் தங்கும் கடைசி இடம் இதுவே" என்று கூறினார். மண்டேலாவுக்கு மூன்று வேளைகளும் மருத்துவர் ஒப்புதலுடன் அவர் விரும்பிய உணவை சமைத்துப் பரிமாற சமையல் கலையில் தேர்ச்சி பெற்ற சுவார்ட் என்ற ஆப்ரிக்கனர் நியமிக்கப்பட்டிருந்தார்.

புதிய சிறைக்கு வந்த பின் தனிமையான சூழ்நிலை நாட்டின் எதிர்காலத்தைப் பற்றிச் சிந்திக்க வாய்ப்பாக அமைந்தது. 1989 மார்ச்சில் மண்டேலா தலைவர் போத்தாவிற்கு பேச்சுவார்த்தை குறித்துக் கடிதம் அனுப்பினார். ஆ.தே.கா.வின் ஆயுதப் புரட்சி, கம்யூனிஸ்ட் கட்சியுடனான உறவு, பெரும்பான்மை கறுப்பர் ஆட்சியில் சிறுபான்மை வெள்ளையர் நிலை ஆகிய மூன்று பிரச்சினைகள் குறித்து விரிவான விளக்கங்கள் அளித்துக் கடிதம் எழுதினார்.

1989 பிப்ரவரியில் எதிர்பாராத விதமாகத் தேசியக் கட்சித் தலைவர் பதவியில் இருந்து போத்தா ராஜினாமா செய்தார். ஆனால் குடியரசுத் தலைவர் பதவியில் நீடித்தார். தெ.ஆ. நாடாளுமன்ற வரலாற்றில் இது புதுமையான நிகழ்ச்சி. சாதாரணமாக பெரும்பான்மைக் கட்சியின்

தலைவர்தான் அரசாங்கத்தின் தலைவராகவும் இருப்பார். சிலர் இந்த நடவடிக்கையை போத்தா கட்சிக்கு அப்பாற்பட்ட தலைவராக இருந்து தெ.ஆ.வில் உண்மையான மாற்றத்தை ஏற்படுத்த விரும்புகிறார் என்று எண்ணினர்.

உலக அரங்கில் ஆ.தே.கா. தலைவர் ஆலிவர் டாம்போ தெ.ஆ. நிலவரம் குறித்துச் சோவியத் ரஷியா மற்றும் இங்கிலாந்துடன் பேச்சு நடத்தினார். 1987 சனவரியில் அமெரிக்க வெளியுறவுச் செயலர் ஜியார்ஜ் ஷுல்ட்சுடன் வாஷிங்டனில் பேச்சு நடத்தினார். அமெரிக்கா ஏற்கெனவே தெ.ஆ. மீது பல பொருளாதாரத் தடைகளை விதித்திருந்தது.

அரசியல் அரங்கில் வன்முறை எதிர்பாராத விளைவுகளை ஏற்படுத்துகிறது. சுவெட்டோ நகரில் வன்முறை நிகழ்வுகள் அதிகரிக்கவே வின்னி தனது பாதுகாப்புக்காகச் சில மெய்க்காவலர்களை நியமித்திருந்தார். இவர்கள் பயிற்சியும் கட்டுப்பாடும் இல்லாதவர்கள். மெய்க்காவலர்களில் ஒருவர் ஒரு கட்சித் தோழரைக் கொலைசெய்ததாக வழக்கு மன்றத்தில் நிறுத்தப்பட்டார். இக்கொலையைத் தூண்டியதாக வின்னியும் வழக்கு மன்றத்தில் நிறுத்தப்பட்டார். வின்னி குற்றமற்றவர் என்று மண்டேலா நம்பினாலும், மண்டேலா மிகுந்த மன உளைச்சலுக்கு ஆட்பட்டார்.

1989 ஜூலை 18-ஆம் நாள் மண்டேலாவின் எழுபத்தோராவது பிறந்த நாள். அவரின் சிறை வாழ்வில் எப்போதும் நிகழாத ஓர் இனிய நிகழ்ச்சி விக்டர் சிறையில் நடந்தது. மண்டேலாவின் துணைவியார் குழந்தைகள், பேரக்குழந்தைகள் அடங்கிய முழு குடும்பமும் சிறைக்கு வந்து பிறந்த நாள் விழாவில் கலந்து கொண்டனர்.

ஓராண்டுக்கு முன் 1988 ஜூலை 18-ஆம் நாள் மண்டேலாவின் 70-வது பிறந்த நாளை ஆ.தே.கா. உலகம் முழுதும் கொண்டாட ஏற்பாடு செய்தது. இலண்டனில் மண்டேலாவின் 70-வது பிறந்த நாள் விழாவில் ஒரு இலட்சம் மக்கள் கலந்துகொண்டனர். புகழ்மிக்க இசைக் கலைஞர்கள் இரவு முழுவதும் அவர் விடுதலைக்காகப் பாடினார்கள். இந்த அரிய பிறந்த நாள் விழா உலக நாடுகள் பலவற்றில் நேரடியாக தொலைக் காட்சியில் ஒளிபரப்பப்பட்டது. மண்டேலாவின் பிறந்த நாளுக்குப் பல

நாடுகளிலிருந்து ஆயிரக்கணக்கில் வாழ்த்துச் செய்திகள் வந்து குவிந்தன.

1989 ஜூலை 5-ஆம் நாள் மண்டேலாவுக்கும் குடியரசுத் தலைவர் போத்தாவுக்கும் நேரடி பேச்சுவார்த்தை நடந்தது. தான் உட்பட அனைத்து அரசியல் கைதிகளையும் நிபந்தனை அற்று விடுதலை செய்ய வேண்டும் என்று மண்டேலா போத்தாவை கேட்டுக்கொண்டார். ஆனால் போத்தா அரசியல் கைதிகளை விடுதலை செய்ய இயலாது என்று கூறிவிட்டார். ஆனால் ஆளும் கட்சிக்குள் ஏற்பட்ட கருத்து வேற்றுமை காரணமாக 1989 ஆகஸ்ட் 14-ஆம் நாள் தேசியத் தொலைக்காட்சியில் போத்தா தன் தலைவர் பதவியிலிருந்து விலகுவதாக அறிவித்தார். அடுத்த நாளே எப். டபிள்யு. டி கிளர்க் தற்காலிகத் தலைவராகப் பதவி ஏற்றார். ஆ.தே.கா.வுடன் பேச்சு நடத்தி நாட்டில் சீர்திருத்தத்தைக் கொண்டு வரப்போவதாக அறிவித்தார்.

டி கிளர்க் பதவி ஏற்ற பின் நாட்டில் அமைதியைப் பேணிக்காப்பதில் நாட்டம் கொண்டார். அவர் பதவிக்கு வந்தவுடன் காவல் துறையின் மனிதாபமானமற்ற அடக்குமுறையைக் கண்டித்து நோபல்பரிசு பெற்ற பிஷப் டுட்டுவும், ரெவரண்ட் அல்லன் போசக்கும் தலைமைதாங்கி ஓர் ஊர்வலம் நடத்தினார்கள். டி கிளர்க் அரசு ஊர்வலத்தினரை அமைதியாகச் செல்லும்படி கேட்டுக்கொண்டார்கள். எந்த அசம்பாவிதமும் நடைபெறவில்லை.

1989 அக்டோபர் 10 ஆம் நாள் வால்டர் சிசுலுவும், மண்டேலாவுடன் ரோபன் தீவுச்சிறையில் இருந்த ஏழு ஆ.தே.கா. தலைவர்களும் விடுதலை செய்யப்பட்டனர். இன ஒதுக்கல் என்ற கட்டடத்தின் சுவர்கள் ஒவ்வொன்றாக இடிக்கப்பட்டன. கடற்கரைகள், பூங்காக்கள், திரை அரங்குகள், உணவு விடுதிகள், பேருந்துகள், நூலகங்கள், கழிவறைகள் ஆகியவை எல்லா இனத்தவருக்கும் பொதுவாயின. போத்தா புரட்சி இயக்கங்களுக்கு எதிராக உருவாக்கிய இரகசிய காவல் துறையை டி கிளர்க் கலைத்துவிட்டார்.

டி கிளர்க் பதவி ஏற்றவுடன் ஆப்பிரிக்க வரலாற்றில் புகழ் மிக்க மாநாடு ஒன்று நடைபெற்றது. ஆப்பிரிக்க

ஒற்றுமை அமைப்பின் (Organisation for African Unity) சார்பாக 1989 ஆகஸ்ட் 21-ஆம் நாள் ஹராரே நகரில் எகிப்திய தலைவர் ஓஸ்னி முபாரக் தலைமையில் மாநாடு நடைபெற்றது. மாநாட்டில் தென்னாப்பிரிக்கா எதிர்காலம் பற்றி ஓர் அறிக்கை வெளியிடப்பட்டது. 'ஹராரே அறிக்கை' என்று வரலாற்றுப் புகழ் வாய்ந்த அவ்வறிக்கையின் முக்கிய செய்திகளாவன:

தென் ஆப்பிரிக்காவை இன வேறுபாடற்ற மக்களாட்சி நாடாக உருவாக்க வேண்டும். அதுவரை விடுதலைப் போரையும் உலக நாடுகளின் நெருக்குதல்களையும் தீவிரப்படுத்த வேண்டும். தென்னாப்பிரிக்க மக்களின் 'விடுதலை சாசனத்தை' ஏற்று அதில் குறிப்பிட்டுள்ள புதிய அரசை அமைக்க வேண்டும். பிரிட்டோரிய அரசு அரசியல் கைதிகளை விடுதலை செய்ய வேண்டும்; அரசியல் கட்சிகளுக்கு உள்ள தடைகளை அகற்ற வேண்டும். இன ஒதுக்கல் சட்டங்களைத் திரும்பப் பெற வேண்டும்."

வரலாற்று சிறப்பு மிக்க "ஹராரே அறிக்கையை" ஆ.தே.கா. வரவேற்றுப் பாராட்டியது. உலக நாடுகள் அதற்கு ஆதரவு வழங்கின.

மண்டேலா விடுதலை

தென் ஆப்பிரிக்காவின் புதிய தலைவர் டி கிளர்க் 1989 டிசம்பர் 12-ஆம் நாள் மண்டேலாவைச் சந்தித்துப் பேச விரும்புவதாகத் தெரிவிக்கப் பட்டது. சந்திப்பின் போது 1989 ஹராரே பிரகடனத்தில் தெரிவிக்கப்பட்ட கோரிக்கைகளை அரசு நிறைவேற்ற வேண்டும் என்று மண்டேலா வற்புறுத்தினார். டிசம்பர் 13-ஆம் நாள் மண்டேலா மீண்டும் டி கிளர்க்கைச் சந்தித்தார். ஆ.தே.கா. உட்பட அனைத்து விடுதலை இயக்கங்கள் மீதுள்ள தடைகளை அகற்ற வேண்டும், நெருக்கடி நிலையை ரத்து செய்யவேண்டும், அரசியல் கைதிகளை விடுதலை செய்ய வேண்டும் ஆகிய கோரிக்கைகளை மண்டேலா வெளியிட்டார். டிகிளர்க் கோரிக்கைகளை ஆழ்ந்து பரிசீலிப்பதாகக் கூறினார். “தேசியக் கட்சியிலுள்ள மற்ற அரசியல்வாதிகளை விட, டி கிளர்க் முற்போக்குச் சிந்தனை உள்ளவர்; இங்கிலாந்து பிரதமர் திருமதி. தாட்ச்சர், சோவியத் யூனியன் தலைவர் கோர்பச் சேவுடன் பிரச்சினைகளைப் பேசித் தீர்க்கலாம் என்று கூறியதைப் போல் டிகிளர்க்கிடம் பிரச்சினைகளைப் பேசித் தீர்வு

காணலாம்” என்று மண்டேலா லுசாகாவிலுள்ள ஆ.தே.கா. தலைவர்களுக்கு எழுதினார்.

1990 பிப்ரவரி 2-ஆம் நாள் நாடாளுமன்றத்தில் உரை ஆற்றியபோது மண்டேலா முன்வைத்த கோரிக்கைகளை நிறைவேற்றும் அறிவிப்பை டிகிளர்க் வெளியிட்டார். தென்னாப்பிரிக்காவில் மக்களாட்சி அமைவதற்கான அடிக்கல்லை நிறுவினார். பிப்ரவரி 9-ஆம் நாள் சிறை அலுவலர்கள் டிகிளர்க்கைச் சந்திக்க மண்டேலாவை அழைத்துச் சென்றனர். புன்சிரிப்புடன் மண்டேலாவை வரவேற்ற டிகிளர்க் “உங்களை நாளை சிறையிலிருந்து விடுதலை செய்யப் போகிறேன்” என்று கூறினார். இந்த இனிய செய்தியைக் கேட்டு மண்டேலா அதிர்ச்சியும் வியப்பும் அடைந்தார். இருபத்தேழு ஆண்டுக் காலம் சிறையில் அடைந்திருந்து விடுதலை ஆவதைப்பற்றி தன் இல்லத்தார்க்கும், கட்சித் தலைவர்களுக்கும் தெரிவிக்க விரும்பினார். ‘இன்னும் ஒரு வாரம் கழித்து என்னை விடுதலை செய்யுங்கள்’ என்று மண்டேலா கேட்டுக்கொண்டார்.

அலுவலர்களைக் கலந்து ஆலோசித்த டிகிளர்க் உங்களை விடுதலை செய்யப்போகும் செய்தியை வெளிநாட்டுப் பத்திரிகையாளர்களுக்கெல்லாம் தெரிவித்து அவர்களும் இங்கு குழுமியிருக்கிறார்கள். இனி விடுதலையைத் தள்ளிப் போட இயலாது என்று அதிபர் கூறிவிட்டார். பிப்ரவரி 11 ஆம் நாள் விடுதலை செய்வதாக முடிவானது. ஜோகன்னஸ் பர்க்கிலுள்ள தன் துணைவியார் வின்னிக்கும், வால்டர் சிசுலுவுக்கும் தனது விடுதலையைப் பற்றித் தெரிவித்தார். விடுதலையாகி வெளிவந்தவுடன் வரவேற்புக் கூட்டத்தில் தான் பேச வேண்டிய உரையை கட்சித் தலைவர்களுடன் கலந்து முடிவு செய்தார். இரவு நீண்ட நேரம் தலைவர்களுடன் உரையாடிய பின் விடியற்காலை சிறையில் இறுதிநாளாக உறக்கத்தில் ஆழ்ந்தார். விடுதலையாகப் போகும் பிப்ரவரி 11-ஆம் நாள் விடியற்காலை 4.30 மணிக்கு துயில் நீங்கி எழுந்துவிட்டார்.

வின்னியும் வால்டரும் தனி விமானத்தில் விக்டர் வெர்ஸ்டருக்கு பிற்பகல் 2 மணிக்கு வந்துசேர்ந்தனர். மண்டேலாவை அழைத்துச் செல்ல குடிலுக்கு வந்திருந்த

எண்ணற்ற நண்பர்களுக்கு இறுதி உணவை சுவார்ட் சமைத்துப் பரிமாறினார். கடந்த இரு ஆண்டுகளாகத் தான் விரும்பிய உணவைச் சமைத்துப் பரிமாறிய சுவார்ட்டுக்கும், போல்ஸ்மூரிலிருந்து விக்டர் வெர்ஸ்ட்டர் வரை தனக்கு உதவியாளராக இருந்த ஜேம்ஸ் கிரிகொரிக்கும் மண்டேலா பிரியா விடைகொடுத்துத் தன் ஆழ்ந்த நன்றியைத் தெரிவித்துக்கொண்டார்.

மறவற்க மாசற்றார் கேண்மை; துறவற்க
துன்பத்துள் துப்பாயார் நட்பு

என்பது மனித இனத்திற்குப் பொதுமறை அன்றோ?

பிற்பகல் 4 மணி அளவில் வின்னியின் கரத்தைப் பற்றியவாறே மண்டேலா விக்டர் வெர்ஸ்ட்டர் சிறை வாயிலை நோக்கி நடந்துவருகிறார். 44-வது வயதில் சிறைக்குள் சென்றவர். 71-வது வயதில் விடுதலை பெற்று வெளியுலகில் அடியெடுத்து வைக்கிறார். பெரும் திரளான மக்கள் கூடியிருந்து மகிழ்ச்சி ஆரவாரம் செய்து விடுதலைப்போர் வீரரை வரவேற்கிறார்கள். உலக நாடுகள் மண்டேலா சிறையிலிருந்து வெளிவரும் காட்சியைத் தொலைக்காட்சியில் ஒளிபரப்பு செய்து உலக மக்கள் அதைக் காண வைக்கின்றன. சிறை வாயிலை விட்டு வெளியே வந்தபின் மண்டேலா தன் உற்சாகத்தை விவரிக்கிறார். “நான் வெளியே வந்து மக்கள் கூட்டத்துடன் கலந்து எனது வலது கை முட்டியை உயர்த்துகிறேன். உடனே மக்களிடையே பெருத்த ஆரவாரம். கடந்த 27 ஆண்டுகளாக நான் அப்படிச் செய்ய இயலவில்லை. அது எனக்குப் புதிய வலிமையையும் மகிழ்ச்சியையும் அளித்தது. ..... நான் காரில் ஏறும்போது என்னுடைய எழுபத்தோராவது வயதிலும் என் வாழ்க்கை புதிதாகத் தொடங்கப் போகிறது என்று உணர்ந்தேன். பத்தாயிரம் நாட்களுக்கு மேற்பட்ட என் சிறைவாசம் இறுதியாக முடிந்துவிட்டது.”

மண்டேலா விடுதலை பெற்ற பின் கேப் டவுனில் கிராண்ட் பேரேட் என்ற திடலில் முதன் முதலாக உரையாற்றினார். ஐந்து லட்சம் மக்கள் கூடியிருந்த திடலில் மண்டேலா பின்வருமாறு பேசினார்:

"நண்பர்களே! தோழர்களே! தென் ஆப்பிரிக்க மக்களே! அமைதி, ஜனநாயகம் அனைவருக்கும் விடுதலை - இவற்றின் பெயரால் உங்களை வாழ்த்துகிறேன். உங்களின் முன்னால் நான் ஒரு தீர்க்கதரிசியாக நிற்கவில்லை. உங்களின் எளிய ஊழியனாகவே நிற்கிறேன். நீங்கள் ஓய்வின்றி ஆற்றிய வீரத்தியாகங்களால்தான் நான் இன்று உங்கள் முன்னால் வந்து நிற்க முடிகிறது. எனவே என் வாழ்க்கையின் எஞ்சிய ஆண்டுகளை உங்களிடம் ஒப்படைக்கிறேன்".

அவர் விடுதலைக்காகப் பாடுபட்ட உலகம் முழுதும் உள்ள மக்களுக்கு நன்றி தெரிவித்தார். கேப் நகர மக்கள், ஆலிவர் டாம்போ, ஆப்பிரிக்க தேசிய காங்கிரஸ், உம்காண்டோ உய் சீஸ்வி, கம்யூனிஸ்ட் கட்சி, ஐக்கிய ஜனநாயக முன்னணி, தெ.ஆ. மாணவர் கழகம், மாதர் இயக்கம் ஆகிய பல்வேறு விடுதலை இயக்கங்களுக்குத் தன் ஆழ்ந்த நன்றியைத் தெரிவித்துக் கொண்டார். கூட்டத்தில் தன் மனைவிக்கும் இல்லத்தார்க்கும் நன்றி தெரிவித்தார். "அவர்களுடைய இன்னல்களும் வேதனைகளும் என்னுடையதைவிட அதிகம்" என்று புகழ்ந்தார்.

"எதிர்காலத்தில் வன்முறை இல்லாமல் பேச்சுவார்த்தை மூலமே நம் இலட்சியங்களை அடைய முடியும். 1989 ஹராரே அறிக்கையின் குறிக்கோள்கள் அமல்படுத்தப்பட வேண்டும். நம்முடைய போராட்டம் தீவிரப்படுத்தப்பட வேண்டும். நமது இலட்சியப் பாதையின் கடைசி கட்டத்தை நாம் ஒற்றுமையாக கடப்போம்".

அன்று மாலை பேச்சை முடித்துக்கொண்டு கேப் டவுன் பேராயர் டெஸ்மாண்ட் டுட்டுவின் இல்லத்தில் இரவு தங்கினார். இன ஒதுக்கலை ஒழிப்பதற்காக இடைவிடாது போராடியவர் பிஷப் டுட்டு. 1984-இல் உலக அமைதிக்கான நோபல் பரிசு டுட்டுவுக்கு வழங்கப்பட்டது. பிஷப் இல்லத்தில் தங்கியிருந்தபோது ஆ.தே.கா. தலைவர் ஆலிவர் டாம்போ ஸ்டாக்ஹோமில் இருந்து தொலைபேசி மூலம் மண்டேலாவிற்குத் தன் வாழ்த்துக்களைத் தெரிவித்தார்.

மறு நாள் பிற்பகல் பத்திரிகை நிருபர்கள் கூட்டத்தில் கலந்து கொண்டார். வாழ்நாளிலேயே இதைப் போன்ற நிருபர் கூட்டத்தில்

அவர் கலந்துகொள்ளவில்லை. 27 ஆண்டுகளுக்கு முன்னால் தொலைக்காட்சிகள் ஏது? உலகின் பல்வேறு நாடுகளிலிருந்து நிருபர்கள் வந்திருந்தனர். கறுப்பர் இன நிருபர்கள் பலர் கூட்டத்தில் இருந்தது மண்டேலாவிற்கு மகிழ்ச்சியை அளித்தது. நிருபர் கூட்டத்தில் ஏற்கெனவே மண்டேலா வெளியிட்ட கருத்துக்களையே உறுதி படக் கூறினார். "கறுப்பர் ஆட்சியில் வெள்ளைய சிறுபான்மையினர் ஒடுக்கப்படமாட்டார்கள். இன நிற வேற்றுமையற்ற ஜனநாயக தென் ஆப்பிரிக்காவில் அனைவரும் சமமாக வாழலாம்", என்று கூறினார்.

நிருபர்கள் கூட்டத்தை முடித்துக்கொண்டு அன்று மாலை ஜோகன்னஸ்பர்க்கிற்கு விமானத்தில் சென்றனர். அவரைக் காண்பதற்குக் காத்திருந்த உணர்ச்சிமிக்க மக்கள் முன்னிலையில் உரையாற்றினார். இரண்டாம் நாள் இரவு மேற்கு ஆர்லாண்டோ 8115 என்ற தங்கள் இல்லத்தில் தங்க எண்ணினார். ஆனால் வீட்டைச் சுற்றி மக்கள் வெள்ளமெனச் சூழ்ந்து கொண்டிருப்பதால் இரவு அங்குத் தங்குவது பாதுகாப்புக்கு உகந்தது அல்ல என்று கூறப்பட்டது. மண்டேலா தம்பதிகள் ஒரு கட்சித் தோழரின் இல்லத்தில் இரவு தங்கினார்கள்.

பிப்ரவரி 13-ஆம் நாள் காலை கறுப்பர் விடுதலைக்காகத் தங்கள் குருதியைச் சிந்தித் தியாகம் புரிந்த புலி நிகர் மாணவர்களின் கோட்டையான சுவெட்டோவுக்கு ஹெலிகாப்டரில் சென்றார்கள். வரவேற்புக் கூட்டம் நடந்த திடலில் 1,20,000 மக்கள் திரண்டிருந்தனர். கூட்டத்தில் மண்டேலா பின்வருமாறு உணர்ச்சி உரையாற்றினார்:

"இன்று நான் சுவெட்டோவிற்குத் திரும்பி வந்திருப்பது என் உள்ளத்தை மகிழ்ச்சி கொள்ளச் செய்கிறது. அதே சமயத்தில் என் உள்ளம் வேதனையால் துடிக்கிறது. நீங்கள் இன்னும் ஏழ்மையில் வாடுகிறீர்கள். போதிய வீடுகள் இல்லாமை, பாடசாலை நெருக்கடி, வேலையின்மை, குற்றங்கள் அப்படியே இருக்கின்றன. செய்தித்தாள்களில் குற்றங்களின் புள்ளி விவரங்கள் வெளியாவது பற்றிப் படித்து மிக்க கவலையடைகிறேன். நகரில் ஏழ்மை அதிகமாக இருந்தாலும் குற்றங்கள் பெருகி வருவது நல்லதல்ல; அவை அவசரமாகக் களையப்பட வேண்டும்."

"இன ஒதுக்கலை எதிர்ப்பவர்கள் யாராக இருந்தாலும் அவர்களை நம் இயக்கத்துடன் இணைத்துக் கொள்ள வேண்டும். இன வேற்றுமையற்ற ஜனநாயக தென் ஆப்பிரிக்காவில் ஒருவருக்கு ஒரு வாக்கு என்ற அடிப்படையில் அனைவருக்கும் வாக்குரிமை வழங்கப்படும்."

கூட்டம் முடிந்ததும் அன்று இரவு வின்னியுடன் மேற்கு ஆர்லாண்டோ எண். 8115 வீட்டிற்கு வந்தார்கள். தீயவர்களால் பழைய வீடு குண்டு வைத்துக் கொளுத்தப்பட்ட பின் நான்கு அறைகள் கொண்ட புதிய வீடு நன்றாகக் கட்டப்பட்டுள்ளது. ஆனால் விக்டர் வெர்ஸ்டரை ஒப்பிடும்போது இந்த வீடு வேலைக்காரரின் வீடு போன்றதுதான். "ஆனால் எந்த வீட்டில் மனிதன் சுதந்திரமாக வாழ்கிறானோ அது ஆடம்பரச் சிறையை விட மேலான மாளிகை" என்று மண்டேலா பெருமிதத்துடன் குறிப்பிட்டார்.

வெளிநாட்டுப் பயணம்

விடுதலை பெற்று வந்ததும் தனது முதல் வேலையாக பிப்ரவரி 27-ஆம் நாள் லுசாகாவிற்குப் பறந்துசென்று ஆ.தே.கா.வின் தேசிய செயற்குழுவில் தன் விடுதலை பற்றி விளக்கம் அறிவித்தார். சில ஆப்பிரிக்க நாடுகளின் தலைவர்கள் கூட செயற்குழுக் கூட்டத்தில் கலந்துகொண்டது சிறப்பு அம்சமாகும். ஜிம்பாப்வே நாட்டின் தலைவர் ராபர்ட் முகாபே, ஜாம்பியாவின் தலைவர் கென்னத் கவுண்டா மற்றும் போஸ்வானா, மொசாம்பிக், அங்கோலா, உகாந்தா நாடுகளின் தலைவர்களுடன் மண்டேலா உரையாடினார். தேசிய செயற்குழுக் கூட்டத்தில் மண்டேலாவை ஆ.தே.கா.வின் துணைத் தலைவராகத் தேர்ந்தெடுத்தார்கள்.

செயற்குழுக் கூட்டம் முடிந்த பின் ஆப்பிரிக்க நாடுகளின் சுற்றுப்பயணத்தை மேற்கொண்டார். விடுதலை பெற்ற ஆறு மாதங்களில் அவர் தன் சொந்த நாட்டை விட வெளிநாட்டுப் பயணத்திலேயே கழித்தார். டார்-எஸ்-சலாம் நகரில் ஐந்து இலட்சம் மக்கள் கலந்துகொண்ட கூட்டத்தில் பேசினார்.

மண்டேலா தம்பதியினர் எகிப்தின் தலைநகரான கெய்ரோவிற்குச் சென்றனர். எகிப்தியத் தலைவர் ஓஸ்னி முபாரக்கைச் சந்தித்துப் பேசினார். மறுநாள் ஒரு மண்டபத்தில் மண்டேலா பேச ஏற்பாடாகியிருந்தது. கட்டுக்கடங்காத கூட்டம். போதுமான காவல்துறை அலுவலர்கள் இல்லை. மண்டேலா மண்டபத்திற்குள் நுழைய முயன்றபோது கூட்டம் அலை மோதியதில் கீழே விழுந்துவிட்டார். வின்னி கூட்ட நெரிசலில் மிதிபட்டு சட்டை கிழிந்து அரை மணிக்குப் பின் மீட்கப்பட்டு மேடைக்கு வந்தார்! கூட்டத்தினர் 'மண்டேலா! மண்டேலா!' என்று முழக்கமிட்டபடியே இருந்தனர். கூட்டத்தில் மண்டேலாவின் பேச்சு கேட்க முடியவில்லை. மண்டேலாவும் வின்னியும் எதுவும் பேசாமல் விடைபெற்றனர். இறுதியாக கெய்ரோவில் பத்திரிகை நிருபர்கள் கூட்டத்தில் கலந்து கொண்டு தான் ஏற்கெனவே வலியுறுத்திய ஆ.தே.கா.வின் குறிக்கோள்களையே நிருபர்களிடம் வலியுறுத்தினார்.

ஆப்பிரிக்கப் பயணத்தை முடித்துக்கொண்டு ஸ்டாக்ஹோம் சென்றார். மண்டேலாவின் நீண்ட நாள் நண்பரும், சட்ட அலுவலகப் பங்குதாரரும், ஆ.தே.கா.வின் தலைவருமான ஆலிவர் டாம்போவைச் சந்தித்து உரையாடினார். உரையாடலின் இடையில் 'நெல்சன்! உனக்காகவே தலைவர் பதவியை வகித்து வருகிறேன். தற்சமயம் நீர் ஆ.தே.கா.வின் தலைவர் பதவியை ஏற்க வேண்டும்' என்று ஆலிவர் மண்டேலாவை கேட்டுக்கொண்டார். மண்டேலா இதற்கு இசையவில்லை. 'தடைசெய்யப்பட்ட ஆ.தே.கா.வை வெளிநாட்டிலிருந்து மிகத் திறம்பட நடத்தி வருகிறீர்கள். கட்சித் தேர்தலில் நீங்கள் தலைவராகத் தேர்ந்தெடுக்கப்பட்டிருக்கிறீர்கள். அடுத்த கட்சித் தேர்தல் வரை நீங்களே தலைவராக நீடிக்கவேண்டும்' என்று மண்டேலா கூறினார்.

1990 ஏப்ரல் மாதம் மண்டேலா இலண்டனுக்குச் சென்றார். வெம்ப்ளி விளையாட்டரங்கில் புகழ் பெற்ற பல்வேறு நாட்டு இசைக் கலைஞர்கள் மண்டேலாவைப் பாராட்டி ஏப்ரல் 17-ஆம் நாள் இசை விருந்து அளித்தனர். இசை நிகழ்ச்சி உலகம் முழுதும் நேரடியாகத் தொலைக்காட்சியில் ஒளிபரப்பப்பட்டது. தெ.ஆ. அரசின் இன ஒதுக்கலை எதிர்த்துக் கிளர்ந்தெழுந்த

உலக முற்போக்கு சக்திகளுக்கு மண்டேலா தனது நன்றியைத் தெரிவித்துக்கொண்டார்.

1990 ஜூன் மாதத்தில் ஐரோப்பாவிற்கும், வட அமெரிக்க நாடுகளுக்கும் சுற்றுப்பயணம் மேற்கொண்டார். சுற்றுப் பயணத்தின் முதல் கட்டமாக மண்டேலா தம்பதிகள் பிரான்ஸ் நாட்டிற்குச் சென்றார்கள். மண்டேலா பயணம் செய்த நாடுகளில் எல்லாம் அவர் ஒரு நாட்டின் தலைவருக்கு அளிக்கப்படும் மரியாதை வழங்கி வரவேற்கப்பட்டார். பிரான்ஸ் நாட்டின் அதிபர் மிட்டராண்டைச் சந்தித்துப் பேசினார். லூயி மன்னர்களின் கொடுங்கோலை எதிர்த்துச் சுதந்திரம், சமத்துவம், சகோதரத்துவம் ஆகிய லட்சிய முழக்கங்களை உலகுக்கு அளித்த நாடு பிரான்ஸ். தென்னாப்பிரிக்காவின் கொடுங்கோலுக்கு எதிராக ஆ.தே.கா. நடத்திவந்த விடுதலைப் போருக்கு நீண்ட காலமாக ஆதரவளித்த நாடு பிரான்ஸ்.

பிரான்ஸைத் தொடர்ந்து சுவிட்சர்லாந்து, இத்தாலி, நெதர்லாந்து ஆகிய நாடுகளுக்குப் பயணம் செய்துவிட்டு அமெரிக்காவுக்குச் சென்றார். சிறையில் இருந்து விடுதலை பெற்ற மண்டேலாவிற்கு முதன் முதலில் வாழ்த்துக் கூறியவர் அமெரிக்கக் குடியரசுத் தலைவர் ஜார்ஜ் புஷ் ஆவார். அமெரிக்காவின் வணிகத் தலைநகரான நியூயார்க் நகரின் பிரதான சாலைகள் வழியாக மண்டேலா ஊர்வலமாக அழைத்துச் செல்லப்பட்டார். பத்து இலட்சம் மக்கள் அந்த ஊர்வலப் பாதையில் நின்று மண்டேலாவிற்கு வரவேற்பு அளித்தனர். இன ஒதுக்கலுக்கு எதிராக நியூயார்க் மக்கள் அளித்த ஆதரவு மண்டேலாவை நெஞ்சு நெகிழவைத்தது. அடுத்த நாள் மண்டேலா ஹார்லெம் நகருக்குச் சென்றார். ஹார்லெம் நகரை வின்னி அமெரிக்காவின் சுவெட்டோ என்று குறிப்பிட்டார். யாங்கி ஸ்டேடியத்தில் மாபெரும் பொதுக் கூட்டத்தில் மண்டேலா உரையாற்றும்போது தென்னாப்பிரிக்கக் கறுப்பர்களுக்கும் அமெரிக்க கறுப்பர்களுக்கும் பிரிக்க முடியாத உறவு நிலவுவதாகக் குறிப்பிட்டார். இரு பகுதி மக்களும் ஆப்பிரிக்காவைத் தாயகமாகக் கொண்டவர்கள். இனவெறியை எதிர்த்து மார்ட்டின் லூதர்கிங் போன்றவர்கள் செய்த உயிர்த்தியாகத்தால் இரு கண்டத்து மக்களும் விடுதலை வேட்கை பெற்றனர்.

அடுத்த கட்டமாக வாஷிங்டன் நகர் சென்று நாடாளு மன்றத்தில் உரையாற்றினார். இன ஒதுக்கலுக்கு எதிராக அமெரிக்க காங்கிரஸ் நிறைவேற்றிய சட்டத்திற்காக நன்றி தெரிவித்துக்கொண்டார். ஜார்ஜ் வாஷிங்டன், ஆப்ரகாம் லிங்கன், தாமஸ் ஜெப்பர்சன் போன்ற தலைவர்கள் மனித குல சமத்துவத்திற்காக எடுத்த நடவடிக்கைகளை நன்றியுடன் நினைவுகூர்ந்தார்.

அமெரிக்காவிலிருந்து கானடா சென்று அந்நாட்டு நாடாளுமன்றத்தில் உரையாற்றினார். கானடா பிரதமர் முல்ரோனியைச் சந்தித்துப் பேசினார். பின்னர் இருவரும் அயர்லாந்துக்குப் பயணமாயினர். அட்லாண்டிக் பெருங்கடலைக் கடக்கும் முன்பு ஆர்க்டிக் வட்டத்தில் விமானம் எரிபொருள் நிரப்ப நின்றது. மண்டேலா தன் எழுபத்திரண்டு ஆண்டுக் கால வாழ்வில் முதல் முறையாக எஸ்கிமோக்களை நேரில் பார்த்தார். மண்டேலா சிறையிலிருந்து விடுதலை பெற்று வருவதை எஸ்கிமோக்கள் தொலைக்காட்சியில் பார்த்திருக்கிறார்கள். இளைஞர்களில் ஒருவன் 'ஆ.தே.கா. வாழ்க!' என்று முழக்கமிட்டான். இந்த பூமிப்பந்தின் கூரையில் வாழும் எஸ்கிமோக்கள் ஆப்பிரிக்காவின் தென்கோடியில் மண்டேலா விடுதலை ஆவதைத் தொலைக்காட்சியில் பார்க்க முடிவது எவ்வளவு வியப்பானது? தொலைக்காட்சி உலகைச் சுருக்கிவிட்டது. அதன் மூலம் அறியாமையை ஒழிப்பதற்கும் ஜனநாயகத்தை வலுப்படுத்தவும் சிறந்த கருவியாகிவிட்டது என்று மண்டேலா குறிப்பிட்டார்.

அயர்லாந்து தலைநகர் டப்ளினிலிருந்து லண்டன் வந்து சேர்ந்தார். இங்கிலாந்தின் பிரதமர் மார்க்கரெட் தாட்ச்சரைச் சந்தித்து மூன்றுமணி நேரம் உரையாடினார். "உங்கள் சுற்றுப் பயண நிகழ்ச்சியைக் குறைத்துக்கொள்ள வேண்டும்; அதுவே உங்கள் உடல் நலத்திற்கு உகந்தது" என்று தாட்ச்சர் அறிவுரை கூறினார்.

வின்னியுடன் உகாந்தா, கென்யா, மொசாம்பிக் ஆகிய ஆப்பிரிக்க நாடுகளுக்குப் பயணம் செய்துவிட்டு தாய்நாடு திரும்பினார்.

1990-ஆம் ஆண்டு அக்டோபர் 16-ஆம் நாள் முதல் மண்டேலா இந்திய சுற்றுப் பயணம் மேற்கொண்டார். இந்திய சுற்றுப் பயணத்தின்போது ஒரு நாட்டின் தலைவருக்கு அளிக்கப்படும் அரசு வரவேற்பும் மரியாதையும் மண்டேலாவுக்கு இந்திய அரசு அளித்தது. அன்றைய இந்தியப் பிரதமர் வி.பி. சிங் அவர்கள் ஆ.தே.கா. நடத்தி வரும் இன ஒதுக்கலுக்கு எதிரான போராட்டத்திற்கு ஆதரவு தெரிவித்ததுடன், அரசின் நன்கொடையாக 15 கோடி ரூபாயை வழங்கி மண்டேலாவைப் பெருமைப்படுத்தினார். "தென் ஆப்பிரிக்காவில் தற்போதைய பிரச்சினை அனைத்துத் தென்னாப்பிரிக்கர் களுக்கும் வாக்குரிமை அளிக்கப்பட வேண்டும்; ஒரு நபருக்கு ஒரு வாக்கு என்பதே நாங்கள் கோருவது" என்று சொல்லி ஆ.தே.கா.வின் உரிமைப் போருக்கு இந்தியா அளித்து வரும் ஆதரவுக்கு நன்றி தெரிவித்தார்.

"காந்தி பிறந்த மண்ணில் காலடி வைக்கவேண்டும் என்ற என் எண்ணம் இன்றுதான் நிறைவேறுகிறது. தனது அகிம்சைப் போரின் மூலம் இந்தியாவிற்கு சுதந்திரம் வாங்கித் தந்த அந்த உத்தமர் எனக்கும் வழிகாட்டியாக விளங்கினார்" என்று காந்தியடிகளைப் புகழ்ந்தார்.

கொல்கத்தா நகரில் உள்ள ஈடன் தோட்டத்தில் மேற்கு வங்க அரசின் சார்பில் மண்டேலாவிற்கு ஒரு மாபெரும் வரவேற்பு அளிக்கப்பட்டது.

இந்திய அரசின் மிக உயர்ந்த விருதான 'பாரத ரத்னா' விருதை மண்டேலாவிற்கு வழங்கி அரசு அவரைச் சிறப்பித்தது. அப்போதைய குடியரசுத் தலைவர் வெங்கட்ராமன் அவர்கள் மண்டேலாவிற்கு இந்த விருதை வழங்கினார். "மனிதரின் கண்ணியத்தைக் காப்பாற்ற நடைபெறும் போராட்டத்தின் சின்னமாக மண்டேலா விளங்குகிறார்" என்று மண்டேலாவை குடியரசுத் தலைவர் புகழ்ந்து பேசினார்.

அமைதிப் பேச்சு வார்த்தைகள்

சிறையில் இருந்து விடுதலை ஆனவுடன் மண்டேலா தன் சொந்தக் கிராமமான குனுவிற்குச் சென்று தன் தாயின் கல்லறையில் தன் அஞ்சலியைச் செலுத்த வேண்டும் என்று விரும்பினார். ஆனால் அந்த எண்ணம் ஏப்ரலில்தான் நிறைவேறியது. குனு கிராமத்தில் இருந்த அவர் தாயின் கல்லறை மிகவும் எளிமையாகவும் ஒழுங்கற்றும் இருந்தது. கல்லறையின் மீது சில கற்களும் செங்கற்களும் ஒழுங்கற்று மூடப்பட்டிருந்தன. தாயின் முதுமைப் பருவத்தில் அவரைப் பராமரிக்க முடியவில்லையே என்றும் அவர் மறைவின்போது அருகில் இருக்க முடியவில்லையே என்றும் வருந்தினார். தன் சொந்த ஊரில் இளைஞர்கள் மிகவும் மாறிவிட்டிருந்தனர். தன் இளமைப் பருவத்தில் அரசியல் விழிப்புணர்ச்சி அவ்வளவாக இல்லை. தற்போது பள்ளி மாணவர்கள் ஆலிவரைப் பற்றியும், தேசியப் புரட்சிப் படையைப் பற்றியும் புரட்சிப் பாடல்கள் பாடி தங்கள் விடுதலை வேட்கையை வெளிப்படுத்தினர்.

தன் சொந்த ஊரிலிருந்து திரும்பிய பின் ஆப்பிரிக்கா, ஐரோப்பா மற்றும் அமெரிக்க நாடுகளின் பயணத்தை மேற்கொண்டார். தாய்நாடு திரும்பியதும் தான் ஏற்கெனவே

அரசுடன் நடத்தி வந்த அமைதிப் பேச்சைத் தொடர விரும்பினார். 1990 ஆகஸ்ட் 6-ஆம் நாள் பிரிட்டோரியாவில் ஆ.தே.கா.வும் தெ.ஆ. அரசும் அமைதி உடன்படிக்கை ஒன்று செய்துகொண்டனர். இது பிரிட்டோரியா ஒப்பந்தம் என்று அழைக்கப்பட்டது.

ஆ.தே.கா. தென் ஆப்பிரிக்க விடுதலையை நோக்கிப் பேச்சுவார்த்தை நடத்திக்கொண்டிருந்த சமயத்தில் ஜுலு இனவெறிக் கட்சியான இன்காதா விடுதலைக் கட்சி ஆ.தே.கா. தொண்டர்கள் மீது வன்முறைத் தாக்குதல்கள் நடத்திக் கொண்டிருந்தது. இதற்குக் காவல் துறையும் மறைமுகமாகவும் வெளிப்படையாகவும் ஆதரவு கொடுத்து வந்தது. ஜுலை 22-ஆம் நாள் இன்காதா உறுப்பினர்கள் பட்டப்பகலில் செபோகெங் என்ற நகரில் புகுந்து முப்பது ஆ.தே.கா. ஆதரவாளர்களைக் கொன்று குவித்தனர். படுகொலை நடந்த இடத்தை நேரில் பார்த்து மண்டேலா சொல்லொணா வேதனைப்பட்டார். சவக்கிடங்கில் ஒரு பெண் இரு மார்பகங்களும் அறுக்கப்பட்டு பிணமாகக் கிடந்தாள். இந்தக் கொலையைச் செய்தவர்கள் மிருகங்களே என்று சொல்லி ஆவேசப்பட்டார்.

நவம்பர் மாதம் ஜோகன்னஸ்பர்க் நகருக்குக் கிழக்கே உள்ள ஆ.தே.கா. தொண்டர்களின் குடியிருப்பில் காவல் துறையின் உதவியுடன் புகுந்து ஆ.தே.கா. தொண்டர்களைக் கொன்று குவித்தனர். அவர்கள் வாழ்ந்துவந்த குடியிருப்புகளை இன்காதாவினர் கைப்பற்றினர். மண்டேலா இப்படுகொலைகளைப் பற்றி டிகிளர்க்கிடம் புகார் தெரிவித்தும் எவ்வித நடவடிக்கையும் அரசு எடுக்கவில்லை!

ஆலிவர் டாம்போ முப்பது ஆண்டு காலம் வெளி நாட்டில் வாழ்ந்த பின் 1990 டிசம்பர் திங்கள் தாயகம் திரும்பினார். ஜோகன்னஸ்பர்க்கில் நடந்த ஆ.தே.கா.வின் ஆலோசனைக் குழுக்கூட்டத்தில் ஆலிவர் கலந்து கொண்டார். உள்நாட்டிலும் வெளிநாடுகளிலுமிருந்து 1500 பிரதிநிதிகள் கலந்துகொண்டனர். ஆலிவர் விடுதலை தீபத்தை அணையாமல் சோதனையான காலகட்டத்தில்

தலைமை தாங்கி நடத்திச்சென்றவர் என்று மண்டேலா புகழாரம் சூட்டினார்.

நாளுக்கு நாள் உள்நாட்டு இனக்கலவரம் பெருகிய வண்ணம் இருந்தது. இதைத் தடுத்து நிறுத்த மண்டேலாவும் இன்காதா தலைவர் புத்தலேசியும் அமைதி உடன்படிக்கை செய்துகொண்டனர். ஆனால் இவ்வுடன்படிக்கை முழுமனதுடன் அமல்படுத்தப்படவில்லை. ஒவ்வொரு மாதமும் நூற்றுக் கணக்கில் மக்கள் மாண்டனர்.

1991 சூலையில் முப்பது ஆண்டுகள் கழித்து ஆ.தே.கா. தனது முதலாவது ஆண்டு மாநாட்டை தென் ஆப்பிரிக்காவில் கூட்டியது. ஜனநாயக ரீதியில் கட்சி உறுப்பினர்களால் தேர்ந்தெடுக்கப்பட்ட 2244 பிரதிநிதிகள் உள்நாட்டிலிருந்தும் வெளிநாடுகளிலிருந்தும் கலந்துகொண்டனர். மாநாட்டில் மண்டேலா போட்டியின்றி ஆ.தே.கா. தலைவராகத் தேர்ந்தெடுக்கப்பட்டார். சிரில் ராமபோசா பொதுச் செயலராகத் தேர்ந்தெடுக்கப்பட்டார். இளைஞர் பொதுச் செயலராகத் தேர்ந்தெடுக்கப்பட்டது கட்சித் தலைமையை இளைய தலைமுறையிடம் ஒப்படைக்கும் நிகழ்ச்சியாக அமைந்தது. மாநாட்டின் முன்பு ஒரு இமாலயப் பணி காத்துக்கொண்டிருந்தது. முப்பது ஆண்டுகளாகச் சட்ட விரோதத் தலைமறைவு விடுதலை இயக்கமாகச் செயல்பட்ட ஆ.தே.கா.வை சட்டரீதியான வெகுமக்கள் அரசியல் கட்சியாக மாற்ற வேண்டிய பெரும்பணி எதிர்நோக்கி இருந்தது. கடந்த காலத்தில் ஐக்கிய ஜனநாயக முன்னணி போன்ற இயக்கங்கள் ஆ.தே.கா.வின் நிழலாகச் செயல்பட்டு வந்தன.

ஆ.தே.கா. சட்ட பூர்வ கட்சியாக செயல்பட்ட முதல் பதினேழு மாதங்களில் கட்சியில் புதிதாக ஏழு லட்சம் உறுப்பினர்கள் சேர்ந்தனர். ஆனால் கட்சியைக் கிராமப் புறங்களில் பலப்படுத்த வேண்டியிருந்தது.

மண்டேலா விடுதலை ஆனதிலிருந்து "பேச்சுவார்த்தைகளைப் பற்றிய பேச்சுவார்த்தைகளே" நடைபெற்று வந்தன. உண்மையான பயனுள்ள பேச்சுவார்த்தை 1991 டிசம்பர் 20-ஆம் நாள் தொடங்கியது. ஜனநாயக தென் ஆப்பிரிக்காவின் குழு (கொடெசா) (Convention for a Democratic South Africa) ஒன்று

நிறுவப்பட்டது. தெ.ஆ. அரசு, ஆ.தே.கா., மற்ற அரசியல் கட்சிகள் அடங்கிய பதினெட்டு அமைப்புகள் குழு பேச்சுவார்த்தையில் ஈடுபட்டது. ஐ.நா. சபை, ஐரோப்பிய யூனியன், ஆப்பிரிக்க ஒற்றுமை அமைப்பு, (OAU) காமன்வெல்த் போன்ற உலக அமைப்புகளிலிருந்து பார்வையாளர்கள் கலந்துகொண்டனர்.

ஆளும் கட்சியான தேசியக் கட்சியின் தலைமைப் பிரதிநிதி டி வில்லியர்ஸ் இன ஒதுக்கலுக்காக கூட்டத்தில் மன்னிப்புக் கேட்டுக்கொண்டார். கொடெசாவின் முதல் நாள் கூட்டத்தில் பிரதான கட்சிகள் 'குறிக்கோள் அறிக்கை'யில் கையொப்பமிட்டனர். அதன்படி ஒன்றுபட்ட தென் ஆப்பிரிக்காவில் அரசியல் அமைப்புச் சட்டத்தை உருவாக்க வேண்டும். சுதந்திரமான நீதித்துறை அரசியல் அமைப்பைப் பாதுகாத்து வரும். எல்லோருக்கும் வாக்குரிமை அளிக்கப்படும். பல கட்சி ஜனநாயக ஆட்சி அமைக்கப்படும்.

கொடெசா தொடங்கிய ஆறு வாரங்களில் டிரான்ஸ்வால் மாநிலத்திலுள்ள ஒரு தொகுதியில் இடைத் தேர்தல் நடைபெற்றது. எதிர்பாராத வகையில் ஆளும் தேசியக் கட்சி தோல்வியைத் தழுவியது. அமைதிப் பேச்சை விரும்பாத வலதுசாரி கன்சர்வெடிவ் கட்சி வெற்றி பெற்றது. தேர்தலின் முடிவு டி கிளர்க்கின் அமைதிப் பேச்சுக்கு எதிரான தீர்ப்பா என்ற ஐயம் ஏற்பட்டது. தேர்தல் முடிவின் விளைவாக மார்ச் 17-ஆம் நாள் நாடு முழுவதும் வெள்ளைய வாக்காளர்களிடம் ஒரு பொது வாக்கெடுப்பு (ரெபரண்டம்) நடத்தப்பட்டது. "அமைதிப் பேச்சு மூலம் புதிய அரசியல் அமைப்புச் சட்டம் உருவாக்கும் சீர்திருத்தங்களை நீங்கள் ஆதரிக்கிறீர்களா?" என்பதுதான் வெள்ளையரின் முன் வைக்கப்பட்ட கேள்வி. கறுப்பர்கள் இந்த வாக்கெடுப்பில் கலந்து கொள்ள முடியாததை ஆ.தே.கா. கண்டித்தது. இருந்தும் வாக்கெடுப்பில் 'ஆம்' என்று வாக்களிக்க ஆ.தே.கா. வெள்ளையர்களைக் கேட்டுக்கொண்டது. அத்தகைய வாக்கு அமைதிப் பேச்சுக்கு ஆதரவாக இருக்கும் என்று ஆ.தே.கா. எண்ணியது. வாக்கெடுப்பில் ஆளும் கட்சி மிக ஆடம்பரமான அமெரிக்க பாணி தேர்தல் பிரச்சாரத்தில் ஈடுபட்டது. செய்தித்தாள்களிலும்,

தொலைக்காட்சியிலும் பெரிய அளவில் விளம்பரங்கள் வெளிவந்தன. ஆடம்பரப் பேரணிகள் நடத்தப்பட்டன. இறுதியில் 69 சதவிகித வெள்ளைய வாக்காளர்கள் டிகிளர்க்கின் சீர்திருத்தங்களுக்குப் பெருத்த ஆதரவு அளித்தனர்.

வாக்காளர்கள் வழங்கிய பெரிய ஆதரவால் டிகிளர்க்கிற்கு சிறிது அகம்பாவம் ஏற்பட்டுவிட்டது. பேச்சுவார்த்தையை வேண்டுமென்றே நீட்டித்துக்கொண்டிருந்தார். இந்த நேரத்தில் மண்டேலா 'தென் ஆப்பிரிக்காவும் உலகம் முழுவதும் நம் இருவரையும் கூர்ந்து கவனித்துக்கொண்டிருக்கிறது; அமைதிப் பேச்சை நாம் வெற்றிகரமாக முடிக்க வேண்டும்' என்று டிகிளர்க்கை நோக்கி உணர்ச்சியுடன் பேசினார். அரசு அமைதிப் பேச்சைத் தொடரச் சொல்லி ஆ.தே.கா. 1992 சூன் 16-ஆம் நாள் கண்டன நாள் அனுசரித்தது. அந்நாள் 1976 சூன் 16-ஆம் நாள் சுவெட்டோ நகரில் நடந்த மாணவர் கிளர்ச்சியின் ஆண்டு விழா நாளாகும். இந்த கண்டனத்திற்குச் சிகரம் வைத்தாற்போல் ஆகஸ்ட் 3 மற்றும் 4 தேதிகளில் வரலாறு காணாத பொது வேலைநிறுத்தம் அனுசரிக்கப்பட்டது. 40 லட்சம் தொழிலாளர்கள் வீட்டிற்குள்ளிருந்து வேலை நிறுத்தப் போராட்டம் நடத்தினர். தெ.ஆ. வரலாற்றிலேயே இவ்வளவு மாபெரும் வேலை நிறுத்தப்போராட்டம் நடந்ததில்லை.

காரிருளுக்குப் பின் கதிரவன் தோன்றுவான் என்பதைப்போல் பொது வேலைநிறுத்தத்திற்குப் பின் மீண்டும் பேச்சுவார்த்தை தொடங்கியது. 1992 செப்டம்பர் 26-ஆம் நாள் மண்டேலாவும், டி கிளர்க்கும் கலந்துகொண்ட உச்சி மாநாட்டில் ஓர் ஒப்பந்தத்தில் கையொப்பமிட்டனர். அதன்படி பொதுமக்களால் தேர்ந்தெடுக்கப்படும் அரசியல் சட்ட அமைப்புச் சபை (Constituent Assembly) புதிய அரசியல் சட்டத்தை உருவாக்கும். மற்றும் அது ஓர் இடைக்கால அரசாகவும் செயல்படும். புதிய சட்ட மன்றத்தில் அனைத்துக் கட்சிகளுக்கும் பிரதிநிதித்துவம் தரப்படவேண்டும் என்று ஆ.தே.கா. ஒப்புக் கொண்டது. தேர்தலின் முடிவில் அமையும் அரசு ஐந்தாண்டுகளுக்குப் பதவியில் இருக்கும் என்றும் தேர்தலில் 5 சதவிகிதத்திற்கு மேல் வாக்குகளைப் பெறும் அனைத்துக் கட்சிகளும் அமைச்சரவையில் இடம் பெறும் என்றும் ஒப்புக்கொள்ளப்பட்டது.

1993 ஜூன் 3-ஆம் நாள் தென் ஆப்பிரிக்க வரலாற்றில் ஒரு மைல் கல் என்று மண்டேலா குறிப்பிடுகிறார். அன்றுதான் அனைத்துக் கட்சிக் கூட்டத்தில் 1994 ஏப்ரல் 27-ஆம் நாள் தென் ஆப்பிரிக்காவில் முதல் முறையாக இன, நிற வேறுபாடற்று அனைத்து மக்களும் வாக்களிக்கும் தேர்தல் நடைபெறும் என்று அறிவிக்கப்பட்டது. முதல் முறையாக மண்ணின் மைந்தர்களான கறுப்பர்கள் வாக்குச் சாவடிக்குச் சென்று தங்கள் பிரதிநிதிகளைத் தேர்ந்தெடுக்கிறார்கள். வாக்காளர்கள் 400 பிரதிநிதிகள் கொண்ட அரசியல் சட்டமன்றத்தைத் தேர்ந்தெடுப்பார்கள். அந்த மன்றம் இரு பணிகளை நிறைவேற்றும். புதிய அரசியல் சட்டத்தை உருவாக்கும். சட்டமன்றமாகவும் செயல்படும்.

1993-ஆம் ஆண்டு உலக அமைதிக்கான நோபல் பரிசு மண்டேலாவிற்கும் அதிபர் டி கிளர்க்கிற்கும் கூட்டாக வழங்கப்பட்டது. தென் ஆப்பிரிக்காவைச் சேர்ந்தவர்கள் நோபல் பரிசு பெறுவது இது மூன்றாவது முறை. 1960-இல் ஆல்பர்ட் லுதுலிக்கும், 1984-இல் பேராயர் டெஸ்மாண்ட் டுட்டுவுக்கும் நோபல் பரிசு அளிக்கப்பட்டது. நார்வே நாட்டில் நோபல் பரிசுக்கு நன்றி தெரிவித்துப் பேசிய மண்டேலா டி கிளர்க்கின் சீர்திருத்த நடவடிக்கைக்காக அவரையும் பாராட்டினார். “இன ஒதுக்கல் முறை அமல்படுத்தப்பட்டதனால் நம் நாட்டிற்கும் மக்களுக்கும் பெரும் அநீதி இழைக்கப்பட்டது என்பதை ஒப்புக் கொள்ளும் துணிச்சல் டி கிளர்க்கிடம் இருந்தது” என்று மண்டேலா அவரைப் புகழ்ந்தார்.

மண்டேலா - வின்னி திருமணம் 1958 ஜூன் 14-ஆம் நாள் நடந்தது. 1964 ஜூன் 12-ஆம் நாள் மண்டேலா ஆயுள் தண்டனை பெற்றார். மனைவியுடன் மண்டேலா இல்லறம் நடத்தியது இரண்டு ஆண்டுகள் மட்டுமே. திருமணத்திற்கும் ஆயுள் தண்டனைக்கும் இடையில் சில மாதங்கள் தலைமறைவு வாழ்க்கை நடத்தி வந்தார். இரு ஆண்டு இல்லற வாழ்வில் அவர்களுக்குப் பிறந்த இரண்டு பெண் குழந்தைகளை வளர்க்கும் பொறுப்பை வின்னி ஏற்றார்.

வின்னியை மணமுறிவு செய்தல்

மண்டேலா ரோபன் சிறையில் இருந்தபோது அரசு வின்னிக்குச் சொல்லொணாத துன்பங்களைக் கொடுத்தது. வின்னியின் ஆதரவு பெற்ற ஒரு விளையாட்டு அணியினர் ஸ்டெயிப்பே என்ற இளைஞனைத் துன்புறுத்திக் கொன்றார்கள் என்ற வழக்கு 1991 பிப்ரவரியில் ஜோகன்னஸ்பர்க் நீதிமன்றத்தில் விசாரணைக்கு வந்தது. கொலையை வின்னி தூண்டிவிட்டார் என்று அவரும் நீதிமன்றத்தில் நிறுத்தப்பட்டார். விசாரணையின்போது மண்டேலா நீதிமன்றத்திற்கு வந்திருந்து வின்னியின் மீது தனக்குள்ள நல்லெண்ணத்தை வெளிப்படுத்தினார். ஆ.தே.கா. மூத்த தலைவர்களும் நீதிமன்றத்திற்கு வருகை தந்து வின்னியின் மீது

தங்களுக்குள்ள நம்பிக்கையை வெளிப்படுத்தினர். இளைஞனைத் தாக்குவதில் வின்னி ஈடுபடவில்லை என்றாலும் கடத்தலுக்கும், சித்திரவதைக்கும் உடந்தையாக இருந்தார் என்று கூறி வின்னிக்கு ஆறு ஆண்டு சிறைத் தண்டனை விதிக்கப்பட்டது. மேல் முறையீட்டின் பேரில் தண்டனை நிறுத்திவைக்கப்பட்டது.

இந்த வழக்கு தவிர வின்னியைப் பற்றி வேறுசில குற்றச்சாட்டுகளும் மண்டேலாவிடம் கூறப்பட்டன. வின்னியிடமிருந்து அதிகார பூர்வமாக மண்டேலா பிரிய வேண்டுமென்று அவருக்கு நெருக்குதல்கள் வந்தன. 1992 ஏப்ரல் 13-ஆம் நாள் ஜோகன்னஸ்பர்க்கில் கூட்டப்பட்ட பத்திரிகையாளர் கூட்டத்தில் தன் பழைய நண்பர்கள் வால்டர் சிசுலுவும் ஆலிவர் டாம்போவும் இரு பக்கத்திலும் அமர்ந்திருக்க தான் வின்னியிடமிருந்து பிரிவதாக மண்டேலா அறிவித்தார். ஆ.தே.கா, குடும்பம், வின்னி ஆகிய பல தரப்பாரின் நன்மையை முன்னிட்டு தான் வின்னியிடமிருந்து பிரிவதாக அறிவித்தார்.

மண்டேலா நிருபர் கூட்டத்தில் படித்த அறிக்கையின் சில முக்கியப் பகுதிகள்:

“எனக்கும் என் துணைவியார் வின்னி மண்டேலாவிற்கும் உள்ள உறவு பற்றிப் பத்திரிகைகளில் மிகுந்த சர்ச்சையைக் கிளப்பிவிட்டிருக்கிறது. நிலைமையைத் தெளிவாக ஆக்க நான் இந்த அறிக்கையை வெளியிடுகிறேன்.

ரோபன் தீவு சிறையில் நான் கழித்த இருபது ஆண்டுகளில் என் மனைவி எனக்கு இன்றியமையாத ஆதரவுத் தூணாக விளங்கினார். ...... எங்கள் குழந்தைகளை தன்னந்தனியாக அவரே காப்பாற்றி வந்தார்.... அரசு அவருக்கு அளித்த தொல்லைகளைச் மிகுந்த அஞ்சாமையுடன் சந்தித்தார். விடுதலைப் போருக்கான பாதையிலிருந்து விலகவில்லை.... உலகமே அதற்காக அவரைப் பாராட்டியது.

ஆனால் கடந்த சில மாதங்களில் பல்வேறு பிரச்சினைகள் பற்றி எங்கள் இருவருக்குமிடையே கருத்துவேறுபாடுகள் ஏற்பட்டு மன இறுக்கத்தை உண்டாக்கி உள்ளது. நாங்கள் இருவரும் மனமொத்து நாம் இருவரும் பிரிந்து வாழ்வதே மிக நல்லது என்று முடிவு செய்தோம். பத்திரிகைகளில் அவரைப்பற்றி

வரும் குற்றச்சாட்டுகளை எதிர்நோக்க அவர் என் முழு ஆதரவை நம்பியிருக்கலாம்.

நாங்கள் இருவரும் இணைந்து வாழ்ந்த வாழ்வைப் பற்றி நான் என்றும் வருத்தப்படமாட்டேன். எங்களுக்கும் அப்பாற்பட்ட சூழ்நிலைகளால் நாங்கள் பிரிய வேண்டிய நிலைக்குத் தள்ளப்பட்டோம். நான் என் மனைவியிடமிருந்து எவ்விதக் குரோத உணர்ச்சியின்றிப் பிரிகிறேன்.

மனைவிக்குக் கணவனாகவும், குழந்தைகளுக்குத் தந்தையாகவும் இருந்து நான் ஆற்ற வேண்டிய கடமையை நிறைவேற்றவில்லையே என்று வருத்தப்படுகிறேன்.

இளமைப் பருவத்தில் இல்லற வாழ்வில் வின்னியுடன் இணைந்து வாழவேண்டிய காலத்தில் சிறைவாசத்தை ஏற்ற மண்டேலா முதுமையில் பிரிந்து வாழவேண்டியதை நினைத்தால் நம் உள்ளம் வேதனைப்படுகிறது.

மண்டேலா தன் வேதனையை அவர்களின் மகள் சின்ட்சியின் திருமணத்தின்போது வெளிப்படுத்தினார். "விடுதலைப் போர் வீரர்கள் நிலையற்ற வாழ்க்கை வாழவேண்டும் என்பது விதியின் கட்டளை போலும்."

எங்கள் குழந்தைகள் எங்களின் வழிகாட்டுதல் இன்றியே வளர்ந்தன. எங்களுக்கு ஒரு தந்தை இருக்கிறார், ஒரு நாள் அவர் சிறையிலிருந்து திரும்பிவருவார் என்று குழந்தைகள் எண்ணியிருந்தனர். திரும்பி வந்ததும் குழந்தைகளுக்கு ஓர் ஏமாற்றம். அவர் எங்களுக்குத் தந்தையாக இருப்பதற்கு மாறாக நாட்டின் தந்தையாகிவிட்டார். நாட்டின் தந்தையாக இருப்பது மிக மகிழ்ச்சி அளிக்கக் கூடியது. ஆனால் அந்த இன்பம் எனக்கு மிகக் குறைவாகவே கிடைத்திருக்கிறது."

மண்டேலாவிடமிருந்து பிரிந்த வின்னி வாழ்வில் சோர்ந்துவிடவில்லை. 1993 டிசம்பரில் நடந்த கட்சித் தேர்தலில் ஆ.தே.கா. மகளிர் அணியின் தலைவியாகத் தேர்ந்தெடுக்கப்பட்டார். நாடாளுமன்றத் தேர்தலில் வெற்றிபெற்று மண்டேலா அமைச்சரவையில் துணை அமைச்சராகப் பதவி வகித்தார். தென்னாப்பிரிக்காவின் விடுதலைப் போரில் தன் தியாகத்தாலும் தொண்டாலும் தனக்கென ஓர் சிறப்பான இடத்தை நோம் சாமோ வின்னி பெற்றுவிட்டார் என்பதை வரலாறு மறக்காது.

முதல் பொதுத் தேர்தல்

1993 நவம்பர் 18-ஆம் நாள் நள்ளிரவுக்குப் பின் அனைத்துக்கட்சிக் கூட்டத்தில் தென்னாப்பிரிக்காவிற்கான இடைக்கால அரசியல் சட்டம் (Interim Constitution) அங்கீகரிக்கப் பட்டு ஏற்றுக்கொள்ளப்பட்டது. பொதுத் தேர்தலை அமைதியான முறையில் நடத்துவதற்கு இடைக்கால நிருவாக சபை (Transitional Executive Council) நிறுவப்பட்டது. சபையில் அனைத்து அரசியல் கட்சியும் அங்கம் வகிக்கும். 1993 டிசம்பர் 22-லிருந்து தேர்தல் நாளான 1994 ஏப்ரல் 27 வரை நிருவாக சபை அரசு நிருவாகத்தை நடத்தும். சுதந்திரமான தேர்தல் ஆணையம் பொதுத் தேர்தலை நடத்தும். இரண்டு கோடிக்கு மேற்பட்ட வாக்காளர்கள் முதல் முறையாக வாக்களிப்பார்கள். இவர்களில் பெரும்பாலோர் எழுதப்படிக்கத் தெரியாதவர்கள். நாடு முழுதும் 10,000 வாக்குச் சாவடிகள் அமைக்கப்படும் என்று தேர்தல் ஆணையம் அறிவித்தது. கல்வியறிவற்ற பெரும்பாலான கறுப்பின வாக்காளர்களுக்குப் பயிற்சி அளிக்க வேண்டுமல்லவா? அதற்காக ஒரு வாக்குச் சாவடிக்குப் பத்துத் தொண்டர்கள் வீதம்

ஒரு லட்சம் தொண்டர்களுக்குப் பயிற்சி அளிக்க ஆ.தே.கா. முடிவுசெய்தது.

தேர்தல் பிரச்சாரத்திற்காக முதல் கட்டமாக ஆ.தே.கா.வினர் மக்கள் பேரவைகளை (people's Forums) ஏற்படுத்தினார்கள். ஆ.தே.கா. வேட்பாளர்கள் நாடு முழுவதும் பயணம் செய்து நகரங்கள், கிராமங்களில் கூட்டங்கள் நடத்தி மக்களின் குறைகளைக் கேட்பார்கள். அமெரிக்க குடியரசுத் தலைவர் தேர்தலில், வேட்பாளர்கள் நகரங்களில் பேசும் கூட்டங்களைப் போன்றதே மக்கள் பேரவைகள்.

மண்டேலா நாளொன்றுக்கு மூன்று அல்லது நான்கு பேரவைக் கூட்டங்களில் கலந்துகொண்டு பேசினார். அவர் பிரச்சாரத்தில் எதிர்கால அரசின் செயல்பாடுகளைப் பற்றியே பேசிவந்தார். கடந்த கால கொடுமைகளைப் பற்றிப் பேசவில்லை. ஆ.தே.கா. கடந்த 80 ஆண்டுகளாக இன ஒதுக்கலை எதிர்த்துப் போராடியதற்காக அவர்களுக்கு வாக்களிக்கக் கோரவில்லை. கறுப்பர்கள் வளமாக வாழ்வதற்கேற்ற தென்னாப்பிரிக்காவை உருவாக்க விரும்புகிறோம். அதற்காக ஆ.தே.கா.வுக்கு வாக்களிக்க வேண்டும்.

வாக்காளர்களுக்குத் தங்கள் திட்டத்தை விளக்குவதற்காக ஆ.தே.கா. 150 பக்கங்கள் கொண்ட ஓர் அறிக்கையை வெளியிட்டது. 'மறு சீரமைப்பு மற்றும் வளர்ச்சித் திட்டம்' என்று அதற்குப் பெயரிடப்பட்டது.

அந்த அறிக்கையின் திட்டங்கள் வருமாறு:

1. பொதுப் பணித்துறை மூலமாக புதிய வேலை வாய்ப்புகளை உருவாக்குதல்.
2. மின்சாரம், நவீன கழிவறை வசதியுடன் 10 லட்சம் புதிய வீடுகள் கட்டுதல்.
3. அடிப்படை பொது சுகாதார வசதி ஏற்படுத்துதல்.
4. அனைத்து தென்னாப்பிரிக்கர்களுக்கும் பத்து ஆண்டுகளுக்கு இலவசக் கல்வி வழங்குதல்.
5. நில விநியோக நீதிமன்றங்கள் மூலம் நிலங்கள் மறு விநியோகம் செய்தல்.

6. அத்தியாவசிய உணவுப் பொருள்களின் மீதுள்ள வரிகளை அகற்றுதல்.

7. பொதுத்துறை, தனியார் துறைத் தொழில்களை ஊக்குவித்தல்.

இந்த அறிக்கையை எளிய மொழியில் தேர்தல் அறிக்கையாக அறிவித்து "அனைவருக்கும் வள வாழ்வு" என்று அதற்குப் பெயரிடப்பட்டது. இதுவே தேர்தல் பிரச்சாரமாக எடுத்துக்கொள்ளப்பட்டது.

தேர்தல் பிரச்சாரத்தின்போது தாங்கள் என்ன செய்யப் போகிறோம் என்று வாக்காளர்களுக்குக் கூறியது போலவே தங்களால் என்ன செய்யமுடியாது என்பதையும் மனந்திறந்து மண்டேலா பேசினார். தேர்தல் நடந்த மறுநாளே மக்களின் வாழ்க்கை வளமிக்க சோலை வனமாக ஆகிவிடாது. "தேர்தல் முடிந்த மறுநாளே ஆடம்பர மெர்சிடிஸ் காரில் பயணம் செய்யலாம் என்றோ அல்லது உங்கள் வீட்டுத்தோட்டத்தில் நீச்சல் குளத்தில் நீச்சல் அடிக்கலாம் என்றோ ஆசைக்கனவு காணாதீர்" என்று மக்களிடம் கூறினார். வாழ்க்கை மின்னல் வேகத்தில் மாறிவிடாது; ஆனால் உங்கள் நாட்டில் முன்பை விட தன்மானமுள்ளவராக, சுதந்திரமான குடிமகனாக வாழ முடியும். நீங்கள் குறைந்தது ஐந்து ஆண்டுகள் காத்திருந்தால் நல்ல சீர்திருத்தங்களை எதிர்பார்க்கலாம். நீங்கள் மதுக்கடைகளுக்குச் சென்று குடித்துக்கொண்டிருந்தால் உணவும் உடையும் இன்றி வறுமையில் வாடுவீர்கள். வளமான வாழ்வு வேண்டு மென்றால் நீங்கள் கடுமையாக உழைக்க வேண்டும். அரசாங்கமே உங்களுக்கு எல்லாவற்றையும் செய்துவிட முடியாது" என்று மக்களிடம் உறுதிபடக் கூறினார்.

வெள்ளையர் கூட்டத்தில் மண்டேலா பேசும் போது "நீங்கள் நாட்டைவிட்டு வெளியேற வேண்டாம். நீங்கள் தென்னாப்பிரிக்க மண்ணுக்கு உரியவர்கள். நீங்கள் பழைய இன ஒதுக்கல் காலத்தை மறந்துவிட்டு வளமான எதிர்காலத்தை உருவாக்க வேண்டும்."

ஒவ்வொரு தேர்தல் கூட்டத்திலும் வாக்காளர்கள் வாக்குச் சாவடியில் எங்ஙனம் வாக்களிக்க வேண்டும் என்று

விளக்கம் அளிக்கப்பட்டது. வாக்காளர்கள் தாங்கள் விரும்பிய கட்சிக்கு அருகில் X முத்திரையிட வேண்டும் என்று அறிவுறுத்தப்பட்டது.

விடுதலைப் பாதை என்பது மலர்ப்படுக்கை அல்ல. 1994-இல் இடைக்கால நிருவாக சபை தன் பணியைச் செய்து வந்தாலும் சில கட்சிகள் சபையிலிருந்து விலகிவிட்டன. 1994 பிப்ரவரி 12-ஆம் நாள் தேர்தலில் போட்டியிடும் கட்சிகள் பதிவு செய்துகொள்ள வேண்டிய இறுதிநாள். அன்றுவரை இன்காதா, கன்சர்வெடிவ் கட்சி போன்ற சில கட்சிகள் தங்கள் பெயர்களைப் பதிவு செய்யவில்லை. ஆனால் ஜனநாயகவாதியான மண்டேலா அக்கட்சிகளை விலக்கிவிட்டு தேர்தலை நடத்த விரும்பவில்லை. அவர்கள் தேர்தலில் கலந்துகொள்ள அவர்கள் கோரிக்கைகளில் சில ஏற்றுக்கொள்ளப்பட்டன. அதன்படி தேசிய நாடாளுமன்றத்திற்கும், மாநில சட்ட மன்றங்களுக்கும் தனித்தனி வாக்குச் சீட்டுகள் தயார் செய்யப்பட்டன. மாநிலங்களுக்கு கூடுதல் அதிகாரங்கள் வழங்க ஒத்துக்கொள்ளப்பட்டது. நேட்டால் மாநிலத்தை வாசுலு \ நேட்டால் என்று பெயர் மாற்ற ஒப்புக்கொள்ளப்பட்டது.

தேர்தலை அமைதியாக நடத்தவிடாமல் செய்ய சில கட்சிகள் வன்முறையில் ஈடுபட்டன. 1994 மார்ச் 28 அன்று ஈட்டி முதலான ஆயுதங்களுடன் ஆயிரக்கணக்கான இன்காதா தொண்டர்கள் ஜோகன்னஸ்பர்க் நகரின் மையப் பகுதிக்குச் சென்றனர். 'ஷெல் ஹவுஸ்' எனப்படும். ஆ.தே.கா. தலைமையகத்தைத் தாக்க முற்பட்டனர். ஆயுதம் ஏந்திய ஆ.தே.கா. தொண்டர்கள் அவர்களை விரட்டி அடித்தனர். அன்று நடந்த வன்முறையில் ஐம்பத்திமூன்று பேர் மாண்டனர்.

தேர்தலுக்கு முன் கட்சிகளிடையே ஒற்றுமையை ஏற்படுத்த அமெரிக்க முன்னாள் வெளி விவகாரச் செயலர் ஹென்றி கிஸ்ஸிங்கர், இங்கிலாந்து முன்னாள் வெளி விவகாரச் செயலர் லார்ட் கேரிங்டன் ஆகியோர் தலைமையில் பன்னாட்டுக் குழு ஏப்ரல் 13-ஆம் நாள் தென்னாப்பிரிக்கா வந்தது. தேர்தல் தேதியைத் தள்ளி வைக்க முடியாது என்று தெரிந்தவுடன் இன்காதா கட்சியினர் பன்னாட்டுக் குழுவைச் சந்திக்க மறுத்தனர். குழுவினர் எக்கட்சியினரையும் சந்திக்காமல் திரும்பினர்.

தேர்தலுக்குப் பத்து நாட்களுக்கு முன்பாக மண்டேலாவும், டிகிளர்க்கும் தங்கள் கட்சியின் சார்பாகத் தொலைக்காட்சியில் விவாதம் புரிந்தார்கள். ஆ.தே.கா. கோடிக்கணக்கான டாலர்களை வீட்டு வசதிக்காகவும், சமூக நலத்திட்டத்திற்காகவும் செலவிடப் போவதை டி கிளர்க் குறை கூறினார். கறுப்பர் நலனுக்காக திட்டங்கள் வகுப்பதை டி கிளர்க் விரும்பவில்லை என்று மண்டேலா கண்டனம் தெரிவித்தார். விவாதத்தின் இறுதியில் டிகிளர்க்கின் கரங்களை அன்புடன் பற்றிக்கொண்டு 'நாட்டை வளர்ச்சிப் பாதையில் அழைத்துச்செல்ல நாம் இணைந்து செயல்படுவோம்' என்று மண்டேலா கூறினார்.

முதியவர்கள், உடல் ஊனமுற்றோர், வெளிநாடுகளில் வாழும் தென் ஆப்பிரிக்கர் ஆகியோர் ஏப்ரல் 26-ஆம் நாள் வாக்களிக்க அனுமதிக்கப்பட்டனர். மண்டேலா நேட்டால் மாநிலத்தின் டர்பன் நகருக்கு வடக்கே இனந்தா என்ற புறநகரிலுள்ள ஓலங்கே உயர்நிலைப் பள்ளியில் அமைந்த வாக்குச் சாவடியில் வாக்களித்தார். இனந்தாவில்தான் ஆ.தே.கா.வின் முதல் தலைவர் ஜான் டுபே அடக்கம் செய்யப்பட்டிருக்கிறார். எண்பத்திரண்டு ஆண்டுகளுக்கு முன்னால் 1912-இல் ஆ.தே.கா. தொடங்கப்பட்டு வரலாறு முழு வட்டமும் பயணம் செய்து 1994-இல் கறுப்பர் வாக்களித்து கறுப்பர் ஆட்சியை நிறுவப்போகின்றனர். மண்டேலா வாக்களிக்கும்போது அவர் மனத்திரையில் ஆ.தே.கா.வின் தியாக வரலாறு நிழலாடியது. ஆயிரக்கணக்கான தொண்டர்களும் தலைவர்களும் செய்த தியாகத்தால் இன்று லட்சக்கணக்கான கறுப்பர்கள் வாக்களித்து சிறுபான்மை வெள்ளையர் ஆட்சியை வீழ்த்திப் பெரும்பான்மை கறுப்பர் ஆட்சியை மலரச் செய்கிறார்கள். வேட்டுமுறைக்கு முடிவு கட்டப்பட்டு ஓட்டு முறை அமலுக்கு வந்தது.

தேர்தலின் முடிவில் ஆ.தே.கா. 62.6 சதவிகித வாக்குகளைப் பெற்றது. தேசிய நாடாளுமன்றத்தின் மொத்த 400 இடங்களில் 252 இடங்களைக் கைப்பற்றியது. மூன்றில் இரண்டு பங்கு இடங்களைக் கைப்பற்றியிருந்தால் மற்றக் கட்சிகளின் ஆதரவின்றி ஆ.தே.கா.வே இறுதி அரசியல் சட்டத்தை உருவாக்க முடியும். அப்படி ஒரு நிலை ஏற்பட்டால் தென் ஆப்பிரிக்க அரசியல் சட்டத்தை உருவாக்குவதற்குப் பதிலாக ஆ.தே.கா.வின் அரசியல் சட்டத்தை உருவாக்கி

இருக்கிறார்கள் என்ற குற்றச்சாட்டு எழுந்திருக்கும். "தேசிய ஒற்றுமையுடன் அமைந்த உண்மையான அரசையே நான் விரும்பினேன்" என்றார் மண்டேலா.

1994 மே 2-ஆம் நாள் மாலை டிகிளர்க் தனது கட்சியின் தோல்வியை ஒப்புக்கொண்டார். மூன்று நூற்றாண்டுகள் வெள்ளைய சிறுபான்மையினரின் ஆட்சிக்குப் பின் அரசு அதிகாரம் பெரும்பான்மை கறுப்பின மக்களிடம் வந்து சேர்ந்தது. அன்று மாலை ஆ.தே.கா. ஜோகன்னஸ்பர்க் புறநகரிலுள்ள 'கார்ல்டன் ஓட்டலில்' வெற்றி விழா கொண்டாட ஏற்பாடு செய்திருந்தது. அன்று மண்டேலா ஃப்ளூ காய்ச்சலால் பாதிக்கப் பட்டிருந்தார். மருத்துவர் வீட்டில் அவர் ஓய்வு எடுத்துக்கொள்ளக் கூறியிருந்தார். ஆனால் இரவு 9 மணிக்கு விழா மேடையில் ஏறி மகிழ்ச்சி ஆரவாரம் செய்த மக்களைச் சந்தித்தார். "இந்த விழாவில் நான் கலந்துகொள்ளக் கூடாது என்று மருத்துவர்கள் விதித்த தடையை நான் மீறி இங்கு வந்திருப்பதை அவர்களிடம் சொல்லிவிடாதீர்கள்" என்று நகைச்சுவை மிளிர தன் பேச்சைத் தொடங்கினார்.

மக்களாட்சி அமைய நீண்ட காலமாகப் பாடுபட்ட அனைத்து இயக்கங்களுக்கும் நன்றி தெரிவித்தார். அமெரிக்காவில் கறுப்பரின் உரிமைக்காகப் போராடிய மார்ட்டின் லூதர் கிங்கின் மனைவி திருமதி கொரட்டா ஸ்காட் கிங் விழாமேடையில் அமர்ந்திருந்தார். சுட்டுக்கொல்லப்பட்ட அவர் கணவரின் புனிதத் தொண்டை மண்டேலா புகழ்ந்து பேசினார்.

அவரின் பேச்சு வருமாறு:—

"நமது நாட்டின் வரலாற்றில் முக்கியமான கால கட்டங்களில் இது ஒன்று. இந்த நாளில் என் உள்ளத்தில் பெருமிதமும் மகிழ்ச்சியும் பொங்க நான் உங்கள் முன்னால் நிற்கிறேன். நம் நாட்டின் அடித்தள மக்களைப்பற்றி நான் பெருமைப்படுகிறேன். நம் தாய்நாட்டை நமக்குச் சொந்தமாக மீட்பதற்கு அமைதியான உறுதியைக் காண்பித்தீர்கள். நாம் தற்போது கூரைமீது ஏறிநின்று மகிழ்ச்சியுடன் உரத்த குரலில் முழங்கலாம். இறுதியாக விடுதலை என்று உங்கள் வீரச்செயலின் முன் அடக்கத்துடன் நிற்கிறேன். உங்கள் அனைவர் மீதும் என்

உள்ளத்தில் அன்பு நிறைந்துள்ளது. நம் நாட்டு வரலாற்றின் இத்தகைய காலகட்டத்தில் ஆப்பிரிக்க தேசிய காங்கிரசுக்குத் தலைமை தாங்கி வழி நடத்திச்செல்வதை மிகச் சிறந்த பெருமையாகக் கருதுகிறேன். நான் உங்கள் ஊழியன் ..... தனி மனிதர்கள் முக்கியமல்ல. சமுதாயமே முக்கியம். இந்த நேரத்தில் நாம் பழைய புண்களை ஆற்றிக் கொள்ள வேண்டும்; புதிய தென் ஆப்பிரிக்காவை உருவாக்க வேண்டும்."

தேர்தல் முடிவுகள் வெளிவந்து கொண்டிருந்தபோது ஆ.தே.கா.வுக்குத்தான் அரசு அமைக்கும் வாய்ப்பு அமையப்போகிறது என்பது தெளிவாகிவிட்டது. இதன் பிறகு மண்டேலாவின் குறிக்கோள் எல்லாம் நாட்டில் பல இனத்தாரிடை வேற்றுமைகளைக் களைந்து நல்லிணக்கத்தை ஏற்படுத்துவதிலும், நாட்டின் புண்களுக்கு மருந்திட்டு ஆற்றுவதிலும் அனைத்து மக்களிடமும் நம்பிக்கையைத் தோற்றுவிப்பதிலும் மையமிட்டு இருந்தது.

நாட்டிலுள்ள சிறுபான்மையினர், வெள்ளையர்கள், கலப்பினத்தவர், இந்தியர்கள் ஆகியோர் கறுப்பர் ஆட்சியில் தங்கள் எதிர்காலம் பற்றிக் கவலைகொள்ளத் தொடங்கியுள்ளனர். அவர்கள் அனைவரும் பாதுகாப்புடன் இருக்க விரும்புகிறேன். விடுதலைப் போர் என்பது எந்த ஒரு தனிப்பட்ட இனத்திற்கு எதிராக நடைபெறும் போர் அல்ல; ஆனால் அது அடக்கு முறைக்கு எதிராக நடைபெறும் போர். மண்டேலா ஒவ்வொரு சமயத்திலும் அனைத்துத் தென்னாப்பிரிக்கர்களும் ஒன்றிணைந்து நாம் ஒரே நாடு, ஒரே இனம், ஒரே மக்கள் என்ற எண்ணத்துடன் செயல்பட வேண்டும், அதே ஒற்றுமையுடன் நாம் எதிர்காலத்தை நோக்கிப் பயணம் செய்வோம் என்று முழங்கிவந்தார்.

குடியரசுத் தலைவராகப் பதவி ஏற்பு

1994 மே 10-ஆம் நாள் கதிரவன் கீழ்த்திசையில் ஒளி உமிழ்ந்து எழுகிறான். மண்டேலா குடியரசுத் தலைவராகப் பதவி ஏற்கும் இன்று உலகத்தின் பல்வேறு நாடுகளின் தலைவர்கள் தென் ஆப்பிரிக்க மண்ணில் கூடுகிறார்கள். முந்நூறு ஆண்டுகளாக வெள்ளையரின் தலைமையகமாக இருந்த பிரிட்டோரியா யூனியன் மாளிகையின் நடுவரங்கில் கறுப்பர் தலைவரான மண்டேலா பதவி ஏற்கும் பொன்னாள் அது. தென் ஆப்பிரிக்காவின் முதலாவது ஜனநாயக இனவேற்றுமையற்ற ஆட்சியை வாழ்த்தி வரவேற்க பல்வேறு நாட்டைச் சேர்ந்த தலைவர்கள் அங்கே குழுமியுள்ளனர்.

பதவி ஏற்பு மேடையில் மண்டேலா தன் செல்வமகள் செனானியுடன் அமர்ந்திருக்கிறார். பதவி ஏற்பில் முதல் கட்டமாக டிகிளர்க் இரண்டாவது துணைத் தலைவராகப் பதவி ஏற்றார். அடுத்து தாபோ எம்பெக்கி முதல் துணைத் தலைவராகப் பதவி ஏற்றார். மூன்றாவதாக மண்டேலா தென்னாப்பிரிக்கக் குடியரசுத் தலைவராகப் பதவி ஏற்றார். பதவி ஏற்கும் உறுதி மொழியில் அரசியல் சட்டத்திற்குக் கீழ்ப்படிந்து நடந்து அதைப்

பாதுகாப்பதாகவும் குடியரசின் மேன்மைக்காகவும் மக்களின் நலனுக்காகவும் தன்னை அர்ப்பணிப்பதாக உறுதி எடுத்துக் கொண்டார். பதவி ஏற்பு விழாவில் மண்டேலா பேசியது:

"இன்று இந்த விழாவில் நாமனைவரும் கலந்து கொண்டிருப்பதன் மூலம் புதிதாகப் பிறந்த விடுதலைக்கு புகழையும் நம்பிக்கையையும் அளிக்கிறோம். இன ஒதுக்கல் காரணமாக சமுதாயத்திற்கு நீண்ட காலமாக பெருந்துன்பம் அளித்து வந்த அசாதாரணமான அனுபவத்தை நாம் பெற்றோம். அந்தத் துன்பத்திலிருந்து மலரும் புதிய சமுதாயம் மனித குலத்திற்குப் பெருமை அளிப்பதாக அமைய வேண்டும்.

அண்மைக்காலம் வரை நாம் சட்டத்தின் முன் குற்றவாளிகளாகக் கருதப்பட்டோம். ஆனால் இன்று நம்முடைய சொந்த மண்ணில் உலக நாடுகளிலிருந்து வந்திருக்கும் விருந்தினர்களை வரவேற்று விருந்தளிப்பவர்களாக இருக்கும் அரிய பேற்றினைப் பெற்றுள்ளோம். நீதி, அமைதி, மனிதத் தன்மானம் ஆகிய உயர் பண்புகளுடன் இந்த நாட்டை எங்கள் உடைமையாக்கிக்கொள்ளும் இனிய நேரத்தில் இங்கு வந்திருக்கும் மதிப்பு மிக்க பல்வேறு நாட்டுத் தலைவர்களுக்கு நாங்கள் நன்றியைத் தெரிவித்துக்கொள்கிறோம்.

இறுதியாக நாங்கள் அடிமைத்தனத்திலிருந்து அரசியல் விடுதலையைப் பெற்றுவிட்டோம். எங்கள் மக்கள் அனைவருக்கும் ஏழ்மை, இழப்பு, துன்பம், பெண்ணடிமை மற்றும் பல்வகை வேறுபாடுகளிலிருந்தும் விடுதலை பெற்றுத்தர நாங்கள் உறுதி எடுத்துக்கொள்கிறோம்.

இந்த வளமிக்க நாட்டில் இனி ஒரு இனத்தை மற்ற இனம் அடக்கியாள்வதென்பது என்றும், என்றும், என்றும் ஏற்படாது. இந்தப் புகழ் வாய்ந்த மனித சாதனை என்னும் கதிரவன் என்றும் அஸ்தமிக்காது.

இனி விடுதலை ஆட்சி புரியட்டும்!
தென் ஆப்பிரிக்காவை இறைவன் ஆசிபுரிவாராக!"

மண்டேலா பதவி ஏற்பு உரை நிகழ்த்தியவுடன் அதிவேக விமானங்களும், ஹெலிகாப்டர்களும், இராணுவப் படை

விமானங்களும் யூனியன் மாளிகையின் மேல் வட்டமிட்டுப் பறந்தன. இந்தப் படை அணி வகுப்பு, படை வலிமையின் காட்சி மட்டுமல்ல; மக்களாட்சிக்கும், சுதந்திரமான நியாயமான முறையில் மக்களால் தேர்ந்தெடுக்கப்பட்ட புதிய அரசுக்குத் தன்னுடைய விசுவாசத்தை வெளிப்படுத்துவதாகவும் அது அமைந்தது. தென் ஆப்பிரிக்க இராணுவம், காவல்துறை ஆகியவற்றின் தளபதிகள் தங்கள் மார்பில் பதக்கங்களை அணிந்து அணி வகுத்துச் சென்று மண்டேலாவிற்கு வணக்கம் செலுத்தித் தங்கள் விசுவாசத்தைக் காட்டினார்கள்.

மண்டேலா அந்தச் சமயத்தில் தன் கடந்த கால வாழ்க்கையை நினைத்துப் பார்த்தார். சில ஆண்டுகளுக்கு முன்பாக இருந்தால் அவர்கள் எனக்கு வணக்கம் செலுத்தியிருக்கமாட்டார்கள். நாம் தேடிய நபர் கிடைத்துவிட்டார் என்று அவரைக் கைது செய்திருப்பார்கள்.

அணி வகுப்பின் இறுதியாக இம்பாலா ஜெட் விமானங்கள் வரிசையாகப் பறந்து கறுப்பு, சிவப்பு, பச்சை, நீலம், பொன்னிற மஞ்சள் கொண்ட தென் ஆப்பிரிக்காவின் புதிய தேசியக் கொடியைப் புகையாலே வானத்தில் வரைந்து காட்டின.

பதவி ஏற்பு விழாவைப் பற்றி மண்டேலா பின் வருமாறு குறிப்பிடுகிறார்:-

"பதவி ஏற்பு விழாவின்போது என் தாய்நாட்டின் கடந்த கால வரலாற்றால் என் உள்ளம் உணர்ச்சிவசப்பட்டது. 20-ஆம் நூற்றாண்டின் முதல் பத்தாண்டில் தென் ஆப்பிரிக்காவில் வெள்ளை நிறத் தோலுடைய இனத்தார் கறுப்பு நிறத் தோலுடைய எங்கள் சொந்த மண்ணின் மைந்தர்களை இன ஆதிக்கம், இன ஒதுக்கல் என்ற அநீதியான அமைப்பால் கொடுமைப்படுத்தினார்கள். உலகமே இதுவரை கண்டிராத கொடூரமான, மிருகத்தனமான ஒரு சமூக அமைப்பை உருவாக்கினார்கள். ஆனால் 20-ஆம் நூற்றாண்டின் இறுதிப் பத்தாண்டில் என் வாழ்க்கையின் எட்டாவது பத்தாண்டில் அந்த அமைப்பு நிரந்தரமாக அழிக்கப்பட்டு விட்டது. நிற வேறுபாடு அற்று அனைத்து மக்களின் உரிமைகளையும் சுதந்திரத்தையும் அங்கீகரிக்கும் ஒரு நாகரிக சமுதாயம் ஏற்பட்டுவிட்டது.....

இன ஒதுக்கல் கொள்கை என் நாட்டு மக்களுக்கு ஆழமான புண்ணை ஏற்படுத்திவிட்டது. அந்தப் புண் ஆறுவதற்கு பல ஆண்டுகள் ஆகும். ஆனால் பல பத்தாண்டுகளாக நடத்தப்பட்ட கொடுமையும் அடக்கு முறையும் மறு பக்கத்தில் ஒரு பெரும் நன்மையை விளைவித்தது. கொடுங்கோல் ஆட்சி அதை எதிர்த்து நின்ற ஆலிவர் டாம்போ, வால்டர் சிசுலு, சீப் லுதுலி, யூசுப் டாடூ, பிராம் பிஷர், ராபர்ட் சோபுக்வே போன்ற மாபெரும் தலைவர்களைத் தோற்றுவித்தது. அவர்களைப் போன்ற அசாதாரண அஞ்சாமையும், அறிவாற்றலும் பெற்ற தலைவர்கள் மீண்டும் தோன்றுவார்களா என்பது ஐயமே".

மண்டேலா தென்னாப்பிரிக்காவிற்குக் குறிப்பிட்டது இந்தியாவிற்கும் பொருந்தும். இந்தியாவில் இருநூறு ஆண்டுகள் நடந்த ஆங்கில வல்லாட்சியால் அதை எதிர்த்து நின்ற சிறந்த தலைவர்கள் தோன்றினார்கள் என்று குறிப்பிடலாம். உலக உத்தமர் காந்தியடிகள், பண்டித நேரு, வல்லபாய் படேல், நேதாஜி, ராஜாஜி, காமராசர் போன்ற மாபெரும் தலைவர்களைத் தோற்றுவித்தது என்று நாம் பெருமைகொள்ளலாம்.

"என் தாய்நாடு கனிவளமும், வைரச் சுரங்கங்களும் மிகுதியாக உடையது. ஆனால் வைரங்களை விடச் சிறந்த செல்வம் எங்கள் நாட்டு மக்களே" என்று மண்டேலா பெருமைபடக் கூறுகிறார்.

வாழ்க்கையில் ஒவ்வொரு மனிதனுக்கும் இரு வகைக் கடமைகள் உண்டு. ஒன்று தன் குடும்பத்துக்கு ஆற்ற வேண்டிய கடமை; மற்றது தான் பிறந்த நாட்டிற்கு ஆற்ற வேண்டிய கடமை. தென் ஆப்பிரிக்காவில் ஒரு கறுப்பு மனிதன் தன் தாய் நாட்டிற்குச் செய்ய வேண்டிய கடமையை ஆற்ற முற்பட்டால் அவன் கொடுங்கோல் ஆட்சியால் தன் குடும்பத்திலிருந்தும், மனைவி, மக்களிடமிருந்தும் வலுக்கட்டாயமாகப் பிரிக்கப்படுகிறான். புரட்சி வாழ்க்கை, தலை மறைவு வாழ்க்கை வாழவேண்டி உள்ளது." என் நாட்டு மக்களுக்கு நான் தொண்டு செய்ய முற்படும் போது நான் ஒரு மகன், சகோதரன், தந்தை, கணவன் என்ற நிலைகளிலிருந்து ஆற்ற வேண்டிய

கடமைகளிலிருந்து வலுக்கட்டாயமாக அரசால் தடுக்கப்படுகிறேன்", என்று மண்டேலா மனம் குமுறிப் பேசுகிறார்.

ஒரு குழந்தை விடுதலைப் போரில் ஈடுபட்டுள்ள தன் தந்தையை நோக்கி "அப்பா! நீங்கள் ஏன் எங்களுடன் வாழவில்லை?" என்று கேட்கிறது. "உன்னைப் போன்று லட்சக் கணக்கான குழந்தைகள் நாட்டில் இருக்கிறார்கள். அவர்களுக்காகவும் நான் பாடுபட வேண்டும்" என்று தந்தை பதில் கூறுகிறார்.

விடுதலைப் போரில் இருபத்தேழு ஆண்டுக் காலம் சிறையில் வாடிய மண்டேலா இன்று விடுதலை பெற்ற தென் ஆப்பிரிக்காவின் முதல் குடியரசுத் தலைவராகப் பதவியில் அமர்ந்திருக்கிறார். விடுதலைப் போரின்போது ஆப்பிரிக்க தேசிய காங்கிரஸ், தென்னாப்பிரிக்க இந்தியர் காங்கிரஸ் மற்றும் சில இயக்கங்கள் 1955-இல் கூடிய மாநாட்டில் 'விடுதலை சாசனம்' என்ற வரலாற்றுச் சிறப்பு மிக்க அறிக்கையை வெளியிட்டார்கள் அல்லவா? அந்த அறிக்கையில் கூறப்பட்ட புனித இலட்சியங்களை ஒவ்வொன்றாகத் தற்போது நிறைவேற்ற வேண்டும். இந்த மாபெரும் கடமை மண்டேலாவின் தலைமையில் அமைந்த புதிய அரசுக்கு உண்டு.

மண்டேலாவின் வாழ்க்கை வரலாறு பற்றிய இந்நூலை 'விடுதலையை நோக்கி நீண்ட பயணம்' என்ற அவரின் சுயசரிதையிலுள்ள இறுதிப் பத்திகளுடன் முடிப்பது நூலுக்கு மகுடமாக விளங்கும்.

"நான் சிறையிலிருந்து விடுதலை ஆனவுடன் ஒரு பெரும் பொறுப்பு என்னை எதிர் நோக்கி இருந்தது. அடக்குமுறைக்கு ஆட்பட்டவரையும் அடக்கி ஆண்டவரையும் இருவரையும் நான் விடுவிக்க வேண்டும். உண்மை என்னவென்றால் நாம் இன்னும் முழு விடுதலை பெறவில்லை. நாம் சுதந்திரமாக வாழ்வதற்கான சுதந்திரத்தைப் பெற்றுள்ளோம். நாம் கரடு முரடான நீண்ட பாதையில் முதல் அடியை எடுத்து வைத்துள்ளோம்.

நான் நீண்ட விடுதலைப் பாதையில் நடந்து வந்துள்ளேன். நான் தடுக்கி விழாமல் நடக்க முயற்சி செய்கிறேன்; பாதையில் சில நேரங்களில் வழி தவறி இருக்கிறேன். நான் ஒரு உண்மையை அறிந்துகொண்டேன். ஒரு மலை உச்சியை அடைந்தபோது அதைப்போல் பல மலைகளை ஏறிக் கடக்க வேண்டும் என்று அறிந்துகொண்டேன். நான் சிறிது நேரம் இங்கு ஓய்வு எடுத்துக் கொண்டிருக்கிறேன். என்னைச் சுற்றியுள்ள அழகான காட்சியைக் காண்கிறேன். நான் கடந்து வந்த பாதையைத் திரும்பிப் பார்க்கிறேன். ஆனால் ஒரு சில விநாடிகள்தான் நான் ஓய்வு கொள்ள முடியும். சுதந்திரம் வந்தவுடன் நான் ஆற்ற வேண்டிய கடமைகளும் காத்திருக்கின்றன. நான் தாமதிக்க நேரமில்லை. வளமான வாழ்வை நோக்கிய எனது நீண்ட பயணம் இன்னும் முடியவில்லை."

தென் ஆப்பிரிக்க வரலாற்றில் முக்கிய நிகழ்வுகள்

1652 - கேப் முனையில் முதலாவது வெள்ளையர் குடியிருப்பு

1795 - கேப் முனையை இங்கிலாந்து தன் கைவசமாக்குதல்.

1834 - ஆப்பிரிக்கனீர் நெடும் பயணம் தொடக்கம்.

பத்தாயிரம் ஆப்பிரிக்கனீர் கேப் முனையை விட்டு உள்நாட்டுக்கு குடியேறுதல்

1899 - பூவர் போர் தொடங்கி 1902 வரை நீடித்தல்

1910 - மே 31: தென் ஆப்பிரிக்க ஒன்றியம் தொடக்கம்; கறுப்பர் இரண்டாந்தர நிலைக்குத் தள்ளப்படல்.

1912 - ஆப்பிரிக்க தேசிய காங்கிரஸ் நிறுவப்படல்.

1913 - சுதேசி நிலச் சட்டம் நிறைவேற்றப்படல்; மொத்த நிலப்பரப்பில் கறுப்பர்களுக்கு 7.3சத நிலம் ஒதுக்கப்படல்

1918 - ஜுலை 18: நெல்சன் ரோலிலாலா மண்டேலா டிரான்ஸ்கெய் பகுதி குனு கிராமத்தில் பிறத்தல்

1938 - ஹரே கோட்டையில் தென் ஆப்பிரிக்க சுதேசிக் கல்லூரியில் சேர்ந்து படித்தல்.

1941 - வேலை நிறுத்தத்தில் ஈடுபட்டதற்காக கல்லூரி நிர்வாகத்தால் மண்டேலா கல்லூரியிலிருந்து வெளியேற்றப்படல். மண்டேலா ஜோகன்னஸ்பர்க் செல்கிறார். அங்கு வால்டர் சிசுலு அவரை ஆ.தே.கா.விற்கு அறிமுகம் செய்து வைக்கிறார்.

1942 - மண்டேலா அஞ்சல் வழி மூலம் இளங்கலை (பி.ஏ.) பட்டத்தைப் பெறுகிறார். விட்வாட்டர்ஸ்ரேண்ட் பல்கலைக்கழகத்தில் சட்டக் கல்வி படிக்க பதிவு செய்கிறார். ஆனால் படிப்பை முடிக்கவில்லை.

1944 - ஆ.தே.கா.வின் இளைஞர் மன்றம் நிறுவப்படுகிறது. இதன் நிருவாகக் குழு உறுப்பினராக மண்டேலா தேர்ந்தெடுக்கப்படுகிறார். இதே ஆண்டில் எவலின் என்ற பெண்ணைத் திருமணம் செய்துகொள்கிறார்.

1948 - ஆ.தே.கா. இளைஞர் மன்றத்தின் பொதுச் செயலராக மண்டேலா தேர்ந்தெடுக்கப்படுகிறார். பொதுத் தேர்தலில் தேசியக் கட்சி வெற்றி பெற்று இன ஒதுக்கலை அமல்படுத்துகிறது.

1949 - இளைஞர் மன்றத்தின் "செயல் திட்டத்தை" ஆ.தே.கா. ஏற்றுக்கொள்கிறது.

1950 - கம்யூனிஸ்ட் கட்சி ஒடுக்குமுறைச் சட்டம் நிறைவேற்றப்பட்டு அக்கட்சி தடைசெய்யப்படுகிறது. மே 1 : கம்யூனிஸ்ட் கட்சிப் பொது வேலை நிறுத்தம் செய்கிறது.

- ஜூன் 26: ஆ.தே.கா. கண்டன நாள் அனுசரிக்கிறது.

1952 - ஆ.தே.கா. டிரான்ஸ்வால் மாநிலத்தின் தலைவராக மண்டேலா நியமிக்கப்படுகிறார்; அரசின் கொடிய சட்டங்களுக்கு 'எதிர்ப்பு இயக்கத்தின்' தலைமைத் தொண்டராக மண்டேலா நியமிக்கப்படுதல்; சட்ட அலுவலகத்தின் கூட்டாளிகளாக மண்டேலாவும் ஆலிவர் டாம்போவும் சேருதல்.

1953 - செப்டம்பர்: 35 வயதான மண்டேலா ஆ.தே.கா.வில் உறுப்பினராக இருக்கவும் கூட்டங்களில் கலந்து கொள்ளவும் தடைவிதிக்கப்படுகிறது.

1955 - ஜூன் 26: மக்களின் காங்கிரஸ் ஜோகன்னஸ்பர்க்கில் கூடி 'சுதந்திர சாசனம்' பிரகடனம் செய்கிறது. 3000 பிரதிநிதிகள் கலந்துகொள்கிறார்கள்.

1956 - மண்டேலா - எவலின் திருமண முறிவு ஏற்படுகிறது. மண்டேலா உள்பட 156 பேர் 'தேசத்துரோகக்' குற்றத்திற்காக வழக்குத் தொடரப்பட்டு 4 ஆண்டுகள் கழித்து விடுதலை செய்யப்படுதல்.

1958 - ஜூன் 14: வின்னியை மண்டேலா திருமணம் செய்துகொள்கிறார்.

1960 - மார்ச் 21: ஷார்ப்பவில் படுகொலை; 69 பேர் கொல்லப்படுதல்.

- மார்ச் 30: நெருக்கடிநிலைப் பிரகடனம்.

- ஏப்ரல் 8: ஆ.தே.கா., அ.ஆ.கா. தடை செய்யப்பட்டு இரண்டும் தலைமறைவு இயக்கங்களாகச் செயல்படுதல்.

1961 - 'தேசத்தின் ஈட்டிமுனை' மண்டேலா தலைமையில் நிறுவப்படல்.

1962 - ஆகஸ்ட் 5: 17 மாத தலைமறைவு வாழ்க்கைக்குப் பின் மண்டேலா கைது செய்யப்பட்டு நவம்பரில் 5 ஆண்டு சிறைத்தண்டனை விதிக்கப்படுதல்.

1963 - மே 24: மண்டேலா பிரிட்டோரியா சிறையிலிருந்து ரோபன் தீவிற்கு மாற்றப்படுதல்.

- அக்டோபர்: மண்டேலா மீண்டும் பிரிட்டோரியா சிறைக்குக் கொண்டுவரப்பட்டுப் புதிய குற்றச் சாட்டுகளின் மீது விசாரணை.

1964 - ஜூன் 11: வன்முறைப் புரட்சிக்குத் தூண்டியதாக மண்டேலாவுக்கு ஆயுள் தண்டனை விதிக்கப்பட்டு ரோபன் தீவிற்குக் கொண்டுசெல்லப்படுகிறார். அடுத்த 18 ஆண்டுகள் தீவில் அடைக்கப்படுகிறார். சட்டப்படிப்பில் பி.எல். பட்டம் பெறுகிறார்.

1973 - டிரான்ஸ்கெய் மாநிலத்தில் தங்குவதாக இருந்தால் விடுதலை அளிப்பதாக அரசு முடிவு. மண்டேலா இதை நிராகரித்தார்.

1976 - ஜூன் 16: சுவெட்டோ நகரில் ஆயிரம் பள்ளி மாணவர்களின் கிளர்ச்சி; துப்பாக்கிச் சூட்டில் நாடு முழுதும் நடந்த மாணவர் போராட்டத்தில் நூற்றுக்கணக்கான மாணவர்கள் பலி.

1979 - இந்திய அரசு மண்டேலாவுக்கு 'நேரு விருது' வழங்கியது

1983 – நியூயார்க்கின் நகரக் கல்லூரி (City College) மண்டேலாவுக்கு கௌரவப் பட்டம் வழங்குகிறது. இதே ஆண்டு ஆஸ்ட்ரிய மனித உரிமைகள் விருது வழங்கப்படுகிறது.

1985 – மண்டேலா வன்முறையைக் கைவிடுவதாக இருந்தால் விடுதலை அளிப்பதாகத் தலைவர் போதா கூறுகிறார். மண்டேலா நிராகரிக்கிறார்.

1986 – நெருக்கடிநிலைப் பிரகடனப்படுத்தப்படுகிறது.

1988 – ஜூலை 18: நெல்சன் மண்டேலாவின் 70-வது பிறந்த நாள். விக்டர் ஓர்ஸ்ட்டர் சிறைக்கு மண்டேலா மாற்றப்படுகிறார்.

1989 – ஜூலை 4: தலைவர் டிகிளர்க்கை மண்டேலா சந்திக்கிறார்.

1990 – பிப்ரவரி 2: ஆ.தே.கா., அ.ஆ.கா. கம்யூனிஸ்ட் கட்சி மற்றும் பல கட்சிகளின் மீது இருந்த தடை நீக்கப்படுதல்.

– பிப்ரவரி 11: 27 ஆண்டு சிறைவாசத்திற்குப் பின் மண்டேலா நிபந்தனையின்றி விடுதலை செய்யப் படுகிறார்.

– மே 2: ஆ.தே.கா. – தெ.ஆ. அரசுக்குமிடையே பேச்சு தொடக்கம்.

– அக்டோபர்: நெருக்கடிநிலை ரத்து செய்யப்படுகிறது.

1991 – இன ஒதுக்கல் சட்டம் ரத்து செய்யப்படுகிறது.

– டிசம்பர் 20 – 21: ஜனநாயக தென்ஆப்பிரிக்கா விற்கான மாநாடு – அனைத்துக் கட்சி கலந்துரையாடல்.

1992 – ஏப்ரல் 13: நெல்சன் மண்டேலா – வின்னி திருமண முறிவு.

– மே 28 – 31 : ஆ.தே.கா. தேசிய மாநாடு கூடுதல்.

1994 – ஏப்ரல் 27: பொதுத்தேர்தல்

1994 – மே 10: மண்டேலா குடியரசுத் தலைவராக பதவி ஏற்பு.